Ekigera Okukkiriza

*Kubanga njogera, olw'ekisa kye nnaweebwa,
eri buli muntu ali mu mmwe, alemenga okwerowooza
okusinga bwe kimugwanidde okulowooza;
naye okulowoozanga nga yeegendereza,
nga Katonda bwe yagabira buli muntu ekigera
ky'okukkiriza.*
(Abaruumi 12:3)

Ekigera Okukkiriza

Dr. Jaerock Lee

Ekigera Okukkiriza bya Dr. Jaerock Lee
Kyafulumizibwa aba Urim Books (Abakulirwa: Seongnam Vin)
#73, Yeouidaebang-ro 22-gil, Dongjak Gu, Seoul, Korea
www.urimbooks.com

Obuyinza bwonna tubwesigaliza. Ekitabo kino oba ebitundu byakyo tebirina kufulumizibwa nate mu ngeri yonna, oba okuterekebwa mu ngeri yonna, oba okufulumizibwa mu kika kyonna ng'okwokyesaamu, okunaazaamu kkoppi, awatali lukusa okuva eri abaakafulumya..

Okujjako nga kiragiddwa, Ebyawandiikibwa byonna bisimbuddwa mu Ekitabo Ekitukuvu ekiyitibwa BAIBULI Ekyafulumizibwa aba KAMPALA THE BIBLE SICIETY OF UGANDA

Obwannanyini © 2020 bwa Dr. Jaerock Lee
ISBN: 979-11-263-0589-6 03230
Obwannannyini bw'okukavunula mu lungereza © 2011 ye Dr. Esther K. Chung. Ng'akkiriziddwa.

Kyasooka okufulumizibwa mu lulimi olu Korea aba Urim Books mu 2002

Kyasooka kufuluma mu mwezi gw'okuna omwaka gwa 2020

Kyasunsulibwa Dr. Geumsun Vin
Kyalungiyizibwa ekitongole ekisunsuzi ekya Urim Books
Kyateekebwa mu kyapa ekitongole kya Yewon Priting Company
Ayagala ebisingawo kwatagana ne: urimbook@hotmail.com

Eby'Omuwandiisi

Njagaliza buli omu ku mmwe okufuna okukkiriza okw'ekipimo ekijjuvu okw'omwoyo era weyagalire mu kitiibwa ky'eggulu ekitagwaawo mu Yerusaalemi empya ewali namulondo ya Katonda!

Awamu n'ekitabo ekiyitibwa Obubaka Obw'omusalaba ekyakafulumizibwa, Ekigero ky'Okukkiriza kitabo kikulu nnyo era nga kya mugaso nnyo mukulung'amya omuntu eri obulamu bw'ekikristaayo obulungi. Nneebaza n'okuddiza Katonda kitaffe ekitiibwa, awadde omukisa omulimu guno ogw'ettendo okusobola okufulumizibwa okusobola okwoleka obwakabaka obw'omuggulu eri abantu abatabalika.

Olwaleero, waliwo abantu bangi abagamba nti bakkiriza naye nga tebeekakasa bulokozi bwabwe. Tebamanyi kiyitibwa ekigero ky'okukkiriza n'abungi ki obw'okukkiriza bwe balina okuba nabwo okusobola okufuna obulokozi. Abantu batera okwogera ku banaabwe nti, "Omusajja ono okukkiriza kwe kunene" oba nti "Okukkiriza kw'omusajja oyo kutono." Kyokka nga si kyangu kumanya kukkiriza kwo kwenkana ki Katonda kwakkiriza oba gwe okusobola okupima okukkiriza kwo kukuze kyenkana ki. Katonda tayagala tube na kukkiriza kwa mubiri, wabula okukkiriza okw'omwoyo okugenderako ebikolwa. Abantu bagambibwa okuba n'okukkiriza okw'omubiri singa baba bawulidde buwulizi n'okuyiga ekigambo kya Katonda olwo n'ebakikwata n'egafuuka amagezi g'ebayize. Tetusobola kubeera nakukkiriza kwa Mwoyo ku lwaffe. Kutuweebwa Katonda yekka.

Ye nsonga lwaki Baruumi 12:3 watugamba. "Kubanga njogera, olw'ekisa kye nnaweebwa, eri buli muntu ali mu mmwe, alemenga okwerowooza okusinga bwe kimugwanidde okulowooza; naye okulowoozanga nga yeegendereza, nga Katonda bwe yagabira buli muntu ekigera ky'okukkiriza." Ekyawandiikibwa kino kitugamba nti buli muntu alina okukkiriza kwe okw'omwoyo okuva eri Katonda, era okuddamu Kwe n'emikisa Gye bigabibwa okusinziira ku kigero ky'okukkiriza kw'omuntu.

1 Yokaana 2:12 n'enyiriri eziddako ziraga okukula kw'okukkiriza kwa buli muntu ng'okukkiriza okw'abaana abaavula, okw'abaana abatambula, okw'abavubuka n'abakadde. 1 Bakkolinso 15:41 wasoma nti, "Ekitiibwa ky'enjuba kirala,

n'ekitiibwa ky'omwezi kirala, n'ekitiibwa ky'emmunyeenye kirala kubanga emmunyeenye teyenkana na ginaayo kitiibwa." Ekyawandiikibwa ekyo kitujjukiza nti ekifo kya buli ssekinnoomu n'ekitiibwa kye mu ggulu by'anjawulo okusinziira ku kigero ky'okukkiriza kwe. Kiba kikulu okufuna obulokozi n'ogenda mu ggulu, naye okumanya ekifo ky'onoobeeramu mu ggulu n'ekika ky'engule z'onooyambazibwa saako ebirabo ebinaakuweebwa kye kisinga obukulu.

Katonda nnyini kwagala ayagala abaana Be okwambusa okukkiriza kwabwe ku kigero ekijjudde, abeera abeesunga okubalaba nga bayingira Yerusaalemi empya eyo ewali Namulondo Ye, era nga yeesunga okubeera nabo eyo olubeerera.

Okusinziira ku mutima gwa Katonda, n'ebyo ekigambo bye kisomesa, Ekigero ky'Okukkiriza kinyonyola emitendera etaano egy'okukkiriza n'obwakabaka obw'omuggulu, era kiyamba omusomi okupima omutendera kw'okukkiriza kwali. Ekigera ky'okukkiriza n'ebifo by'okubeeramu mu bwakabaka bw'omuggulu bisobola okwawulwamu emitendera egissuka mu etaano, naye omulimu guno gubinyonyolako mu bujjuvu mu mitendera etaano okusobola okuyamba omusomi okwanguwa okubitegeera. Nsuubira nti muyinza okwongera amaanyi mu kutambula okudda eri eggulu nga mugerageranya okukkiriza kwammwe n'okwo okwa bajjajja b'okukkiriza mu Baibuli.

Emyaka giyiseewo, nnasaba nfune okubikkulirwa kw'ebyawandiikibwa ebimu mu Baibuli, ebyali ebizibu okutegeera. Olunaku lumu, Katonda n'atandika okunyinyonyola nti obwakabaka bw'omuggulu bwawuddwayawuddwamu, era ebifo eby'okubeeramu mu ggulu ebiweebwa buli sekinnoomu ku baana Be byawukana okusinziira ku kigero ky'okukkiriza kwabwe.

Oluvanyuma, nnabuulira ku bifo eby'omuggulu n'ekigero ky'okukkiriza, era n'ensusula obubaka obwo okufulumya omulimu guno. Nneebaza Geumesun Vin, akulira ekitongole ekisunsuzi, n'abakozi abalala bangi mu kitongole ekisunsuzi. Nneebaza n'abekitongole ekivvunuzi.

Kansabe buli musomi wa Ekigero ky'Okukkiriza afune ekigero ekijjuvu eky'okukkiriza, okukkiriza okw'omwoyo omulamba, musobole okweyagalira mu kitiibwa kya Yerusaleemi empya ekitaggwaawo eyo ewali namulondo ya Katonda, Nsaba era mbawa omukisa mu linnya lya Mukama waffe Yesu Kristo!

Jaerock Lee

Ennyanjula

Nsuubira nti omulimu guno gujja kuba mukulu nnyo mukukola ng'ekirung'amya mu kupima okukkiriza okwa buli muntu era guyambe abantu abatabalika okufuna ekigero ky'okukkiriza ekisanyusa Katonda...

Ekigero ky'Okukkiriza kye kenneenya emitendera etaano egy'okukkiriza, okuva ku kigero ky'okukkiriza eky'abaana abaavula mu by'omwoyo, ng'abo beebakakkirza Yesu Kristo, n'ebafuna Omwoyo Omutukuvu, okutuuka ku kigero ky'okukkiriza eky'abakadde abo nga beebamanyi Katonda. Oyo eyaliwo okuva ku ntandikwa. Okuyita mu mulimu guno, omuntu yenna asobola okugerageranyaamu okukkiriza kwe ekigero kwe kuli.

Essuula 1, "Okukkiriza Kye Ki?" ennyonyola n'okwogera mu bujjuvu ku kika ky'okukkiriza okusanyusa Katonda, n'ebyokuddamu wamu n'emikisa ebigoberera okukkiriza okukkirizibwa Katonda. Baibuli esengeka okukkiriza mu bika bibiri. "okukkiriza okw'omubiri" oba kiyite "okukkiriza okumanye," "n'okukkiriza okw'omwoyo" Essuula eno etubuulira engeri y'okufunamu okukkiriza okw'omwoyo okusobola okubeera n'obulamu obw'omukisa mu Kristo.

Ng'okusinga yeesigamiziddwa ku 1 yokaana 2:12-14, Essuula ey'okubiri, "Okukula kw'okukkiriza okw'omwoyo" ennyonyola emitendera gy'okukula kw'okukkiriza okw'omwoyo ng'ekufaanaanyiriza n'okukula kw'omuntu okuva ku mwana atannatambula, atambula, abavubuka n'abakadde. Kwe kugamba, nti omuntu bwamala okukkiriza Yesu Kristo, akula mu mwoyo mu kukkiriza kwe: Okuva ku kukkiriza okw'omwana omuto okutuuka ku kukkiriza okw'omuntu omukulu.

Mu ssuula 3, "Ekigero ky'okukkiriza kwa buli muntu ssekinnoomu," ekigero ky'okukkiriza ekya buli muntu ssekinnoomu kinyonyolebwa n'olugero olw'omulimu ogukolebwa essubi, emmuli, embaawo, amayinja ag'omuwendo, ffeeza, ne zzaabu kye gufuuka singa guba guyisiddwa mu muliro ogw'amaanyi. Katonda ayagala tufune okukkiriza kwa zaabu, omulimu zaabu gwakoze teguyinza kuggya mu kika kya muliro kyonna.

Essuula 4, "Okukkiriza okusobola okufuna obulokozi,"

ennyonyola omutendera gw'okukkiriza ogusembayo – nga guno gwe mutendera ogusooka ku mitendera etaano egy'okukkiriza. omuntu alina okukkiriza okw'ekika kino, aba afuna okulokolebwa okw'ekiswavu. Omutendera gw'okukkiriza ogw'ekika kino guyitibwa "Okukkiriza okw'abaana abaavula" oba "okukkiriza okw'essubi" okuyita mu by'okulabirako ebinnyonyoddwa obulungi, essuula eno etukubiriza okwanguwa okukula mu kukkiriza.

Essuula 5, "Okukkiriza okw'okugezaako Okutambulira mu Kigambo," etugamba nti tugambibwa okuba ku mutendera ogw'okubiri ogw'okukkiriza bwe tugezaako naye n'etutagondera kigambo. Era nga tukalubirirwa nnyo nga twekwata ku kukkiriza kwaffe mu Mukama ku mutendera guno. Essuula eno era etuyigiriza engeri gye tuyinza okukulakulanya okukkiriza kwaffe n'ekutuuka ku mutendera ogw'okusatu.

Essuula 6, "Okukkiriza okw'okutambulira mu Kigambo," yeekenneenya engeri eyanguwa okukkiriza gye kutandikamu ku mutendera ogusooka, n'ekukula ku mutendera ogw'okubiri, n'ekudda ku ddaala erisooka ery'omutendera ogw'okusatu, n'ekulyoka kwambuka ku lwazi olw'okukkiriza, era nga wano oba ofunye ebitundu 60% eby'omutendera ogw'okusatu ogw'okukkiriza. Essuula eno era ennyonyola enjawulo eriwo wakati w'eddaala erisooka ery'omutendera ogw'okusatu ogw'okukkiriza n'okukkiriza okw'olwazi. Lwaki tetulina kuwulira ng'abettise emigugu emingi bwe tuyimirira n'etunyweera ku lwazi olw'okukkiriza, n'omugaso gw'okulwanyisa ebibi okutuuka ku ssa ly'okuyiwa omusaayi.

Essuula 7, "Okukkiriza okw'okwagala Mukama ku ddaala Ery'awaggulu ennyo," ennyonyola ebika ebiwera, eby'enjawulo eziriwo wakati w'abantu abali ku mutendera gw'okukkiriza ogw'okusatu, n'abantu abali ku mutendera ogw'okuna ogw'okukkiriza mu bigambo by'okwagala Mukama, era n'eyeekenneenya ebika by'emikisa ebijja eri abo abaagala Mukama ku ddaala erisemberayo ddala.

Essuula 8, "Okukkiriza Okusanyusa Katonda," Ennyonyola okukkiriza okw'omutendera ogw'okutaano bwe kuba. Essuula eno etubuulira nti okusobola okufuna okukkiriza okw'omutendera ogw'okutaano, tetulina kwerongoosa mubujjuvu kyokka, nga Enoka, Eriya, Yibrahimu, ne Musa, wabula n'okuba omwesigwa mu byonna mu nyumba ya Katonda, ng'okola emirimu gyonna Katonda gye yalagira. Okugatta kw'ekyo tulina okuba abatuukiridde okutuuka n'ekussa ly'okuwaayo obulamu bwaffe olwa Mukama, okusobola okufuna okukkiriza kwa Kristo, okukkiriza kw'omwoyo omujjuvu. N'ekisembayo essuula eno eyongera okunyonnyola mubujjuvu ku bika by'emikisa gye tuyinza okweyagaliramu bwe tusanyusa Katonda nga tuli ku mutendera ogw'okutaano ogw'okukkiriza.

Essuula eddako, "Obubonero obugenda n'abo Abakkiriza," etubuulira nti bwe tufuna okukkiriza okutuukiridde, okukkiriza kwaffe kujja kugobererwa obubonero obw'ebyamagero. Era nga yeesigama ku by'amagero bya Yesu mu Makko 16:17-18, essuula eno, yeekeneenya obubonero buno kamu ku kanewaako. Mu ssuula eno omuwandiise era agumizza nti omubuulizi alina okubuulira obubaka obw'amaanyi obugobererwa eby'amagero okusobola okujjulira Katonda Omulamu n'ebyamagero ebyo okusobola okuwa abantu abatabalika okukkiriza okwamaanyi, mu biro bino ng'ensi ejjudde ebibi n'okwonoona.

Esembayo, essuula 10, "Ebifo by'omuggulu eby'enjawulo n'engule ez'enjawulo," egamba nti waliwo ebifo ebiwera eby'okubeeramu mu bwakabaka obw'omuggulu, nti era omuntu yenna asobola okuyingira mu kifo ekisinga ku kirala mu ggulu n'okukkiriza, nti era ekitiibwa n'ebirabo by'omuggulu byawukanira ddala kubinaabyo okuva ku bwakabaka obumu mu ggulu ku bulala. Kwe kugamba nti okusobola okuyamba abasomi okudduka eri ekifo ekisinga n'essuubi ery'eggulu n'okukkiriza, essuulu eno ekomekereza nga mubufunze eraga obulungi n'ebyewuunyo mu Yerusalemi empya ewali Namulondo ya Katonda.

Bwe tuba nga tutegeera nti waliwo enjawulo ey'enkukunala mu bifo ebibeerwamu mu ggulu, n'ebirabo okusinziira ku kigero ky'okukkiriza okwabuli muntu, engeri omuntu gyatwalamu ebintu mu bulamu mu Kristo eteekwa okukyukira ddala.

Nsuubira nti buli musomi w'Ekigero ky'Okukkiriza ajja kufuna ekika ky'okukkiriza ekisanyusa Katonda, afune buli ky'asaba, era agulumize Katonda n'amaanyi.

Geumsun Vin
Akulira Ekitongole ekisunsuzi

Ebirimu

Eby'Omuwandiisi

Ennyanjula

Essuula 1
{ Okukkiriza Kye Ki? } • 1

1. Enyinyonyola y'okukkiriza Katonda kw'akkiriza
2. Amaanyi g'okukkiriza tegaliiko kkomo
3. Okukkiriza okw'Omubiri n'okukkiriza okw'Omwoyo
4. Okufuna Okukkiriza okw'Omwoyo

Essuula 2
{ Okukula kw'okukkiriza okw'omwoyo } • 29

1. Okukkiriza kw'abaana abatannatambula
2. Okukkiriza kw'abaana abatambula
3. Okukkiriza kw'abavubuka
4. Okukkiriza kw'abakadde

Essuula 3
{ Ekigera ky'okukkiriza kwa buli muntu ssekinnoomu } • 47

1. Ekigera ky'okukkiriza ekigabibwa Katonda
2. Ekigera eky'enjawulo eky'okukkiriza okwa buli muntu ssekinnoomu
3. Ekigera okukkiriza ekigezeseddwa omuliro

Essuula 4
{ Okukkiriza okusobola okufuna obulokozi } • 65

1. Omutendera ogusooka ogw'okukkiriza
2. W'afuna Omwoyo Omutuku?
3. Okukkiriza kw'omunyazi ey'enenya
4. Teweemalako nnyonta ya Mwoyo Mutukuvu
5. Adamu Yalokolebwa?

Essuula 5
{ Okukkiriza okw'okugezaako Okutambulira mu Kigambo } • 81

1. Omutendera ogw'okubiri ogw'okukkiriza
2. Omutendera Ogusinga Obuzibu mu bulamu Bw'okukkiriza
3. Okukkiriza kwa ba Isiraeri bwe baali ku Lugendo
4. Okujjako ng'okkiriza era n'ogonda
5. Abakristaayo abato n'abakulu

Essuula 6
{ Okukkiriza okw'okutambulira mu Kigambo } • 101

1. Omutendera ogw'okusatu ogw'okukkiriza
2. Okutuuka lw'otuuka ku lwazi lw'okukkiriza
3. Okulwanyisa ekibi okutuuka ku ssa ly'okuyiwa omusaayi

Essuula 7
{ Okukkiriza okw'okwagala Mukama ku ddaala Ery'awaggulu ennyo } • 129

1. Omutendera ogw'okuna ogw'okukkiriza
2. Omwoyo gwo gubeera bulungi
3. Okwagala Katonda awatali kakwakkulizo konna
4. Okwagala Katonda okumusukulumya ku Kiralala Kyonna

Essuula 8
{ Okukkiriza Okusiimibwa Katonda } • 165

1. Omutendera ogw'okutaano ogw'okukkiriza
2. Okukkiriza okw'okussaddaaka obulamu bw'omuntu bw'ennyini
3. Okukkiriza okw'okulaga eby'ewunyo n'obubonero
4. Okubeera omwesigwa mu byonna mu nyumba ya Katonda

Essuula 9
{ Obubonero obugenda n'abo Abakkiriza } • 199

1. Okugoba emizimu
2. Okwogera mu nnimi empya
3. Okulondawo emisota n'emikono gyo
4. Tewali busagwa buyinza kukukolako bulabe bwonna
5. Bannasangako abalwadde emikono n'abo banaawonanga

Essuula 10
{ Ebifo by'omuggulu eby'enjawulo n'engule ez'enjawulo } • 223

1. Eggulu lifunibwa lwa kukkiriza kwokka
2. Eggulu libonyebonye n'okutulugunyizibwa
3. Ebifo eby'enjawulo eby'okubeeramu mu ggulu n'engule

Essuula 1

Okukkiriza Kye Ki?

Ekigera Okukkiriza

1
Enyinyonyola y'okukkiriza Katonda kw'akkiriza

2
Amaanyi g'okukkiriza tegaliiko kkomo

3
Okukkiriza okw'Omubiri n'okukkiriza okw'Omwoyo

4
Okufuna Okukkiriza okw'Omwoyo

Okukkiriza kye kinyweza ebisuubirwa,
kye kitegeereza ddala ebigambo ebitalabika.
Kubanga abakadde baategeerezebwa mu okwo.
Olw'okukkiriza tutegeera ng'ebintu byonna
byakolebwa kigambo kya Katonda,
era ebirabika kyekyava kirema okukolebwa
okuva mu birabika.
(Abaebbulaniya 11:1-3)

Emirundi mingi mu Baibuli, twesanga nga ebyo bye tutasobola kusuubira, byabaawo era n'ebyo ebitasoboka n'amaanyi g'abantu byakolebwa era n'ebituukirizibwa n'amaanyi ga Katonda.

Musa yakulembera abaana ba Yisirayiri okubayisa mu nnyanja emyufu, ng'eyawulwamu ebisenge bibiri eby'amazzi, n'ebayitamu nga gyooli batambulira ku lukalu. Yoswa yafufugaza ekibuga Yeriko nga bakyetoloola emirundi kumi n'esatu. Okuyita mu ssaala ye Eriya, enkuba yatonya oluvanyuma lwe kyeeya ekyali kyakamala emyaka esatu n'ekitundu. Petero yawonya omulema eyali tasobola kutambula n'atambula, kyokka n'omutume Paulo yazuukiza omuvubuka eyali agudde okuva ku kizimbe eky'emyaliriro esatu n'afa. Yesu yatambula ku mazzi, yakakkanya amayengo n'omuyaga ku nnyanja, yazibula abazibe, era yazuukiza omusajja eyali yakamala mu ntaana enaku nnya.

Amaanyi g'okukkiriza tegapimika era buli kimu kisoboka wegali. Nga yesu bwatugamba mu Makko 9:23, *"Oba ng'oyinza! Byonna biyinzika eri akkiriza,"* Osobola okufuna kyonna ky'osaba bw'oba ng'olina okukkirizibwa okukkirizibwa Katonda.

Olwo, kukkiriza kwa kika ki Katonda kwa kwakkiriza era oyinza otya okukufuna?

1. Enyinyonyola y'okukkiriza Katonda kw'akkiriza

Abantu bangi enaku zino bagamba nti bakkiririza mu Katonda ayinza byonna, naye nga tebafuna kuddibwamu Kwe eri okusaba kwabwe kubanga tebalina kukkiriza kutuufu. Abaebbulaniya 11:6 wasoma nti *"Era awataba kukkiriza tekiyinzika kusiimibwa; kubanga ajja eri Katonda kimugwanira okukkiriza nga Katonda waali, era nga ye mugabi w'empeera eri abo abamunoonya."* Katonda akyogera bulingi nnyo nti tulina okumusanyusa n'okwagala n'okukkiriza okutuufu.

Tewali kirema singa tuba n'okukkiriza okutuukiridde kubanga okukkiriza gwe musingi gw'obulamu bw'ekikristaayo obulungi era ekisumuluzo ky'okuddamu kwa Katonda n'emikisa. Kyokka, waliyo abantu bangi abatasobola kweyagalira mu mikisa n'okufuna obulokozi kubanga tebamanyi wadde okuba n'okukkiriza okutuufu.

Okukkiriza kye kinnyusi ky'ebintu ebisuubirwa, obukakafu obw'ebintu ebitalabika

Olwo, okukkiriza Katonda kwa kkiriza kwe kuli wa? Omuwandiisi omukuukuutivu ow'enkuluze eyitibwa New World College Dictionary annyonnyola "okukkiriza" nga "enzikiriza etaliimu bibuuzo etetaaga bukakafu" oba "Okukkiririza mu Katonda awatali bibuuzo oba mu bintu ebikwatagana n'eddiini nebiringa ebyo" Okukkiriza mu lulimi oluguliiki bakuyita Pistis, nga kino kitegeeza "Okuba omunywevu oba omwesigwa." Okukkiriza kunnyonyola mu Abaebbulaniya 11:1 bwe kuti: *"Okukkiriza kye kinyweza ebisuubirwa, kye kitegeereza ddala ebigambo ebitalabika."*

"Kye kinyweza ebisuubirwa" kitegeeza ebyo ebisuubirwa okulabika ng'ebiriwo kubanga tuba bakakafu nga gyooli twabifunye dda. Okugeza, Omuntu omulwadde, obulwadde gwe buluma ennyo kiki kyasinga okwagala? Ddala kyasinga okuyayaanira kwe kuwona obulwadde bwe atereera bulungi, era alina okuba n'okukkiriza okumala okusobola okuba n'obukakafu nti ajja kuwona. Kwe kugamba, okuwona akulaba ng'okutuseewo bwaba n'okukkiriza okutuukiridde.

Ekiddako, "Kye kitegeereza ddala ebigambo ebitalabika" kiba kitegeeza ebintu n'embeera bye tubeera, n'okukkiriza okw'omwoyo twekakasa wadde nga mu mbeera gyetulabako oba tumanyi si buli kimu nti kisobola okulabibwa eri amaaso gaffe amereere.

Nolwekyo, okukkiriza kukusobozesa okukkiriza nti Katonda yatonda ebintu byonna awataali kintu kyonna. Bajjajja b'okukkiriza baafuna "ekinyweza ebisuubirwa" nga babitwala ng'ebiriwo n'okukkiriza, "n'ekitegeereza ddala ebyo bye baali tebalaba" Ng'ebintu oba embeera ekwatibwako. Mu ngeri eyo, baalaba amaanyi ga Katonda oyo atonda ekintu awatali kintu kyonna.

Nga bajjajja b'okukkiriza bwe baakola, abo abakkiriza nti Katonda yatonda ebintu byonna awatali kintu kyonna basobola okukkiriza nti Yatonda ebintu byonna eby'omuggulu ne nsi n'ekigambo Kye olubereberye. Kituufu nti tewali n'omu yalaba nga Katonda atonda Eggulu n'ensi n'ekigambo Kye n'amaaso ge, kubanga kyabaawo ng'omuntu tannatondebwa. Kyokka, abantu abalina okukkiriza tebabusabuusa nti Katonda Ye yatonda ebintu byonna awataali kintu kyonna mwe yabigya kubanga bakkiriza.

Nolwekyo, Abaebbulaniya 11:3 watujjukiza nti, *"Olw'okukkiriza tutegeera ng'ebintu byonna byakolebwa kigambo kya Katonda, era ekirabika kye kyava kirema okukolebwa okuva mu birabika."* Katonda bwe yayogera nti, *"Wabeewo obutangaavu,"* ne wabaawo obutangaavu (Olubereberye 1:3). Katonda bwe yayogera nti, *"Ensi, emere ebimera, omuddo ogubala ensigo, omuti ogw'ebibala, ogubala ebibala mu ngeri yaagwo, ogulimu ensigo yaagwo, ku nsi:"* buli kimu n'ekiba nga Katonda bwe Yalagira (Olubereberye 1:11).

Ebintu byonna ebiri mu nsi bye tulaba n'amaaso gaffe tebyakolebwa kuva mu kintu kirabika kyonna. Wadde abantu bangi balowooza nti ebintu byonna byakolebwa nga bigibwa mu bintu ebirala, naye tebakkiriza nti Katonda teyabigya mu kintu kyonna wabula Yabitonda awataali kintu kyonna. Abantu abo tebayigangako, tebalabangako, oba okuwulira nti waliwo ekintu ekikolebwa awatali kintu kyonna.

Ebikolwa eby'obuwulize bwe bujjulizi bw'okukkiriza

Gwe okusobola okusuubira ebyo ebitasoboka n'obifuula ebisoboka, olina okuba n'obujjulizi nga kwe kukkiriza Katonda kwakkiriza. Kwe kugamba, olina okulaga obukakafu obw'okugondera ekigambo kya Katonda kubanga weesiga Ekigambo Kye. Abaebbulaniya 11:4-7 woogera ku bajjajja b'okukkiriza abalangiribwa nti balongoofu olw'okukkiriza kwabwe kubanga baali balina era nga balaze obujjulizi obwenkukunala obw'okukkiriza kwabwe: Abeeli yayogerwako ng'omusajja omulongoofu bwe yawaayo Ssaddaaka ey'omusaayi eri Katonda eyali ekkirizibwa Katonda; Enoka yayogerwako ng'eyasanyusa Katonda bwe yeetukuza yenna; Era Noowa n'afuuka omusika w'obutuukirivu bwe yazimba ekyombo ky'obulokozi n'okukkiriza.

Katwekenneenye olugero lwa Kayini ne Abiri mu Lubereberye 4:1-5 okusobola okutegeera okukkiriza okutuufu okukkirizibwa Katonda. Kayini ne Abiri be baana Adam ne Kaawa be baazaala ku nsi nga bamaze okugobwa mu lusuku Adeni olw'obujjeemu bwabwe eri ebiragiro bya Katonda, *"Buli muti ogw'omu lusuku olyangako nga bwonooyagalanga, naye omuti ogw'okumanya obulungi n'obubi togulyangako"* (Olubereberye 2:16-17).

Adamu ne Kaawa bejjusa olw'obugyeemu bwe baakola kubanga baali bawulidde ku bulumi obw'okulya ku ntuuyo zaabwe n'obulumi mukuzaala ku nsi eyali ekolimiddwa. Adamu ne Kaawa baasomesa abaana baabwe n'obwegendereza omugaso gw'okubeera omuwulize. Bateekwa okuba nga baasomesa abaana baabwe Kayini ne Abiri nti balina okutambulira mu kigambo kya Katonda, era n'ebabalumiriza obutajjeemeranga biragiro Bye.

Okwongera kwe kyo, abazadde bano bateekwa okuba nga bagamba abaana baabwe bano nti kyali kyamugaso nnyo okuwaayo ensolo nga ssaddaaka okusobola okuwaayo eri Katonda ssadaaka ey'omusaayi basobole okusonyiyibwa ebibi byabwe. N'olwekyo Kayini ne Abiri baali bamanyi nti baali balina okuwa Katonda ssadaaka ey'omusaayi okusobola okusonyiyibwa ebibi byabwe.

Bwe wayitaawo ekiseera ekinene, Kayini n'alyamu Katonda olukwe nga nnyina eyajjemera ekigambo kya Katonda. Yali mulimi era nawangayo ebimu ku bye yalimanga nga bwe yalabanga kigwanira. Wabula, ye Abiri yali mulunzi era nawaayo omwana gw'endiga ye ogusooka n'ebitundu byagwo byonna ebisava, nga Katonda bwe yali amulagidde okuyita mu bazadde be. Katonda n'akkiriza ssaddaaka ya Abiri so si eya Kayini eyajjeemera ekiragiro Kye. Era ekyaddirira. Abiri yasiimibwa ng'omusajja omulongoofu (Abaebbulaniya 11:4). Olugero luno olwa Kayini ne Abiri lutusomesa nti Katonda yeesiga era nakukkiriza okutuuka ku ssa naawe ly'eweesigamu ekigambo Kye n'okukigoberera; embeera za Musa ne Enoka n'abyo bijjulira ku mazima gano.

Obukakafu bw'okukkiriza bye bikolwa by'obuwulize. N'olwekyo, olina okujjukira nti Katonda akkiriza n'okukukakasa bw'omulaga obukakafu bw'okukkiriza kwo ng'ogondera ekigambo Kye n'ebikolwa eby'obuwulize ekiseera kyonna, era n'ogezaako n'okumugondera mu mbeera yonna.

Okukkiriza kuleeta eby'okuddamu n'emikisa

Mu ngeri eno, wandibadde ogoberera ekkubo ly'ekigambo kya Katonda, olwo osobole okutandikira ku "ky'osuubira" olw'okukkiriza otuuke ku "kinyusi ky'ekyo ky'osuubira." Bw'otogoberera kkubo lya Katonda nga Kayini bwe yawaba, ng'owoza nti ekkubo lyali limenya oba zzibu gwe okugumira, tosobola kufuna kuddibwamu kwa Katonda na mikisa okusinziira ku mateeka agafuga obw'akabaka obw'Omwoyo.

Abaebbulaniya 11:8-19 watubuulira mu bujjuvu ku Ibulayimu eyalaga ebikolwa bye eby'obuwulize eri ekigambo kya Katonda ng'obukakafu bw'okukkiriza kwe. Yava mu nsi gye baamuzaala n'okukkiriza nga Katonda bwe yalagira. Era ne Katonda bwe yamugamba okuwaayo ssaddaaka ey'omwana we yekka gwayagala ennyo, Isaaka, Katonda gwe yamuwa ng'alina emyaka 100, Yibraimu yagonderawo kubanga yalowooza nti Katonda ajja kusobola okuzuukiza omwana we okuva mu bafu. Yaweebwa omukisa ogw'amaanyi n'ebyokuddamu okuva ewa Katonda kubanga okukkiriza kwe kwali kukkiriziddwa olw'ebikolwa bye eby'obuwulize:

> *Ne malayika wa Mukama n'ayita Ibulayimu omulundi ogw'okubiri ng'ayima mu ggulu, n'ayogera nti "Nneerayidde nzekka, bw'ayogera Mukama, kubanga okoze bw'otyo, n'otonnyima mwana wo, omwana wo omu: okukuwa omukisa naakuwangaomukisa, n'okwongera naakwongerangako ezzadde lyo ng'emmunyeenye ez'omu ggulu, ng'omusenyu oguli ku ttale ly'ennyanja; era ezzadde lyo balirya omulyango ogw'abalabe baabwe; era muzzadde lyo amawanga gonna ag'omunsi mwe galiweerwa omukisa; kubanga owulidde eddoboozi lyange"* (Olubereberye 22:15-18).

Okwongereza kw'ekyo, tusanga mu lubereberye 24:1 nti *"Ibulayimu yali akaddiye, ng'ayitiridde obukadde: era Mukama yawanga Ibulayimu omukisa mu bigambo byonna."* Yakobo 2:23 n'alwo lutujjukiza nti, *"ekyawandiikibwa ne kituukirira ekyogera nti Ibulayimu nakkiriza Katonda, ne kumubalirwa okuba obutuukirivu; nayitibwa mukwano gwa Katonda."*

Okusinga byonna, Ibulayimu yaweebwa omukisa mu bigambo byonna kubanga yeesiga Katonda afuga ebintu byonna mu bulamu ne mukufa, emikisa n'ebikolimo, era n'akwasa Katonda ebintu byonna. Mu ngeri y'emu, ojja kusobola okweyagalira mu mikisa gya Katonda mu bigambo byonna ofune okuddibwamu eri byonna by'osaba bw'onootegeera okunyonyola okutuufu okw'okukkiriza era olage n'obukakafu bw'okukkiriza kwo n'ebikolwa ebijjudde obuwulize obutuukiridde, engeri Ibulayimu gye yakola emirundi mingi.

2. Amaanyi g'okukkiriza tegaliiko kkomo

Osobola okuba n'okussa ekimu ne Katonda olw'okukkiriza kubanga okukkiriza kulinga wankaaki asooka ow'obwakabaka obw'omwoyo mu nsi ey'emitendera ena. Okujjako ng'omaze okuyita mu wankaaki asooka, Olwo amatu go ag'omwoyo lwegajja okugguka osobole okuwulira ekigambo kya Katonda, n'amaaso go ag'omwoyo n'egagguka n'osobola okulaba obw'akabaka obw'omwoyo.

N'ekidirira, ojja kusobola okutambulira mu kigambo kya Katonda, ofune buli ky'osaba n'okukkiriza, obeerewo ng'osanyuka n'okusuubira obwakabaka bwa Katonda. Anti, omutima gwo bwe gujjula essanyu n'okwebaza, n'essuubi lye ggulu bwe lijjula mu bulamu bwo, ojja kwagala Katonda okusinga byonna era omusanyuse.

Olwo, ensi ejja kuba tekyakusaana gwe n'okukkiriza kwo,

olw'okuba tojja kuba mujjulizi wa Mukama kyokka n'amaanyi agakuweereddwa Omwoyo Omutukuvu, naye obeere mwesigwa okutuuka n'ekussa ly'okufa era oyagale Katonda n'obulamu bwo bwonna ng'omutume Paulo bwe yali.

Ensi tesaanira maanyi ga kukkiriza

Mu kunyonyola amaanyi g'okukkiriza, Abaebbulaniya 11:33-38 walaga okukkiriza kwa bajjajja b'okukkiriza,

Olw'okukkiriza abo be baawangula obwakabaka, be baafuna ebyasuubizibwa be baabuniza obumwa bw'empologoma, be baazikiza amaanyi g'omuliro, be badduka obwogi bw'ekitala, be baaweebwa amaanyi okuva mu bunafu, be baafuuka abazira mu ntalo, be baagoba eggye ly'abamawanga. Abakazi ne baweebwa abafu baabwe mu kuzuukira: n'abalala n'ebayigganyizibwa, nga tebaganya kununulibwa, balyoke baweebwe okuzuukira okusinga obulungi: n'abalala n'ebakemebwa nga baduulirwa era nga bakubibwa, era nate nga basibibwa ne bateekebwa mu kkomera: baakubibwa amayinja, baasalibwamu n'emisumeeno, baakemebwa, battibwa ne kitala: baatambulanga nga bambadde amaliba g'endiga n'agembuzi nga tebalina kantu, nga babonyaabonyezebwa, nga bakolwa obubi (ensi betasaanira) nga bakyamira mu malungu ne ku nsozi ne mu mpuku ne mu bunya obw'ensi

Abantu abalina okukkiriza okutasaanira nsi, tebeerekereza bitiibwa byabwe bya kunsi n'abugagga byokka, wabula n'obulamu bwabwe. Nga mu 1 yokaana 4:18 bwe wasoma nti *"Temuli kutya mu kwagala, naye okwagala okutuukirivu kugobera ebweru okutya, kubanga okutya kulimu okubonerezebwa; n'oyo atya tannatuukirizibwa mu kwagala."* Okutya kujja kukuvaako okusinziira ku kigero ky'okwagala kwo.

Ekyo ekitasoboka n'amaanyi ga muntu, kisoboka n'amaanyi ga Katonda. Omu ku bannabi Be Eliya yajjulira Katonda ng'aleeta omuliro okuva mu ggulu. Elisa yataasa ensi ye, ng'azuula, bwe yali alabisiddwa Omwoyo Omutukuvu, empuku y'omulabe weyali. Danyeri yasigala nga mulamu mu kinnya kye mpologoma ezaalina enjala.

Mu ndagaano empya, mulimu abantu bangi abaawaayo obulamu bwabwe olw'enjiri ya Mukama. Yakobo omu ku bagoberezi ekkumi n'ababiri aba mukama waffe Yesu, yafuuka omujjulizi asooka mu bbo okutiibwa, bwe yattibwa n'ekitala. Petero omugoberezi omukulu owa Yesu Kristo, yakomerebwa ng'awunzikiddwa. Mu kwagala kwe okungi eri Mukama, omutume Paulo yasigala musanyufu era nga yeebaza Katonda wadde nga yali mu kkomera era ng'eno yabulako katono bamuttireyo era nga yakubibwa emirundi mingi. Era ku nkomerero, yatemwako omutwe n'afuuka omujjulizi wa Katonda ow'amaanyi.

Ng'ogyeko abo, abakristaayo abatabalika baliibwa empologoma mu kibuga Colosseum ekisangibwa mu nsi ye Rome oba abalala n'ebabeera mu mpompogoma ewaziikibwanga abantu nga tebalaba ku musana okutuusa lwe baafa olw'okuyiganyizibwa okw'amaanyi okuva mu bwakabaka bwa ba Rooma. Omutume

Paulo yeenyweza ku kukkiriza kwe mu mbeera yonna bwatyo n'awangula ensi n'okukkiriza okw'amaanyi. Era bwatyo yali asobola okwogera nti *"Ani alitwawukanya n'okwagala kwa Kristo? Kulaba nnaku? Oba kulumwa? Oba kuyigganyizibwa, oba njala, oba kuba bwereere, oba kabi oba kitala?"* (Abaruumi 8:35)

Okukkiriza kuwa eby'okuddamu eri ebizibu byonna

Waliwo embeera Yesu mwe yalabira okukkiriza kw'omulwadde akoonzibye n'emikwano gye, n'amugamba mu Makko 2 nti, *"mwana wange, ebibi byo bikuggiddwako"* era omulwadde eyali akonzibye n'awonerawo amangu ago. Abantu bwe baawulira nti Yesu yali e Kaperuna, bangi n'ebakung'aana nga n'okugya tebakyagyaawo. N'ebweru wonna nga wajjudde. Omulwadde akoonzibye, ng'asituliddwa bane abaana tebasobola kusembera Yesu we yali olw'abantu abaali abangi, bwe batyo mikwano gye n'egiwummula ekituli mu nnyumba omwali Yesu, era n'ebayisa omwo omulwadde ku kitanda kwe yali yebase, n'ebamussa awali Yesu. Yesu ekikolwa kyabwe yakiraba ng'obukakafu bw'okukkiriza kwabwe era n'asonyiwa omulwadde akonzibye ebibi bye, ng'agamba nti, *"mwana wange ebibi byo bikuggiddwako"* (olunyiriri 5)

Wabula abawandiisi abaali batudde okumpi awo baali si bamativu nga balowooza mu mitima gyabwe nti, *"ono kiki ekimwogeza bw'atyo? Avvoola: ani ayinza okuggyako ebibi wabula omu ye Katonda"* (olunyiriri 7). Yesu n'abagamba nti:

Amangu ago Yesu bwe yategeera mu mwoyo gwe nga balowooza bwe batyo munda yaabwe n'abagamba nti "Kiki ekibalowoozesa ebyo mu mitima gyammwe? Ekyangu kiri wa, okugamba akoonzibye nti Ebibi byo bikuggiddwako; nantiki okugamba nti Golokoka. Weetikke ekitanda kyo ogende"? (Makko 2:8-9)

Awo Yesu n'alagira akoonzibye. *"Nkugamba, Golokoka, weetikke ekitanda kyo, oddeyo mu nnyumb yo" (olunyiriri 11)*. Omusajja eyali akonzibye n'agolokola, n'akwata ekitanda kye, n'atambula n'afuluma nga bonna bamulaba munda n'ewabweru. Awo n'ebewuunya bonna n'ebagulumiza Katonda, ng'abagamba nti *"Tetulabangako bwe tuti!"* (olunyiriri 12)

Olugero luno lutubuulira nti ebizibu byonna mu bulamu bwaffe bisobola okuwonyezebwa bwe tuba nga tusonyiyiddwa ebibi byaffe n'okukkiriza. Olw'ensonga nti emyaka ng'enkumi bbiri egiyise, Yesu Omulokozi waffe, yaggulawo ekkubo ly'obulokozi ng'atununula okuva mu bizibu eby'abuli kika mu bulamu ng'ebibi, okufa, obwavu, endwadde, n'ebirala (Ebisinga ku bino, soma akatabo Obubaka Bw'omusaalaba).

Osobola okufuna kyonna ky'osaba bw'oba ng'osonyiyiddwa ebibi byo olw'okuba tewatambulira mu kigambo kya Katonda. Akusuubiza mu 1 Yokaana 3:21-22, *"Abaagalwa, omutima bwe gutatusalira kutusinga, tuba n'obugumu eri Katonda; era buli kye tusaba akituwa, kubanga tukwata ebiragiro bye era tukola ebisiimibwa mu maaso Ge."* Mu ngeri eyo, abantu abatalina kisenge kya bibi wakati waabwe ne Katonda basobola okumusaba n'obuvumu era n'ebafuna ebyo byonna bye bamusaba.

N'olwekyo, mu Matayo 6 Yesu yaggumiza nti tolina kwerariikirira ky'onooyambala, ky'onoolya, oba wa w'onoosula, naye sooke onoonye obutuukirivu Bwe, n'obwakabaka Bwe.

> *Kyenva mbagamba nti Temweraliikiriranga bulamu bwammwe, nti mulirya ki? Mulinywa ki? Newankubadde omubiri gwammwe, nti mulyambala ki. Obulamu tebukira mmere, n'omubiri tegukira by'akwambala? Mulabe ennyonyi ez'omu bbanga, nga tezisiga, so tezikungula, tezikung'aanyiza mu mawanika; era Kitammwe ali mu ggulu aziriisa ezo. Mmwe temusinga nnyo ezo? Ani mu mmwe bwe yeeraliikirira, ayinza okweyongerako ku bukulu bwe n'akaseera akamu? Naye ekibeeraliikiriza ki eby'okwambala? Mutunuulire amalanga ag'omu ttale, bwe gamera; tegakola mulimu, so tegalanga lugoye: naye mbagamba nti Sulemaani mu kitiibwa kye kyonna, teyayambalanga ng'erimu ku go. Naye Katonda bwayambaza bw'atyo omuddo ogw'omu ttale, oguliwo leero, ne jjo bagusuula mu Kyoto, talisinga nnyo okwambaza mmwe, abalina okukkiriza okutono? Kale temweraliikiriranga nga mwogera nti Tulirya ki? Oba tuli nywa ki? Oba Tuliyambala? Kubanga ebyo byonna amawanga bye ganoonya; kubanga Kitammwe ali mu ggulu amanyi nga mwetaaga ebyo byonna. Naye musooke munoonye obwakabaka bwe n'obutuukirivu bwe; era ebyo byonna mulibyongerwako* (Matayo 6:25-33).

Bw'oba nga ddala okkiririza mu kigambo kya Katonda, ojja kusooka onoonye obwakabaka Bwe n'obutuukirivu Bwe. Ebisuubizo bya Katonda by'esigika nga cceke ya bbanka eteereddwako omukono, era nga Akwongerako kw'ebyo byonna bye weetaaga okusinziira ku bisuubizo Bye, olwo osobole obutafuna bulokozi n'obulamu obutaggwaawo byokka, wabula n'okukulaakulana mu byonna by'okola mu bulamu buno.

Okukkiriza kufuga n'ebintu by'obutonde eby'amaanyi

Okuyita mu Matayo 8:23-27, tuyiga ku maanyi g'okukkiriza agakukuuma eri embeera y'obudde ey'obulabe, era n'egakusobozesa okugifuga. Ddala buli kimu kisoboka n'okukkiriza

N'asaabala, abayigirizwa ne bagenda naye. Omuyaga mungi ne gujja mu nnyanja, amayengo ne gayiika mu lyato: naye yali yeebase. Ne bajja gyali be bamuzuukusa, nga bagamba nti Mukama waffe, tulokole; tufa. N'abagamba nti Kiki ekibatiisa abalina okukkiriza okutono? Nalyoka agolokoka, n'akoma ku mpewo n'ennyanja; n'eteeka nnyo. Abantu ne beewuunya nga bagamba nti muntu ki ono, empewo n'enyanja okumuwulira?"

Emboozi eno etugamba nti tetulina kutya muyaga gw'amaanyi, wadde amayengo naye nti tusobola n'okufuga n'ebyo eby'obutonde eby'amaanyi bwe tuba n'okukkiriza. Bwe tuba baakufuna amaanyi agasinga ag'okukkiriza ago agasobola okufuga embeera y'obudde, tuteekwa okutuuka ku bukakafu obujjuvu obw'okukkiriza ng'okwo okwa Yesu, okwo okusobola ebintu byonna. Ye nsonga lwaki mu Abaebbulaniya 10:22 watujjukiza nti, *"tusemberenga n'omwoyo ogw'amazima olw'okukkiriza okutuukiridde, emitima gyaffe nga gimansirwako okuggyamu omwoyo omubi, n'emibiri gyaffe nga ginaazibwa n'amazzi amalungi."*

Baibuli etugamba nti tusobola okufuna okuddibwamu eri buli kye tusaba n'etukola n'ebintu eby'amaanyi okusinga Yesu bye yakola bwe tuba n'obukakafu bw'okukkiriza okujjuvu. Yagamba mu Yokaana 14:12-13 nti,

> *"Ddala ddala mbagamba nti Akkiriza nze emirimu gye nkola nze, naye aligikola; era alikola egisinga egyo obunene; kubanga nze ng'enda eri Kitange, n'abuli kye munaasabanga mu linnya lyange, ekyo nnaakikolanga, Kitange agulumizibwenga mu Mwana."*

N'olwekyo, olina okutegeera nti amaanyi g'okukkiriza g'amaanyi nnyo era ofune ekika ky'okukkiriza ekyo Katonda kyasaba era ekyo ekimusanyusa. Olwo lw'otajja kufuna bya kuddibwamu byokka eri buli kyosaba wabula n'okukola ebintu eby'amaanyi ebisinga ebyo Yesu bye Yakola.

3. Okukkiriza okw'Omubiri n'okukkiriza okw'Omwoyo

Yesu bwe yagamba omwami w'ekitongole Omuruumi eyali azze Gyali n'okukkiriza nti, *"Kale genda ; nga bw'okkirizza, kibeere gyoli bwekityo."* Omulenzi n'awonerawo mu kiseera ekyo (Matayo 8:13). Mu ngeri eno, okukkiriza okutuufu kugobererwa okuddibwamu kwa Katonda. Kato olwo, lwaki abantu bangi tebasobola kufuna kudibwamu eri essaala zaabwe wadde nga bagamba nti bakkiririza mu Mukama?

Lwakuba nti waliwo okukkiriza okw' Omwoyo kw'oyinza okubeera n'okussa ekimu ne Katonda era n'ofuna okuddibwamu Kwe, n'okukkiriza okw'omubiri kw'otasobola kufuniramu kuddibwamu kwonna kubanga tekulina wekwekusiza ku Ye. Kati nno, katwekeneenye enjawulo wakati w'ebika by'okukkiriza byombi.

Okukkiriza okw'Omubiri kwe kukkiriza okumanye

"Okukkiriza okw'omubiri" kitegeeza ekika ky'okukkiriza nga gwe okukiririza mu kintu olw'okuba okirabako n'amaaso go era nga kituukira bulungi n'ekwebyo by'omanyi oba ku magezi go amazaale. Okukkiriza okw'ekika kino batera okukuyita "okukkiriza nga bw'omanyi" oba "okukkiriza okukkirizika olw'ensonga."

Okugeza, abo abaatakoma kukulaba engeri enteebe ey'embaawo gye bagibwamu kyokka n'ebakiwuliranako, bajja kukkiririzaawo abantu abalala bwe bagamba nti "Entebe bagikola mu mbaawo." Omuntu yenna asobola okuba n'okukkiriza okw'ekika kino kubanga akiriza nti ekintu kikolebwa okuva mu kirala. Kwe kugamba, nti abantu batera okulowooza nti ebintu ebirabwako byetaagisa mu kukola ebintu ebirala.

Abantu bayingiza era n'ebatereka amagezi mu kifo awaterekebwa ebiyigiddwa nga kino kiri mu bwongo bwabwe okuva lwebazaalibwa. Bakwata ebyo bye balaba, bye bawulira, n'ebye bayiga okuva ku bazadde baabwe, baganda baabwe, n'abookumulirwano, oba n'eku ssomero, era n'ebakozesa amagezi ge baterese mu bwongo obudde bwonna we baba bagagalidde.

Mu magezi agaterekebwa, mulimu ebitali bituufu bingi, ebyo ebikontana n'ekigambo kya Katonda. Ekigambo Kye ge mazima agatakyukakyuka, naye amagezi go agasinga si g'amazima era gakyukakyuka buli kiseera lwe kiyitawo. Wadde guli gutyo, abantu batwala agatali mazima ng'amazima kubanga tebamanyi amazima g'ennyini gaba gatya. Okugezaa, abantu batwala enjigiriza ye evolusoni egamba nti ebintu byagenda bifuuka okuva mu birala, nti y'entuufu kubanga ekyo kye baasomesebwa mu masomero. Bwe batyo, tebalowooza nti ekintu kiyinza okukolebwa awatali kintu kyonna.

Okukkiriza okw'omubiri okutalina bikolwa kuba kufu

Mukusooka, abantu abalina okukkiriza okw'omubiri tebasobola kukkiriza nti Katonda yatonda ebintu awataali kintu kyonna n'ebwebagenda ku kanisa n'ebawuliriza ekigambo kya Katonda, kubanga ebyo bye bamanyi okuva mu buto bikontana n'ekigambo Kye. Tebakkiririza mu by'amagero eby'awandiikibwa mu Baibuli. Bakkiririza mu kigambo kya Katonda bwe baba bajjudde Omwoyo Omutukuvu n'ekisa, naye n'ebatandika okubusabuusa ekisa ekyo bwe kibavaako. N'ebatandika n'okulowooza nti eby'okuddibwamu bye baafunye okuva eri Katonda baabifunye lwa mukisa.

N'abwe kityo, abantu abalina okukkiriza okw'omubiri baba n'okukuubagana mu mitima gyabwe, era tebaatula kuva ku ntobo ya mitima gyabwe, wadde nga boogera n'emimwa gyabwe nti bakiriza. Tebaba n'akussa kimu na Katonda era nga n'abo si baganzi Gyali kubanga tebatambulira mu kigambo Kye.

Eky'okulabirako kikino, okutwalira awamu, kiba kituufu omuntu okuwoolera omulabe we, naye Baibuli etusomesa nti tulina okwagala abalabe baffe, era n'etukyusa n'ettama lyaffe ery'omukono ogw'akkono singa omuntu aba atukubye ku ttama ly'okumukono ogwa ddyo. Omuntu alina okukkiriza okw'omubiri, alina okuddiza oyo amukubye okuwulira obulungi. Olw'okuba bwati bwakuze obulamu bwe bwonna, kiba kyangu nnyo ye okukyaawa, okuba n'obuggya ku balala. Era, kiba kimukaluubiriza ye okutambulira mu kigambo kya Katonda era tasobola kuba mu ssanyu wadde okusiima kubanga kino tekituukira ku birowoozo bye.

Nga bwe tusanga mu Yakobo 2:26, *"Kuba ng'omubiri awatali mwoyo bwe guba nga gufudde, era n'okukkiriza bwe kutyo awatali bikolwa nga kufudde."* Okukkiriza okw'omubiri kuba okukkiriza okufudde okutalina bikolwa. Abantu abalina okukkiriza okw'omubiri tebasobola kufuna bulokozi wadde okuddibwamu kwa Katonda. Era ku kino Yesu atugamba nti, *"Buli muntu ang'amba nti Mukama wange, Mukama wange, si ye aliyingira mu bwakabaka obw'omu ggulu, wabula akola Kiatange ali mu ggulu by'ayagala"* (Matayo 7:21).

Katonda akkiriza okukkiriza okw'Omwoyo

Okukkiriza okw'Omwoyo kukuweebwa bw'okkiriza, wadde nga tolina kyolaba n'amaaso go ag'okungulu oba ng'ekintu tekikiriziganya n'amagezi g'oyize oba ebirowoozo byo. Kwe ku kkiriza nti Katonda yatonda ebintu nga tewali kyabigyamu.

Abantu abalina okukkiriza okw'Omwoyo, bakkiriza awatali kubusabuusa nti Katonda yatonda eggulu n'ensi n'ekigambo Kye, era N'atonda omuntu okuva mu nfuufu. Okukkiriza okw'Omwoyo si kintu ky'osobola okufuna wonna w'okyagalidde; Katonda yekka yakugaba. Abantu abalina okukkiriza okw'Omwyo bakkiriza awatali kubuusabuusa kwonna eby'amagero ebiwandiikiddwa mu Baibuli, n'olwekyo tekibabeerera kizibu kutambulira mu Kigambo kya Katonda era n'ebafuna eby'okuddibwamu eri bulu kye basaba n'okukkiriza.

Katonda akkiriza okukkiriza okw'omwoyo okuwerekeddwako ebikolwa era okukkirza kuno kwe kusobola okukulokola, n'ogenda mu ggulu, era n'ofuna n'eby'okuddamu eri okusaba kwo.

Okukkiriza okw'Omwoyo kwe "kukkiriza okulamu" okuwerekeddwako ebikolwa

Bw'oba olina okukkiriza okw'omwoyo, Katonda akukkiriza era n'akuwa obukakafu eri obulamu bwo n'ebyokuddamu Bye wamu n'emikisa. Eky'okulabirako singa wabaawo abalimi babiri abakola ku ttaka lya mukama waabwe. Mu mbeera y'emu, omu n'akungula ensawo z'omucceere ttaano, ate munne ye n'akungula ensawo ssatu. Ku balimi bano ababiri, mukama waabwe ani gw'anaasinga okusanyukira? Era awo, omulimi ow'ensawo ettaano ez'omucceere yasinga okusanyukirwa era n'aba omuganzi eri mukama waabwe.

Abalimi ababiri baakungula bya njawulo ku ttaka ly'elimu, okusinziira ku maanyi g'ebateekamu. Omulimi ey'akungula ensawo etaano ez'omucceere ateekwa okuba yakoola bulungi omucceere, era n'agufukirira bulungi n'obwegendereza ng'ateekamu amaanyi mangi. So nga munne yakungula ssatu zokka kubanga yali munafu, era n'alagajjalira omulimu gwe obw'enkanidde awo.

Katonda alamula buli muntu okusinziira ku bibala bye. Okujjako ng'olaza okukkiriza kwo n'ebikolwa, Lwajja okutwala okukkiriza kwo nti kwa mwoyo era n'akuwa omukisa.

Ku lunaku Yesu lwe yakwatibwa, omu ku bayigirizwa be Petero y'amugamba, *"Bonna bwe baneesittala ku lulwo, nze seesittale n'akatano"* (Matayo 26:33). Wabula Yesu n'abaddamu *"Mazima nkugamba nti Mu kiro kino, enkoko eneeba tennakookolima, ononeegaana emirundi esatu"* (olunyiriri 34). Petero y'ayogera n'omutima gwe gwonna naye Yesu yali akimanyi nti Petero ajja kumulyamu olukwe obulamu bwe, bwe bunaatisibwatiisibwa.

Petero yali tannafuna Mwoyo Mutukuvu bwatyo n'eyegaana Yesu emirundi esatu obulamu bwe bwe bwali mu katyabaga nga Yesu amaze okukwatibwa. Wabula Petero yakyusibwa mu bujjuvu ng'amaze okufuna Omwoyo Omutukuvu. Okukkiriza kwe okumanye kwakyuka n'ekufuuka okukkiriza okw'Omwoyo, era n'afuuka omutume alina amaanyi okubuulira enjiri n'obuvumu. Y'atambulira mu kkubo ery'obutuukirivu okutuuka lwe baamukomerera ng'awunzikiddwa.

N'olwekyo, osobola okwesiga Katonda n'okumugondera mu

mbeera yonna bw'oba n'okukkiriza okw'Omwoyo. Okusobola okufuna okukkiriza okw'Omwoyo, olina okulwana okulaba nti ogondera ekigambo mu ngeri yonna, osobole okufuna omutima ogutakyukakyuka. Mukutambulira mu kukkiriza okw'omwoyo, okuwerekeddwako ebikolwa, osobola okufuna obulokozi n'obulamu obutaggwawo, n'okyusibwa okufuuka omusajja ow'amazima agatuukiridde, era n'eweeyagalire mu by'amagero eby'ewunyisa mu mwoyo n'emumubiri.

Wabula, bw'oba n'okukkiriza okufu okw'omubiri okutalina bikolwa, tosobola kufuna bulokozi wadde eby'okuddamu okuva ewa Katonda, n'ebw'ofuba otya era n'ebwobeera ng'obadde mu kanisa okumala ebbanga ddene.

4. Okufuna Okukkiriza okw'Omwoyo

Oyinza otya okukyusa okukkiriza kwo okw'omubiri n'ekufuuka okukkiriza okw'Omwoyo era n'ofuula "ekyo ky'osuubira" ekyo ekiriwo "n'ekyo ekitalabika" obukakafu obulabwako? Kiki ky'olina okukola okufuna okukkiriza?

Okw'egobako ebirowoozo eby'omubiri n'endowooza

Ag'asinga ku magezi g'ofunye okuva mu buto, g'akuziyiza okufuna okukkiriza okw'Omwoyo kubanga g'akontana n'ekigambo kya Katonda. Okugeza, endowooza nga eya evolusoni, ewakanya ekya Katonda okuba nti Yeeyatonda ensi. N'abwekityo abo abakiririza mu ndowooza eyo eya evolusoni tebasobola kukkiriza nti Katonda atonda ebintu awatali kiriwo.

Bayinza batya okukkiriza nti *"Olubereberye Katonda yatonda eggulu n'ensi"* (Olubereberye 1:1)?

N'olwekyo, okusobola okufuna okukkiriza okw'Omwoyo, olina okuzikiriza buli kika kya kukkiriza kwo, ekikontana n'ekigambo kya Katonda n'enjigiriza zonna, ng'eyo eya evolusoni ezikulemesa okukkiriza ekigambo Kye mu Baibuli. Okujjako nga weegobyeko endowooza yo n'enjigiriza ebikontana n'ekigambo Kye, tosobola kukkiriza kigambo kya Katonda ekiwandiikiddwa mu Baibuli n'ebwogezaako otya okugezaako okukikkiriza.

Kyokka nga, n'ebwogenda otya ku kanisa okusaba, tosobola kufuna kukkiriza okw'Omwoyo. Ye nsonga lwaki abantu bangi bali wala nnyo n'ekkubo ly'obulokozi era nga tebasobola kufuna kuddibwamu kwa Katonda eri okusaba kwabwe wadde nga basaba buli kiseera.

Omutume Paulo yali alina okukkiriza kwa mubiri kwokka nga tannasisinkana Mukama Yesu mu kulabikirwa kwe yafuna bwe yali agenda mu kibuga kye Damasiko. Yali tannakiriza Yesu nti ye mulokozi w'abantu bonna ngera abeera abasiba mu makomera n'okuyiganya abakristaayo bangi.

N'olwekyo, olina okwegyako buli kika kya birowoozo byo, n'enjigiriza ebyo ebikontana n'ekigambo kya Katonda, okusobola okukyusa okukkiriza kwo ekw'omubiri okukufuula okw'Omwoyo. Okuyita mu mutume Paulo, Katonda atujjukiza bwati:

> *Kubanga eby'okulwanyisa eby'entalo zaffe si bya mubiri, naye bya maanyi eri Katonda olw'okumenya ebigo; nga tumenya empaka na buli kintu ekigulumivu ekikulumbazibwa okulwana n'okutegeera kwa Katonda, era nga tujeemuula buli kirowoozo okuwulira*

Kristo; era nga tweteeseteese okuwalana eggwanga ku butagonda bwonna, okugonda kwammwe bwe kulituukirira (2 bakkolinso 10:4-6).

Paulo okufuuka omubuulizi w'enjiri ow'amaanyi, yamala kufuna okukkiriza okw'Omwoyo nga yeegobako buli endowooza yonna, enjigiriza, n'ebyogerwa nga bikontana ne Katonda. Yakulemberamu omulimu gw'okubuulira enjiri eri abamawanga era n'afuuka ow'omugaso ennyo mu kubunyisa enjiri eri ensi yonna. Ku nkomerero, Paulo yali asobola okwogera mu ngeri ey'obuvumu bwati:

Naye byonna ebyali amagoba gyendi, ebyo nnabirowooza nga kufiirwa olwa Kristo. Naye era n'ebintu byonna nnabirowooza nga kufiirwa olw'obulungi obungi obw'okutegeera Kristo Yesu Mukama wange: ku bw'oyo nnafiirwa ebintu byonna, era mbirowooza okubeera mpitambi, ndyoke nfune amagoba ye Kristo, era ndyoke ndabikire mu ye, nga ssirina butuukirivu bwange obuva mu mateeka, wabula obutuukirivu obuliwo olw'okukkiriza Kristo, obuva eri Katonda mu kukkiriza (Bafiripi 3:7-9).

Okuyiga mukwagala Ekigambo kya Katonda

Abaruumi 10:17 watusomesa nti, *"Kale okukkiriza kuva mu kuwulira, n'okuwulira mu kigambo kya Kristo."* Olina okuwulira ekigambo kya Katonda n'okukiyiga; Bw'oba tomanyi kigambo kya Katonda, tosobola kukitambuliramu. Bw'otakola nga kigambo kya Katonda bwe kigamba, naye n'okitereka buteresi ng'amagezi, Tasobola kukuwa kukkiriza kwa Mwoyo kubanga oyinza okwenyumiriza mu magezi go.

Katugambe nti waliwo omuwala asuubira okufuuka omukubi w'ennanga omwatiikirvu. N'ebwasoma ebitabo n'okuyiga ebigambo ebikulu eby'ogerwa ku nnanga, tasobola kufuuka mukubi wa nnanga w'amaanyi nga teyeegezaamu kugikuba. Mu ngeri y'emu, okujjako ng'ogondedde ekigambo kya Katonda, tekikugasa n'ebwoba osoma nnyo, oba okiwulira nyo oba okukiyiga enyo. Osobola okufuna okukkiriza okw'omwoyo singa oba ogondedde n'okola ng'ekigamba kya Katonda bwe Kigamba.

Okugondera Ekigambo kya Katonda

N'olwekyo, olina okukkiririza mu Katonda omulamu ogondere Ekigambo kye mu mbeera yonna. Bw'okkiriza mu kigambo Kye awatali kubusabuusa kwonna ng'omaze okukiwuliriza, ojja kutandika okukigondera. N'ebinaavaamu, ojja kuba n'obukakafu mu mutima gwo kubanga ekigambo kya Katonda kituukiriziddwa mu embeera ey'addala. Oluvanyuma lw'ekyo, ojja kufuba okwongera okutambulira mu kigambo kya Katonda.

Ng'odding'ana enkola eno, osobola okufuna okukkiriza okukusobozesa okugondera ekigambo mu bujjuvu, era n'ekisa Kye n'amaanyi bijja ku kukkako. Ojja kujjula Omwoyo Omutukuvu era buli kimu kijja kukutambulira bulungi.

Mu kiseera aba yisilayiri w'ebatambulira mu ddungu, abayisirayira abasajja abali baweza emyaka 20 n'okusoba baali bawera emitwalo mukaaga. Wabula ku nkomerero, abasajja babiri bokka – Yoswa ne Kalebu be baayingira ensi ensuubize ey'e Kanani. Okujjako abo abasajja ababiri, tewali balala beesiga kusuubiza kwa Katonda okuva ku ntobo y'emitima gyabwe era n'ebamugondera.

Mu Kubala 14:11, Katonda agamba Musa nti, *"Abantu bano balituusa wa okunnyooma? Era balituusa wa obutanzikiriza olw'obubonero bwonna bwe nnakolera mu bo?"*

Baali bamanyi bulungi ebikwata ku Katonda era, kubanga baali balabye amaanyi ge bwe yaleeta ebibonoobono ekkumi ku bantu be Misiri, era n'ayawula ennyanja emyufu mu bitundu bibiri, n'abo baalowooza nti baali bamukiririzaamu. Baafuna okulung'amizibwa Kwe. N'okubeerawo Kwe n'empagi ey'omuliro ekiro, ate emisana empagi ey'ekire, era n'ebalyanga emmere ey'avanga mu ggulu.

Wadde kyali bwe kityo, Katonda bwe yabalagira okuyingira ensi ye Kanani, tebaamugondera, kubanga baali batidde abantu b'omunsi ye Kanani, kyokka n'ebadda mukwemulugunya n'okuwakanya Musa ne Alooni. Ekyo kyaliwo kubanga tebalina kukkiriza kwa Mwoyo okugondera Katonda, wadde nga baalina okukkiriza okw'omubiri ng'abamaze okuwulira n'okulaba emirundi mingi eby'amagero eby'amaanyi ga Katonda.

Okusobola okufuna okukkiriza okw'Omwoyo, Olina okukkiririza mu Katonda n'ogongera ekigambo Kye ekiseera kyonna. Bw'oba ng'omwagalira ddala, ojja kumugondera, era naye ajja kuddamu okusaba kwo era ku nkomerero Akutuuse mu bulamu obutaggwaawo.

Abaruumi 10:9-10 watujjukiza nti *"Bw'oyatula Yesu nga ye*

Mukama n'akamwa ko, n'okkiriza mu mutima gwo nti Katonda yamuzuukiza mu bafu, olirokoka: kubanga omuntu akkiriza na mutima okuweebwa obutuukirivu, era ayatula na kamwa ke okulokoka."

"Okukkiriza mu mutima gwo" tekitegeeza okukkiriza okumanye, naye okukkiriza okw'Omwoyo kw'okkiririzaamu ekintu awatali kubusabuusa kwonna mu mutima gwo. Abo abakkiririza mu kigambo kya Katonda mu mutima gwabwe bakigondera, n'ebafuuka abatuukirivu, era n'ebagenda nga bafaanana Mukama. Bwe boogera nti, "Nzikiririza mu Mukama," g'aba mazima era n'ebafuna obulokozi.

Kamufune okukkiriza okw'Omwoyo, okuweerekeddwako ebikolwa okugondera ekigambo kya Katonda, mu linnya lya mukama waffe nsabye! Olwo, osobola okumusanyusa era n'eweyagalira mu bulamu obujjudde amaanyi ge, omwo buli kimu mwe kisoboka.

Essuula 2

Okukula kw'okukkiriza okw'omwoyo

Ekigera Okukkiriza

1
Okukkiriza kw'abaana abatannatambula
2
Okukkiriza kw'abaana abatambula
3
Okukkiriza kw'abavubuka
4
Okukkiriza kw'abakadde

*Mbawandiikira mmwe,
abaana abato, kubanga ebibi byammwe bibasonyiyiddwa
olw'erinnya lye. Mbawandiikira mmwe, abakadde,
kubanga mutegedde oyo eyabaawo okuva ku lubereberye.
Mbawandiikira mmwe, abavubuka, kubanga
muwangudde omubi. Mbawandiikidde mmwe, abaana
abato, kubanga mutegedde Kitaffe. Mbawandiikidde
mmwe, abakadde, kubanga mutegedde oyo eyabaawo
okuva ku lubereberye. Mbawandiikidde mmwa
abavubuka kubanga mulina amaanyi, n'ekigambo kya
Katonda kibeera mu mmwe, era muwangudde omubi.*
(1 Yokaana 2:12-14)

Musobola okweyagalira mu kuba abaana ba Katonda n'emikisa egijjirako, bwe muba mulina okukkiriza okw'Omwoyo. Temujja kufuna kulokolebwa kwokka, mugende mu ggulu, wabula n'okufuna eby'okuddibwamu eri ebyo byonna bye musaba. Okwongereza kw'ekyo, bw'oba olina okukkiriza – okusanyusa Katonda, ng'ogondera ekigambo Kye, ebintu byonna bisoboka n'okukkiriza kwo.

Yensonga lwaki Yesu atugamba mu Makko 16:17-18, *"Era obubonero buno bunaagendanga n'abo abakkiriza: banaagobanga emizimu mu linnya lyange, banaayogeranga mu ennimi empya; banaakwatanga ku misota, bwe banaanywanga ekitta, tekiibakolenga kabi n'akatono; banassangako emikono abalwadde, nabo banaawonanga."*

Akaweke akatono aka kaladaali k'akula n'ekafuuka omuti omunene

Yesu y'agamba abayigirizwa be nti balina okukkiriza okutono bwe yabalaba nga balemeddwa okugoba emizimu, era n'abagamba nti buli kimu kisoboka n'okukkiriza wadde kutono ng'akaweke ka kalidaali. Agamba mu Matayo 17:20 *"Olw'okukkiriza kwammwe okuba okutono: kubanga ddala mbagamba nti Singa mulina okukkiriza okw'enkana ng'akaweke ka kaladaali, bwe muligamba olusozi luno nti Vaawo wano genda wali; kale*

luligenda; so singa tewali kigambo kye mutayinza."
    Akaweke aka kaladaali katono ng'akatonnyeze k'otonnyeza ku lupapula n'ekalaamu. Kyokka nga, n'ebwoba olina okukkiriza okutono bw'ekutyo, osobola okugya ensozi mu kifo ekimu n'oziteeka awalala era byonna bisoboka gyoli.
    Olina okukkiriza okutono ng'akaweke ka kaladaali? Olusozi luva mu kifo ekimu okudda mu kirala ng'olulagidde? Buli kimu kisoboka gy'oli? Olw'okuba tekisoboka gwe okutegeera eky'awandiikibwa kye kitegeeza nga totegedde mu bujjuvu makulu gaakyo ag'omwoyo, katweyongere okusoggola ekyawandiikibwa kino eky'akaweke aka kaladaali Yesu kye y'ayogerako:

> *Obwakabaka obw'omu ggulu bufaanana n'akaweke ka kaadaali, omuntu ke yaddira, n'akasiga mu nnimiro ye: nako nga ke katono okusinga ensigo zonna; naye bwe kaakula, ne kaba kanene okusinga omuddo gwonna, ne kaba omuti, n'ennyonyi ez'omu bbanga nga zijja, nga zibeera ku matabi gaagwo* (Mataayo 13:31-32).

    Akaweke aka kaladaali katono okusinga ensigo zonna, naye bwe k'akula n'ekafuuka omuti omunene, ennyonyi nnyingi zijja n'eziwumulira mu matabi gaagwo. Yesu y'akozesa olugero lwa kaladaali okutusomesa nti tusobola okuggyawo ensozi okuva mu kitundu ekimu okuziza mu kirala, era buli kimu kisobka, singa okukkiriza kwo okutono kukula. Abayigirizwa ba Yesu bandibadde n'okukkiriza okw'amaanyi okusobola buli kimu, kubanga baali Naye okumala ebbanga ddene, era n'ebalaba n'ebyamagero eby'ewunyisa Katonda bye y'akolanga. Naye olw'okuba tebaalina kukkiriza kw'amaanyi, Yesu n'abannenya.

Ekigero ky'okukkiriza ekijjuvu

Kasita ofuna Omwoyo Omutukuvu era n'ofuna okukkiriza okw'Omwoyo, okukkiriza kwo kulina okukula okutuuka ku kigero ekijjuvu okukkiriza okwo buli kintu w'ekisoboka. Katonda ayagala ofune eby'okuddamu eri byonna by'osaba ng'okuza okukkiriza kwo.

Abaefeso 4:13-15 watujjukiza nti, *"Okutuusa lwe tulituuka fenna mu bumu obw'okukkiriza, n'obwokutegeera Omwana wa Katonda, lwe tulituuka okuba omuntu omukulu okutuuka mu kigera eky'obukulu obw'okutuukirira kwa Kristo: tulemenga okubeera nate abaana abato, nga tuyuugana nga tutwalibwanga buli mpewo ey'okuyigiriza, mu bukuusa bw'abantu, mu nkwe, olw'okugoberera okuteesa okw'obulimba; naye, bwe twogeranga amazima mu kwagalana, tulyoke tukule okutuuka mu ye mu byonna, gwe, mutwe, Kristo."*

Ky'abutonde nti omwana bwazaalibwa, awandiikibwa mu bitabo bya gavumenti, era n'atandika okutambula, n'afuuka omuvubuka. Essaawa entuufu bwe tuuka awasa oba okufumbirwa, n'azaala bwatyo n'afuuka Taata.

Mu ngeri y'emu, bw'ofuuka omwana wa Katonda okuyita mu Yesu Kristo erinya lyo n'eriwandiikibwa mu kitabo ky'abalamu mu bwakabaka obw'omu ggulu, okukkiriza kwo kulina okukula buli lunaku okutuuka ku kukkiriza okw'omwana atambula, okw'abavubuka n'okw'abataata.

Y'ensonga lwaki 1 Abakkolinso 3:2-3 watusomesa nti,

"Nnabanywesa mata, so si mmere; kubanga mwali temunnagiyinza: naye era ne kaakano tumunnagiyinza; kubanga mukyali ba mubiri; kubanga mu mmwe nga bwe mukyalimu obuggya n'okuyomba, temuli ba mubiri, era temutambula ng'abantu obuntu?"

Ng'omwana ey'akazaalibwa bw'aba alina okunywa amata okusobola okuba omulamu, omwana ow'omwoyo naye alina okunywa amata ag'omwoyo okusobola okukula. Olwo, omwana ow'omwoyo akula atya okufuuka Taata?

1. Okukkiriza kw'abaana abatannatambula

1 Yokaana 2:12 wasoma nti, *"Mbawandiikira mmwe, abaana abato, kubanga ebibi byammwe bibasonyiyiddwa olw'erinnya Lye."* Olunyiriri luno lutugamba nti omuntu oyo eyali tamanyi Katonda ajja kusonyiyibwa ebibi bye bw'akkiriza Yesu Kristo, era n'afuuka omwana wa Katonda okuyita mu Mwoyo Omutukuvu oyo ajja okubeera mu mutima gwe (Yokaana 1:12).

Tewali kirala kyonna okujjako erinnya lya Yesu Kristo mw'oyinza okusonyiyibwa era n'ofuna okulokolebwa. Wabula abantu ab'ensi batwala Obukristaayo ng'eddiini ennungi eri obwongo bw'omuntu, era n'ebabuuza ekibuuzo ekiwakanya nti "lwaki mugamba nti tulokolebwa okuyita mu Yesu Kristo Yekka?"

Olwo lwaki, Yesu Kristo ye mulokozi waffe yekka? Lwaki abantu tebasobola kulokolebwa mu linnya ddala lyonna okujjako erya Yesu Kristo, era nga basonyiyibwa ebibi byabwe okuyita mu musaayi gwa Yesu eyafiira ku musaalaba?

Ebikolwa by'abatume 4:12 w'agumiza nti *"So tewali mu mulala bulokozi, kubanga tewali na linnya ddala wansi w'eggulu ery'aweebwa abantu eritugwanira okutulokola,"* era Ebikolwa by'abatume 10:43 wasoma, *"Oyo bannabbi bonna bamumulangako nga buli amukkiriza aggibwako ebibi olw'erinnya lye."* N'olwekyo, kigendererwa era kwagala kwa Katonda nti abantu balokolebwa okuyita mu Yesu Kristo.

Mu by'afaayo by'omuntu byonna, wabaddewo abo abayitiddwa abasajja "ab'amaanyi" oba "ab'ekisa ekisukiridde" nga Socrates, Confucius, Buddha, n'abalinga abo. Eri Katonda, bano baali bitonde butonde era nga b'onoonyi, kubanga abantu bonna bazaalibwa n'ekibi ekisikire eky'ava ku jjajjaabwe Adamu ey'ayonoona bwe yajjeemera Katonda.

Wabula ye Yesu, yalina amaanyi ag'omwoyo, n'ebisaanyizo byonna okubeera omulokozi w'abantu: Teyalina kibi kisikire kubanga olubuto lwe lwali lwa Mwoyo Mutukuvu. Naye y'ennyini teyakola kibi kyonna bwe Yali ku nsi. Mu ngeri eyo, Yalina amaanyi ag'okununula abantu bonna kubanga teyaliiko bbala lyonna kyokka ng'alina n'okwagala kungi okutuuka okussaddaaka obulamu Bwe olw'abonoonyi.

N'olwekyo, bw'okkiriza nti Yesu Kristo lye kkubo lyokka etuufu eri obulokozi, era n'omukkiriza okuba Omulokozi wo, ojja kusonyiyibwa ebibi byo byonna, ofune Omwoyo Omutukuvu ng'ekirabo okuva ewa Katonda, era obeera ng'okakasiddwa ng'omwana We.

Okukkiriza kw'omunyazi eyali ku ludda olumu olwa Yesu

Yesu bwe yakomerebwa ku musaalaba okuggyawo ebibi by'abantu, omu ku b'anyazi ababiri abaali bakomereddwa ne Yesu, y'enenya ebibi bye, era n'amukkiriza ng'omulokozi we bwe yali nga tannafa. Era eky'avaamu, y'akakasibwa ng'omwana wa Katonda era bwatyo n'ayingira mu lusuku lw'omuggulu. Abo bonna abalokoleddwa olw'okukkiriza Yesu Kristo, Katonda abayita, "Abaana bange abato!"

Abantu abamu bayinza okugamba, "Omunyazi yakkiriza Yesu ng'Omulokozi we, era bwatyo n'alokolebwa nga tannaba kufa, nja kweyagalira mu nsi nga bwe nsobola, era bwenaaba n'atera okufa nzikkirize Yesu ng'omulokozi wange, kasita era nja kuba nsobola okugenda mu ggulu!" Wabula endowooza ey'ekika kino ebeera si ntuufu n'akatono.

Omunyazi yasobola atya okukkiriza Yesu, kyokka ng'abantu ababi baali bamufudde ekisekererwa, era n'afiira n'eku musalaaba? Omunyazi yali yalowooza dda nti Yesu yandiba nga ye mununuzi, bwe yali awuliriza obubaka Bwe. Y'ayatula okukkiriza kwe mu Yesu era n'amukkiriza ng'Omulokozi we bwe baamuwanika ku musaalaba okumpi Naye. Mu ngeri eyo, y'alokolebwa era n'afuna omukisa ogw'okuyingira olusuku lwa Katonda mu ggulu.

Mu ngeri y'emu, omuntu afuna omukisa gw'okubeera omwana wa Katonda, bw'akkiriza Yesu Kristo ng'omulokozi we, era n'afuna Omwoyo Omutukuvu. Ye nsonga lwaki Katonda amuyita "Omwana wange Omuto." Okugeza, omwana bw'azaalibwa, okuzaalibwa kwe kuteekebwa mu bitabo era n'afuuka omutuuze w'ensi eyo mw'azaaliddwa. Mu ngeri y'emu, osobola okufuna obutuuze mu ggulu era n'okakasibwa ng'omwana wa Katonda, erinya lyo bw'eriwandiikibwa mu Kitabo ky'obulamu mu ggulu.

2. Okukkiriza kw'abaana abatambula

Abantu abaazaalibwa omulundi ogw'okubiri ng'abaana ba Katonda olw'okukkiriza Yesu Kristo, n'ebafuna n'obulamu obw'omwoyo, bakula mu kukkiriza kwabwe era n'ebafuna okukkiriza okw'abaana abatambula. Omwana bw'azaalibwa n'agibwa ku mabeere, asobola okumanya bakadde be, era n'abeera ng'asobola okwawula ebintu ebimu, ebifo ebimu, n'abantu.

Kyokka, ng'abaana baba bamanyiiko ebintu bitono, era nga baba balabirirwa bazadde baabwe era nga beebabakuuma. Bwe babuuzibwa oba nga bamanyi bazadde baabwe, bagamba nti, "Ye." kyokka, bwe babuuzibwa wa bazadde baabwe gye bazaalibwa, oba olunyiriri bazadde baabwe mwe bava, b'aba tebasobola kubiddamu. N'olwekyo abaana baba tebamanyi bazadde baabwe mubujjuvu, wadde ng'abayinza okugamba nti, "manyi maama wange ne taata wange."

Abazadde bwe bagulira abaana baabwe eky'okuzanyisa, omwana asobola okumanya nti kamotoka oba ddolle, naye tamanya ngeri kamotoka gye kaakolebwa, oba okumanya engeri ddole gye yaguliddwamu. N'abwekityo, abaana ebintu b'aba babimanyiiko bitundu, ebyo bye balaba n'amaaso gaabwe, naye nga tebategeera mubujjuvu ebyo ebintu bye batalaba.

Mu by'Omwoyo, abaana baba n'okukkiriza okw'abatandika okumanya Kitaffe Katonda; beeyagalira mu kisa mu kukkiriza nga b'amaze okukkiriza Yesu Krsito era n'abafuna Omwoyo

Omutuku. 1 Yokaana 2:13 w'agamba *"Mbawandiikidde mmwe, abaana abato, kubanga mutegedde Kitaffe."* Wano, "Mutegedde Kitaffe" kiraga nti abantu abalina okukkiriza okw'abaana abatambula, baba bakkirizza Yesu Kristo, era n'ebayiga n'ekigambo kya Katonda olw'okugenda mu kanisa.

Ng'omwana omuto ddala bw'aba ng'amanyiimu bitono mu kusooka, naye ng'asobola okutegeera kitaawe ne nnyina bwagenda akula, n'abantu abakakyuka n'abo batandika mpola okutegeera okwagala n'omutima gwa Katonda Kitaffe nga bagenda mu kanisa era n'ebawuliriza ekigambo Kye. Kale era, b'aba tebannaba kusobola kugondera Kigambo kubanga tebannaba n'akukkiriza kumala.

N'olwekyo, okukkiriza okw'abaana abatambula kwe kukkiriza kw'abantu abamanyi amazima olw'okuba bagawulirizza, naye olumu bagondera ekigambo ate olulala n'ebatakigondera. Omutendera guno ogw'okukkiriza guba tegutuukiridde.

Ani ayita Katonda nti "Kitange"

Omuntu bw'aba tannakkiriza Yesu Kristo, naye n'ayogera nti, "Manyi Katonda," aba alimba. Era waliyo n'abo abagamba nti "Nze sigenda mu kanisa, naye manyi Katonda." B'ebo abasomye Baibuli omulundi gumu oba ebiri, baalinga basaba, oba nga bawuliddeko ne ku Katonda wano ne wali. Naye nga ddala bamanyi Katonda Omutonzi w'eggulu n'ensi?

Singa ddala b'amanyi Katonda, bandibadde bategeera lwaki Yesu ye mwana wa Katonda yekka, lwaki Katonda Y'amusidika eri ensi eno, era lwaki Katonda yateekawo omuti ogw'okumanya obulungi n'obubi mu lusuku Adeni. Balina n'okuba nga bamanyi nti waliyo eggulu ne ggeyeena, era n'engeri gye bayinza okulokolebwa okusobola okugenda mu ggulu.

N'ekirala, singa ddala bategeera ebintu bino ebikulu, tewandibaddewo muntu n'omu agaana okugenda mu kanisa n'okutambula ng'ekigambo kya Katonda bwe kiragira. Kyokka bbo tebagenda mu kanisa oba okuyita Katonda "Kitange" kubanga tebakkiririza mu Katonda wadde okumumanya.

Ng'era, abantu abamu ab'ensi abatakkiririza mu Katonda bwe bayinza okugamba nti b'amumanyi, naye ng'ekyo si kituufu. Tebasobola kumanya Katonda wadde okumuyita "Kitaabwe" kubanga tebamanyi Yesu Kristo era nga tebatambulira mu kigambo Kye (Yokaana 8:19).

Abantu bayita Katonda mu ngeri z'anjawulo

Abakkiriza bayita Katonda oyo omu mu ngeri z'anjawulo okusinziira ku kigero ky'okukkiriza kwabwe.Tewali n'omu amuyita "Katonda Kitaffe" nga tannakkiriza Yesu Kristo ng'omulokozi we. Kiba ky'abutonde nti tamuyita "Kitange" kubanga tannazaalibwa mulundi gwa kubiri.

Abo abakkiriza abaakalokoka Katonda b'amuyita batya? B'aba bakyalinamu ku nsonyi era b'amuyita "Katonda" kyokka. Tebasobola kumuyita "Katonda Kitange" mu ngeri ey'akawoowo era bakiwulira bulala nga tebakimanyidde kubanga tebannamuweereza nga Kitaabwe.

Wabula, erinnya abakkiriza lye bayita Katonda ligenda likyuka, ng'okukkiriza kwabwe bwe kukula okufuuka okw'ekigero ky'abaana abatambula. B'amuyita "Kitange" bwe baba balina okukkiriza okw'abaana abatambula, nga abaana bwe bayita kitaabwe ng'abasanyufu nti "taata" Si kikyamu bbo okuyita obuyisi nti "Katonda" oba "Katonda Kitaffe." bajja kutandika okumuyita "Kitaffe Katonda" mu kifo kya "Katonda Kitaffe" okukkiriza kwabwe bwe kunaayongera okukula. Ekisinga obukulu, kwe kuba nga bamuyita "Kitange" bwe baba boogera eri Katonda mu kusaba.

Olowooza liriwa eriwulikika okubaamu okwagala okusinga oba eriraga enkolagana ennungi ennyo n'e Katonda: oyo amuyise nti "Katonda" oba oyo amuyita nti "Kitange"? Katonda nga kiyinza okumusanyusa ennyo ng'omuyise "Kitange" okuva ku ntobo y'omutima gwo!

Engero 8:17 watugamba, *"Njagala abo abanjagala; n'abo abanyiikira okunoonya balindaba."* Gy'okoma okwagala Katonda, Naye gy'akoma okukwagala. Gy'okoma okumunoonya, gy'okoma okwanguyirwa okufuna okuddamu Kwe.

Amazima go gaali nti, ojja kubeera mu ggulu olubeerera nga Katonda omuyita "Taata" nga gwe omwana We, n'olwekyo ky'andisaanye gwe okubeera n'enkolagana entuufu era ennungi ennyo ne Katonda ne mubulamu buno. N'olwekyo, olina okutuukiriza obuvunaanyizibwa bwo ng'omwana wa Katonda era olage obukakafu obw'okumwagala ng'ogondera ebiragiro Bye mu bujjuvu.

3. Okukkiriza kwa'abavubuka

Ng'omwana bw'akula n'avubuka era n'atandika okulaba ebintu mu ngeri ey'amagezi, okukkiriza kw'abaana abatambula kukula n'ekufuuka okukkiriza kw'abavubuka. Kwe kugamba, oluvanyuma lw'ekiseera ky'okuba omwana mu by'omwoyo mu bigambo by'okukkiriza, okuyita mu kusaba n'ekigambo kya Katonda omutendera gw'okukkiriza kw'abantu gwe yongerako n'egufuuka ogwo ogw'abavubuka mu by'omwoyo, abo abasobola okumanya okwagala kwa Katonda Kitaffe n'ebibi.

Abavubuka babeera b'amaanyi era nga bavumu

Waliwo abaana batono ddala, abamanyi amateeka g'eggwanga obulungi. Balina okuba wansi w'obukuumi bw'abakadde baabwe, era n'ebwebazza omusango, bazadde baabwe beebavunaanyizibwa kubanga beebatabuulirira baana baabwe bulungi. Abaana tebamanyi bulungi okw'onoona kye ki? Oba obutuukirivu buba butya, n'omutima gw'omuzadde gw'agala ki, kubanga bakyali mu kuyiga.

Ate bbo abavubuka baba batya? Babeera n'amaanyi, baccamuka mangu, era nga basobola okw'onoona. Baba baagala nnyo okulaba, okuyiga, n'okwenyigira mu bintu byonna era balina n'omuze gw'okulaba abalala kye bakola n'abo n'ebakikola. Baba baagala nnyo okumanya mu mbeera yonna, baba ne ddalu, era nga beekakasa nti tewali kye batasobola kukola.

Mu ngeri y'emu, Abavubuka ab'Omwoyo tebanoonya bintu bya nsi, wabula b'aba n'essuubi ery'eggulu nga bajjudde Omwoyo Omutukuvu era n'ebawangula ekibi n'ekigambo kya Katonda kubanga balina okukkiriza okw'amaanyi. Batambulira mu bulamu obw'obuwanguzi mu mbeera zonna, nga bawangula ensi n'omulabe setaani n'obuvumu obw'amaanyi kubanga ekigambo kikolera mu bbo.

Okuwangula n'okufuga omulabe setaani

Olwo, abavubuka ab'amaanyi era abavumu, bakola batya, okuwangula ensi ejjudde ebibi n'omulabe sitaani? Abo abakkiriza Yesu Kristo bafuna omukisa ogw'okubeera abaana ba Katonda, era mu mazima bawangula n'amaanyi ababi. Omulabe setaani n'ewankubadde w'amaanyi, tasobola wadde okugezaako okubaako ky'akola abaana ba Katonda. N'olwekyo, tusanga mu 1Yokaana 2:13, *"Mbawandiikira mmwe, abavubuka, kubanga muwangudde omubi."*

Osobola okuwangula omulabe sitaani bw'otambulira mu mazima kubanga ekigambo kya Katonda kirina okusigala mu ggwe. Era ng'abantu bwe batasobola kugondera tteeka nga tebalimanyi, tosobola kugondera Kigambo kya Katonda nga tokimanyi.

N'olwekyo, olina okukuuma ekigambo Kye mu mutima gwo, era n'okigoberera nga w'egyako ebika by'ebibi byonna. Mu ngeri eyo, abantu abalina okukkiriza okw'abavubuka basobola okuwangula ensi n'ekigambo kya Katonda. Y'ensonga lwaki 1Yokaana 2:14 wasoma nti, *"Mbawandiikidde mmwe, abavubuka, kubanga mulina amaanyi, n'ekigambo kya Katonda kibeera mu mmwe, era muwangudde omubi."*

4. Okukkiriza kw'abakadde

Abavubuka ab'Omwoyo ogw'amaanyi era ogutayuuzibwa bwe bakula n'ebafuuka abakadde, bajja kuba basobola okubalabalamu n'okutegeera buli mbeera era olw'okuba banaaba bayise mu mbeera ez'enjawulo bajja kufuna amagezi ag'okuba ab'egendereza ekimala okw'ewombeeka w'ekyetaagisizza. Abantu abalina okukkiriza okw'abakadde bamanyi ensibuko ya Katonda mu bujjuvu era bategeera ekigendererwa kye kubanga balina okukkiriza okw'Omwoyo okw'amaanyi.

Ani amanyi ensibuko ya Katonda?

Abakadde bawukana ku bavubuka mu ngeri nnyingi. Abavubuka b'aba tebannakula kubanga balina embeera gye batannalaba wadde okuyitamu, wadde nga baba bayize ebintu bingi. N'abwekityo, waliwo embeera nnyingi, n'ebibaawo abavubuka bye batategeera, abakadde bye bategeera obulungi kubanga balina bingi bye bayiseemu mu bulamu.

Abakadde era bategeera lwaki abazadde bagaala okufuna abaana, obulumi obuli mu kuzaala, n'obuzibu obuli mu kukuza abaana. B'amanyi ebikwata ku maka gaabwe: wa abazadde baabwe gye bava, engeri gye baasisinkanamu okufumbiriganwa, n'ebiringa ebyo.

Waliwo olugero mu lulimi olu Korea olugamba nti, "okutuuka ng'ozadde abaana ababo ab'omuntumbwe, lw'oyinza okutegeerera ddala omutima gw'abazadde bo." Mu ngeri y'emu, abo bokka abantu abalina okukkiriza okw'abakadde b'ebayinza okutegeera omutima gwa Katonda Kitaffe. ku bakristaayo abakuze 1 Yokaana 2:13 wagamba nti, *"Mbawandiikira mmwe, abakadde, kubanga mutegedde oyo eyabaawo okuva ku lubereberye."*

Okw'ongereza kw'ebyo, abo abalina okukkiriza okw'abakadde bafuuka eky'okulabirako eri abalala, era n'ebaaniriza buli kika kya muntu, kubanga bawombeefu era basobola okunywerera ku mazima awatali ku gavaako.

Bwetuba ba kugerageranya okukkiriza okw'abakadde ne biseera eby'amakungula, okukkiriza okw'abavubuka kusobola okugerageranyizibwa ku bibala ebitannaba kwengera. Abantu abalina okukkiriza okw'abavubuka bagerageranyizibwa ku bibala ebitannaba kwengera kubanga batera okulemera ku ndowooza zaabwe n'enjigiriza.

Wabula, nga Yesu bwe yalaga eky'okulabirako ky'okuweereza ng'anaaza abayigirizwa Be ebigere, abakadde mu mwoyo, okwawukana ku bavubuka, bbo babala ebibala eby'engedde eby'ebikolwa, era n'ebawa Katonda ekitiibwa n'ebibala ebyo eby'e bikolwa.

Okubeera n'omutima gwa Yesu Kristo

Katonda ayagala abaana be okufuna omutima gwa Katonda, Oyo eyaliwo okuva olubereberye, n'ogwa Yesu Kristo, oyo eyetowaza era n'aba okutuuka ku ssa ery'okufa (Bafiripi 2:5-8). Olw'ensonga eno, Katonda aganya ebigezo eri abaana Be, era okuyita mu bigezo bino okukkiriza kwabwe kukula era ne bafuna obugumikiriza ne ssuubi. Mu ngeri eno, okukkiriza kwabwe kweyongera n'ekutuuka ku mutendera ogw'abakadde.

Mu Lukka 17, Yesu y'ayigiriza abayigirizwa be ng'akozesa olugero olw'omuddu. Omuddu yakola mu nnimiro olunaku lwonna era naddayo eka ng'obudde buwungedde, naye nga tewali muntu yenna amugamba nti, gyebaleko, "Omulimu mulungi! Wummulamu olyoke olye eky'eggulo." Wabula omuddu ono yalina okutegekera mukama we eky'eggulo era namulinda amale okukirya'; bwe yamalanga olwo n'omuddu n'alyoka eky'eggulo. Kyokka nga tewali amusiima n'ako nti, munange webale olw'okuba omukozi atawummula, wadde nga yali akola buli kimu nga Mukama bwe yakimulagira. Omuddu ng'ayogera bwogezi, "Ndi muddu atasaanidde, nkoze ekyo ekingwanira okukola."

Mu ngeri y'emu, olina okubeera omuntu eyetowaza era omugonvu, agamba nti,"Ndi muddu atagwanira; nkoze ekyo ekingwanira," n'ebwoba ng'okoze byonna Katonda bye yakulagila okukola. Abantu abalina okukkiriza okw'abakadde bamanyi obuziba n'obugulumivu bw'omutima gwa Katonda oyo eyaliwo okuva olubereberye, era balina n'omutima gwa Yesu Kristo oyo ey'etowaza n'eyefuula ekitaliimu n'agonda okutuuka okufa. N'olwekyo, Katonda assaamu ekitiibwa era n'asiima abantu bwe batyo era bajja kwakaayakana ng'enjuba mu ggulu.

Nga akasigo ka kaladaali akatono bwe kakula ne kafuuka omuti omunene mu gwo enyonyi nyingi n'eziguwummuliramu, okukkiriza okw'omwoyo kukula okuva mu kigera ekya abaana abatannatambula n'ekudda ku kw'abaana abatambula, abavubuka, era n'abakadde. Ng'oba ow'ereddwa omukisa ogw'ekitalo bw'oba omanyi oyo eyaliwo okuva olubereberye, ng'olina okukkiriza okumala okutegeera obugulumivu bwe n'obuziba Bwe, era ng'osobola okulabirira emyoyo gyonna egibundabunda nga Yesu bwe yakola.

Ka mbagalize okubeera n'omutima ogwa mukama ogujjudde okugaba n'okwagala, ofune okukkiriza okw'abakadde, obale ebibala mu bungi, era oyakayakane ng'enjuba mu ggulu emirembe gyonna, mu linnya lya mukama waffe nsabye!

Essuula 3

Ekigera ky'okukkiriza kwa buli muntu ssekinnoomu

1
Ekigera ky'okukkiriza ekigabibwa Katonda
2
Ekigera eky'enjawulo eky'okukkiriza okwa buli muntu ssekinnoomu
3
Ekigera okukkiriza ekigezeseddwa omuliro

Kubanga njogera,
olw'ekisa kye nnaweebwa,
eri buli muntu ali mu mmwe,
alemenga okwerowooza okusinga
bwe kimugwanidde okulowooza,
naye okulowoozanga nga yeegendereza,
nga Katonda bwe yagabira buli muntu ekigera
ky'okukkiriza.
(Baruumi 12:3)

Katonda akukkiriza gwe okukungula kyosiga era okuwa empeera okusinziira ku by'okoze kubanga Mwesigwa. Mu Matayo 7:7-8 Yesu atugamba nti, *"Musabe, muliweebwa; munoonye, muliraba; mweyanjule muliggulirwawo: kubanga buli muntu asaba aweebwa; anoonya alaba; eyeeyanjula aliggulirwawo."*

Ofuna emikisa n'okuddibwamu essaala zo si lwa kukkiriza okw'omubiri naye okw'Omwoyo. Osobola okufuna okukkiriza okw'omubiri bw'owulira ekigambo kya Katonda era n'okiyiga. Wabula kwo okukkiriza okw'omwoyo, tekumala gafunika kutyo, okufuna nga Katonda yekka yakukuwadde.

N'olwekyo Abaruumi 12:3 w'atukubiriza, *"okulowoozanga nga twegendereza, nga Katonda bwe yagabira buli muntu ekigera ky'okukkiriza."* Okukkiriza okw'Omwoyo okwa buli muntu ssekinnoomu okugabibiwa Katonda kwawukana okuva ku muntu omu okudda ku mulala. Era, nga bwe tukisanga mu, 1 Bakolinso 15:41, *"Ekitiibwa ky'enjuba kirala, n'ekitiibwa ky'omwezi kirala, n'ekitiibwa ky'emunyeenye kirala: kubanga emmunyeenye teyenkana na ginaayo kitiibwa."* Ebifo eby'okueeramu mu ggulu, n'ebitiibwa ebiweebwa buli muntu ssekinnoomu bya njawuli okusinziira ku kigera eky'okukkiriza kwe.

1. Ekigera ky'okukkiriza ekigabibwa Katonda

"Ekigera" bwe buzito, obugazi, obungi, oba obunene bwe kintu. Katonda apima okukkiriza okwa buli muntu era n'addamu okusaba kw'omuntu okusinziira ku kigera ky'okukkiriza kwe.

Okutwalira awamu, abantu abalina okukkiriza okunene bafuna okuddibwamu singa omutima gwabwe gulina kye gwagadde, kyokka ate bbo abalala n'ebafuna okuddibwamu kwabwe nga b'amaze kusaba nnyo n'omutima gwabwe gwonna nga kwe batadde n'okusiiba wakiri olunaku. Kyokka ate waliwo n'abalala abalina okukkiriza okutono abo bbo bafuna okuddibwamu nga basabidde emyezi oba emyaka. Singa wali osobola "okufuna" okukkiriza okw'Omwoyo nga bwoyagala, buli omu yandibadde afuna emikisa n'okuddibwamu nga bwayagala. Ensi yandibadde efuuka entabufu era nga kizibu okugibeeramu.

Katugambe nti waliwo omuntu atatambulira mu kigambo kya Katonda. Singa omuntu oyo asaba nti, "Katonda nkwegayiridde ka nfuuke omukulembeze w'ekibiina ky'abasuubuzi ekisinga amaanyi mu nsi eno!" oba n'agamba "Omusajja oyo si mwagala. Nkwegayiridde mubonereze," era okusaba kwe n'okwagala kwe ne biddibwamu, ensi yandibadde efaanana etya?

Okukkiriza okw'Omwoyo n'obuwulize

Oyinza otya okufuna okukkiriza okw'Omwoyo? Katonda si buli omu nti amuwa okukkiriza okw'Omwoyo, wabula akuwa abo bokka abasaanidde olw'okugondera ekigambo Kye. N'abwekityo, osobola okufuna okukkiriza okw'Omwoyo okusinziira ku ngeri gy'ofubye okwegyako agatali mazima, ng'obukyaayi, obukuubagano, obugya, obwenzi n'ebifaananako bwe bityo ebiri mu ggwe era n'oyagala n'abalabe bo.

Mu Baibuli, Yesu Y'asiima abamu ng'agamba, "okukkiriza kwo kunene!" naye abalala n'abannenyanga nga agamba, "Mulina okukkiriza okutono!"

Eky'okulabirako, mu Matayo 15:21-28 omukyala omukanani yajja eri Yesu era n'amusaba okuwonya muwala we eyaliko dayiimooni: n'ayogerera waggulu nti, *"onsaasire, mukama wange, omwana wa Daudi; muwala wange alwadde nnyo dayimooni"* (olunyiriri 22).

Naye, Yesu yali ayagala okugezesa okukkiriza kwe, era n'amuddamu nti, *"Ssatumibwa, wabula eri endiga ezaabula ez'omu nyumba ya Isiraeri"* (olunyiriri 24). omukazi n'afukamiri mu maaso ga Yesu n'amugamba nti. *"Mukama,wange mbeera!"* (olunyiriri 25). Yesu n'addamu okugaana nga bw'amugamba nti, *"si kirungi okuddira emmere y'abaana n'okugisuulira obubwa"* (olunyiriri 26). Y'ayogera kino kubanga abayudaaya ab'ebiseera Bye baali nga batwala abawanga ng'embwa era omukazi yali munnamawanga okuva mu kitundu kye Ttuulo.

Mu mbeera eno, abantu bangi bandiwulidde okuswala, n'okugwaamu amaanyi, oba okw'esitala era nga kyandibabeeredde kyangu okubivaako eby'okugezaako okufuna okuddibwamu. Naye, ye omukazi teyagwaamu maanyi era n'agumikiriza ekigambo kya Yesu n'obukakamu. Yakkiriza okugeraageranyizibwa ku kintu ekitono ate ekitaliimu ng'embwa, era n'ayongera okusaba ekisa Kye obutakoowa: *"Weewaawo, mukama wange; kubanga n'obubwa bulya obukunkumuka obugwa okuva ku mmeeza ya bakama baabwo"* (olunyiriri 27). Yesu bwe yawulira okuddamu kwe kuno, N'asanyuka olw'okukkiriza kwe, era n'amuddamu n'amugamba nti, *"Ggwe omukazi, okukkiriza kwo Kunene: kibeere gy'oli nga bw'oyagala,"* Muwala we n'awona okuva mu kiseera ekyo (olunyiriri 28).

Era tulaba Yesu ng'anneya abayigirizwa Be olw'okukkiriza kwabwe okutono mu Matayo 17:14-20. Omusajja yaleeta omwana we eyali aggwa ennyo ensimbu eri abayigirizwa ba Yesu, naye tebasobola kumuwonya.Oluvanyuma omusajja yaleeta omwana eri Yesu, era omulenzi n'amugobamu dayimooni amangu ago era n'amuwonya. Yesu ng'amaze okuwonya omwana, abayigirizwa Be ne bajja gyaali ne bamubuuza nti, *"kiki ekitulobedde ffe okuyinza okumugoba?"* (olunyiriri 19). Yesu n'abagamba nti, *"Olw'okukkiriza kwammwe okuba okutono"* (olunyiriri 20).

Era, Yesu y'anenya Petero mu Matayo 14:22-33. Ekiro kimu, abayigirizwa Be baali mu lyaato wakati mu mayengo ag'amaanyi, Yesu bwe yajja gye bali ng' atambulira ku mazzi. Beekanga nnyo nga baakamulaba ng'atambulira ku nyanja, era n'ebeerarikirira nga bagamba nti *"Dayimooni!"* (olunyiriri 26). Yesu n'abaddamu n'abagamba nti, *"muddeemu omwoyo nze nzuuno, temutya"* (olunyiriri 27).

Petero y'afuna obuvumu era n'amuddamu, *"Mukama wange, oba nga ggwe wuuyo, ndagira njije gy'oli ku mazzi"* (olunyiriri 28).Yesu n'amugamba nti, "Jjangu," nga Petero bwe yayagala okukiwulira. Petero n'ava mu lyato, n'atambulira ku mazzi, okugenda eri Yesu. Naye, bwe yalaba omuyaga, Petero n'atya, n'atanula okusaanawo, n'akaaba, *"Mukama wange, ndokola!"* (olunyiriri 30) Amangu ago Yesu n'agolola omukono, n'amukwata era n'anenya omuyigirizwa we nti; *"Ggwe alina okukkiriza okutono, kiki ekikubuusizzabuusizza?"* (olunyiriri 31).

Petero y'anenyezebwa okuba n'okukkiriza okutono mu kiseera ekyo, naye bwe yamala okufuna Omwoyo Omutukuvu n'amaanyi ga Katonda, y'akola eby'amagero mu linnya lya Mukama, era olw'okukkiriza kwe okunene y'akomererwa ng'awunzikiddwa ku lwa Mukama.

2. Ekigera eky'enjawulo eky'okukkiriza okwa buli muntu ssekinnoomu

Waliwo engero nyingi mu Baibuli ezinyonyola ekigera eky'okukkiriza. 1 Yokaana 2 w'anyonyala ekigera ky'okukkiriza ng'akigerageranya n'okukula kw'omuntu, ye Ezeekyeri 47:3-5 anyonyola ekigera eky'okukkiriza ng'akigerageranya n'obuwanvu bw'amazzi:

> *Omusajja bwe yavaamu ng'agenda ebuvanjuba ng'akutte omugwa mu mukono gwe, n'agera emikono lukumi, n'ampisa mu mazzi, amazzi agakoma mu bukongovvule.Nate n'agera lukumi, n'ampisa mu mazzi, amazzi agakoma mu maviivi.Nate n'agera lukumi, n'ampisa mu mazzi, amazzi agakoma mu kiwato.Oluvanyuma n'agera lukumi; ne guba mugga gwe ssaayinza kusomoka, kubanga amazzi gaali gatumbidde, amazzi ag'okuwugirira, omugga ogutayinzika kusomokeka.*

Ekitabo kya Ezeekyeri kye kimu ku bitabo ebitaano eby'amaanyi eby'obunabbi mu ndagaano enkadde. Katonda y'aganya nnabbi Ezeekyeli okuwandiika obunabbi, obwakabaka bwa Yuda obw'omumaserengeta bwe bwasaanyizibwawo aba Babilooni era abayudaaya bangi n'ebatwalibwa nga basibe mu ntalo. Okuva ku Ezeekyeli 40 okweyongerayo wanyonyola Yekaalu Ezeekyeli gye yalaba mu kwolesebwa.

Mu Ezeekyeri 47, nnabbi awandiika ku kwolesebwa mwe yalabira amazzi nga gava wansi w'omulyango gwa yeekaalu nga gakulukuta g'adda buvanjuba. Amazzi gaali gakulukuta okuva wansi ku ludda lw'amaserengeta ga yeekaalu, eky'emmanga w'ekituuti nga bwe g'afulumira mu wankaaki ow'ekyengulu, era nga gayita mu kifo ekitukuvu okumpi n'ebweru wa wankaaki ey'ebweru atunudde ebuvanjuba.

"Amazzi" ag'ogerwako wano mu mwoyo kitegeeza ekigambo kya Katonda (Yokaana 4:14), era olw'okuba amazzi gakulukuta okuyita n'okwetoolola ekifo ekitukuvu, ate olwo n'egalyoka gafuluma ekifo kino kiraga nti ekigambo kya Katonda tekibulirwa mu kifo kitukuvu wokka, wabula n'eri ensi yonna.

Ezeekyeri aba ategeeza ki? bw'agamba *"nti omusajja n'agera emikono lukumi"* (47:3), nga agenda ebuvajuba n'omugwa ogugera mu mukono gwe? Kino kitegeeza Mukama ng'agera okukkiriza okwa buli muntu ssekinnoomu era ng'abasalira okusinziira ku kigera ky'okukkiriza kwa buli muntu ssekinnoomu, ku lunaku olw'omusango

"Omusajja.. ng'akutte omugwa mu mukono gwe," kitegeeza omuddu wa Mukama, ate "okubeera "n'ekigera" Kitegeeza nti mukama apima okukkiriza kwa buli muntu mu butuufu awatali kukola nsobi. N'olwekyo obuwanvu bwa mazzi okukyukakyuka kifaananyi ekiraga emitendera egy'enjawulo egy'ekigera eky'okukkiriza.

Okusinziira ku buwanvu bwa mazzi

"Amazzi agakoma mu bukongovvule" g'alaga okukkiriza okw'abaana ab'omwoyo abatannatambula, okukkiriza okukusobozesa okuyita ku lugwaanyu lw'obutalokoka. Ekigera ky'okukkiriza bwe kigerageranyizibwa ku buwanvu bw'omuntu, omutendera guno g'uba gukoma ku bukongovvule bw'amuntu. Ekigera ekiddako "eky'amazzi ag'akoma mu maviivi" gategeeza okukkiriza okw'abaana b'Omwoyo abatambula, ate ag'akoma mu kiwato" kitegeeza okukkiriza okw'abavubuka. Ekisembayo, "Amazzi amawanvu ag'okuwugirira" Kitegeeza okukkiriza okw'abakadde.

Mu ngeri eno, ku lunaku olw'omusngo, okukkiriza kwa buli muntu ssekinnoomu, kujja kupimibwa era ekifo buli muntu mw'anaabeera mu ggulu kijja kugabibwa Mukama okusinziira ku ngeri omuntu oyo gyatambulidde mu Kigambo kya Katonda mu bulamu buno.

"Okupima emikono lukumi" kiraga omutima gwa Katonda omunene, era n'obutuukirivu bwe awatali kukola nsobi yonna, n'obwenkanya bw'omutima Gwe, obulondoola buli kantu omuntu kaakola. Katonda apima okukkiriza okw'abuli muntu si mu kkowe limu, naye mu buli ludda. Katonda yeekeneenya buli kikolwa kyaffe, ne ntabiro y'emitima gyaffe bulungi, nga tewali n'omu aligamba nti nze b'ansalidde bubi.

N'olwekyo, Katonda yeekeneenya buli kimu n'eriiso lye ejjojji, era n'akunguza buli muntu kye y'asiga era n'amuwa empeera okusinziira ku by'akoze.Ye nsonga lwaki Baruumi 12:3 w'agamba "kubanga njogera, olw'ekisa kye nnaweebwa, eri buli muntu ali mu mmwe, alemenga okwerowooza okusinga bwe kimugwanidde okulowooza; naye okulowoozanga nga yeegendereza, nga Katonda bwe yagabira buli muntu ekigera ky'okukkiriza."

Lowooza nga weegendereza ng'osinziira ku kigera eky'okukkiriza kwo

Okutambulira mu mazzi ag'akukoma mu kakongovvule kyanjawulo era kiwulikika mu ngeri z'anjawulo n'okutambulira mu mazzi ag'akukoma mu kiwato. Bwoba oli mu mazzi ag'akukoma mu bukongovvule, oyinza okulowooza kukutambula oba okudduka kubanga toyinza kuwugiramu. Naye, bwoba mu mazzi ag'akukoma mu kiwato,obeera oyagala kuwuga okusinga okutambula.

Mu ngeri y'emu, abo abalina okukkiriza okw'abaana balowooza mu ngeri y'anjawulo ku abo abalina okukkiriza okw'abakadde nga n'ebirowooza by'omuntu bwe biba eby'enjawulo okusinziira ku buwanvu bwa mazzi. N'olwekyo kikugwanira okulowooza nga weegendereza okusinziira ku kigera ky'okkukiriza kwo.

Ibulayimu y'afuna Isaaka ng'omwana ow'ekisuubizo oluvanyumalwa Katonda okusiima okukkiriza kwe. Lumu, Katonda Y'alagira Ibulayimu okuwaayo omwana omu Isaaka ng'ekiweebwayo eky'okebwa. Olowooza Ibulayimu y'alowooza atya ku kiragiro kya Katonda? Teyalowooza mu bulumi nti oba "ddala lwaki Katonda andagira okuwaayo Isaaka ng'ekiweebwayo kyokka nga y'ampa Isaaka ng'omwana ow'ekisuubizo. Katonda amenya ebisuubizo Bye?

Abaebulaniya 11 watujjukiza nti Ibulayimu yalowooza n'obwegendereza ku kiragiro kya Katonda: 'Talimba, n'olwekyo ajja kuzuukiza omwana wange okuva mu bafu' Ibulayimu teyeelowoozaako kusinga bwe kigwanidde, naye yeelowoozaako okusinziira ku kigera eky'okukkiriza Katonda Kye yali amuwadde.

Ibulayimu teyeemulugunya wadde okutolotooma, naye y'agondera Katonda n'omutima omwetoowaze. Eky'ava mw'ekyo, yasiimibwa era n'aganja nnyo eri Katonda, bwatyo n'afuuka jjajja w'okukkiriza.

Olina okukiteegera nti okuyita mu bigezo eby'amaanyi era ebizibu, Ibulayimu yalangirirwa ng'omuntu alina okukkiriza okw'Omwoyo era bwatyo n'akulemberwa mu kkubo ery'emikisa. Osobola okufuna okwagala kwa Katonda n'emikisa okuyita mu kugezesebwa okw'omuliro ng'olowooza n'obwegendereza okusinziira ku kigera eky'okukkiriza kwo.

3. Ekigera okukkiriza ekigezeseddwa omuliro

1 Bakolinso 3:12-15 w'atugamba nti Katonda agezesa okukkiriza kwa buli muntu n'omuliro era n'apima omulimu oguba gusigaddewo ng'okugezesebwa kuwedde:

> *Naye omuntu yenna bw'azimbanga ku musingi ogwa zaabu, ffeeza, amayinja ag'omuwendo omungi, emiti, essubi, ebisasiro, omulimu ogwa buli muntu gulirabisibwa: kubanga olunaku luli luligwolesa, kubanga gulibikkulirwa mu muliro n'omuliro*

gw'ennyini gulikema omulimu ogwa buli muntu bwe gufaanana, omulimu ogwa buli muntu gwe yazimbako bwe gulibeerawo, aliweebwa empera.Omulimu ogwa buli muntu bwe gulyokebwa, alifiirwa, naye ye yennyini alirokoka; naye bwati, kuyita mu muliro.

"Omusingi" wano kitegeeza Yesu Kristo, ate "Omulimu" kiraga ekyo ekikoleddwa n'omutima gwonna. Omuntu yenna bw'akkiriza Yesu Kristo, omulimu gwe gulirabisibwa olwa ki kye guli "Kubanga olunaku luli luligwoleka.

Omulimu gwolesebwa ddi?

Okusookera ddala, omulimu gwa buli muntu gulibikkulibwa ng'obuvunaanyizibwa bwe buwedde. Obuvunaanyizibwa bwe, bwe buba bumuweebwa buli mwaka, omulimu gwe gujja kw'olesebwa ku nkumerero ya buli mwaka.

Eky'okubiri, Katonda agezesa omulimu gwa buli muntu okugezesebwa okw'omuliro bwe kujja gyali. Abantu abamu basigala b'akakkamu nga tebakyuka n'ewankubadde nga bayita mu kugezesebwa okungi n'ebizibu ng'abiringa omuliro. Kyokka abalala tebasobola kubigumira.

Ekisembayo, Katonda agezesa omulimu gwa buli muntu ku lunaku olw'omusango olulibaawo oluvanyuma lw'okudda kwa Yesu Kristo. Ajja kupima obutuukirivu bwa buli muntu n'obwesigwa era bwatyo abawe ebifo mu ggulu bye basaanira era abawe empeera ezibagwanira.

Omulimu gusigalawo oluvanyuma lw'okugezesebwa omuliro

Era, 1 Bakolinso 3:12-13 w'atujjukiza, *"Naye omuntu yenna bw'azimbanga ku musingi ogwa zaabu, ffeeza, amanyinja ag'omwendo omungi, emiti, essubi, ebisasiro; Omulimu ogwa buli muntu gulirabisibwa: kubanga olunaku luli luligwolesa, kubanga gulibikkulirwa mu muliro; n'omuliro gwennyini gulikema omulimu ogwa buli muntu bwe gufaanana."*

Katonda bwagezesa omulimu gwa buli muntu n'omuliro, obulungi bw'omulimu ogwa buli muntu ssekinnoomu ogusigalawo, kwe kufuuka okukkiriza okwa zaabu, ffeeza, amayinja ag'omwendo, emiti, essubi, ebisasiro. Okugezesa kwa Katonda nga kuwedde, abantu abalina okukkiriza okwa zaabu, ffeeza, amayinja ag'omwendo, emiti oba essubi balituuka ku bulokozi, naye abantu abalina okukkiriza okw'ebisasiro tebayinza kulokolebwa kubanga bafananako ng'abo abafudde mu mwoyo.

N'ekirala, abantu abalina okukkiriza okwa zaabu, ffeeza, oba amayinja ag'omwendo basobola okuwangula okugezesebwa okw'omuliro nga zaabu, ffeeza oba amayinja ag'omwendo bwe bitajjiira mu muliro, naye eri abantu abalina okukkiriza okw'emiti, ne ssubi si kyangu okuwangula ebigezo ebikambwe by'omuliro.

Embala ya Zaabu, Ffeeza, n'amayinja ag'omwendo

Zaabu kiba kyuma ekisobola okukoonebwa koonebwa oba okufunyibwa n'ebakolamu ebintu ebilala nga bakikozesa nnyo mu kukola sente ez'ebinusu, eby'okwewunda, n'okulungiya ebintu, n'ebiruke. Okumala ebbanga ddene zaabu atwalibwa ng'ekyomuwendo ekisinga. Obutaangaavu bwa zaabu obulungi tebukyuka wadde nga wayiseewo ebbanga ddene, kubanga tewali kirungo kyonna kiyinza kukyusa zaabu.

Era yensonga lwaki zaabu atwalibwa okuba eky'obugagga ekisinga kubanga takyukakyuka, ate alina emigaso mingi, era mugonvu nti asobola okukolebwaamu ebintu eby'ekikula kyonna.

Ffeeza ye asinga kukozesebwa nnyo mu kukola sente ez'ebinusu n'ebintu ebiwunda n'okulungiya ekintu, mpozzi ne mu makolero kubanga ye w'okubiri mu byuma ebisobola okukoonebwa koonebwa n'okufunyibwa era akuuma bulungi omuliro. Ffeeza aba muwewufu okusinga Zaabu, era teyenkana Zaabu mu bulungi ne mu kutangalijja.

Amayinja ag'omuwendo, go g'aba gatangalijja nga g'ayakaayakana nga Diamond ne sapphires mu lulimi olungereza, g'aba g'amasamasa naye emigaso gy'ago si mingi. Ate omuwendo gw'ago guggwawo bwe g'amenyeka oba bwe gakulubuka.

N'olwekyo, Katonda apima okukkiriza kwa buli muntu ng'okukkiriza okwa zaabu, ffeeza, amayinja ag'omwendo, embaawo, essubi, n'ebisasiro, okusinziira ku mulimu ogusigalawo oluvanyuma lw'okugezesebwa n'ebigezo eby'omuliro, era atwala okukkiriza okwa zaabu ng'okusinga omuwendo okusinga okulala kwonna.

Funa okukkiriza okwa zaabu

Ku ludda olumu, abantu abalina okukkiriza okulinga zaabu tebanyenyezebwa n'ebwebafuna okugezesebwa okw'omuliro. Okukkiriza okwa ffeeza si kw'amaanyi nga okwa zaabu, naye ate kusukuluma ku kwa mayinji ag'omwendo ag'okwegendereza ennyo mu muliro. Ku ludda, olulala abantu abalina okukkiriza okw'embaawo oba essubi, emirimu gyabwe bwe gy'okyebwa n'ebigezo bya Katonda eby'omuliro, bayita kulugwanyu okufuna obulokozi okutali mpeera yonna. Katonda awa buli omu empeera okusinziira ku byakoze kubanga Ye mwesigwa era mutuukirivu. N'olwekyo, Asiima abantu abalina okukkiriza okutakyuka nga zaabu bw'atakyuka, era N'abawa empeera mu ggulu era n'emu nsi.

Omutume Paulo, ey'ewaayo ng'omutume ow'abantu aba mawanga, y'abuulira enjiri n'omutima ogutakyuka, era n'adduka embiro ez'okukkiriza n'azimalako wadde nga y'asisinkana okugezesebwa n'ebizibu bingi okuva olunaku lwe yasooka okusisinkana Mukama.

Bikolwa 16:25 w'atugamba bwe wati: *"Naye ekiro mu ttumbi Paulo ne Siira ne basaba ne bayimbira Katonda, abasibe ne babawlira."* Olw'okubuulira enjiri, Paulo ne Siira baakubwa emiggo era ne basibibwa mu kkomera ng'ebigere byabwe bikomereddwa mu nvuba, naye baayimbira Katonda mu kusaba nga tebeemulugunya.

Mu ngeri eno, Paulo teyeegaana Mukama okutuusa lwe y'afa n'ewankubadde okwogera ekigambo kyonna eky'okwemulugunya. Bulijjo y'abeeranga musanyufu era nga yebaza n'omutima ogujjudde essuubi ery'eggulu, era yali mwesigwa mu mulimu gwa Mukama okutuusa ku ssa ery'okuwaayo obulamu bwe.

Bw'obeera n'okukkiriza okwa zaabu ng'omutume Paulo, era ojja kubeera mu kifo eky'ekitiibwa ekyakaayakana ng'enjuba mu ggulu, era ofune okwagala kwa Katonda okunene olw'omulimu gwo ogutasobola kugiira mu muliro kufuuka vvu.

Okukkiriza okw'embaawo n'essubi

Abantu abalina okukkiriza okwa ffeeza batuukiriza emirimu gyabwe nga bwe bateekeddwa okukola, wadde ng'okukkiriza kwabwe tekwenkana n'akwa zaabu. Olwo, okukkiriza okw'amayinja ag'omuwendo kufaanana kutya?

Abantu abalina okukkiriza okw'amayinja ag'omuwendo baatula nti, "nja kuba mwesigwa eri mukama! Nja kubuulira enjiri n'omutima gwange gyonna," bwe bamala okuwonyezebwa ebibaluma oba okujjuzibwa Omwoyo Omutukuvu. Essaala zaabwe bwe ziddibwamu, bagamba,"Okuva n'olw'aleero, nja kuba kulwa Katonda yekka." Balabika ng'abalina okukkiriza kwa zaabu kungulu, naye beesittala oba ne bawaba bwe baba mu bigezo eby'omuliro kubanga tebalina kukkiriza kwa zaabu. Babeera ng'abalina okukkiriza okunene bwe baba bajjuziddwa Omwoyo Omutukuvu, naye n'ebakyama okuva mu kkubo ery'okukkiriza era ku nkomerero emitima gyabwe gimenyekamenyeka mu butundutundu gyobeera nti tebaalinako kukkiriza.

Kwe kugamba, okukkiriza okw'amayinja ag'omuwendo kulabika bulungi okumala akaseera katono. Era, omulimu ogw'okukkiriza okw'amayinja ag'omwendo kusigalawo oluvanyuma lw'okugezesebwa okw'omuliro ng'era enkula y'amayinja ag'omwendo bw'esigalawo oluvanyuma lw'okwokyebwa omuliro.

Wabula gwo omulimu ogw'okukkiriza okw'embaawo n'essubi, gwo gw'okebwa ne gugwawo oluvanyuma lw'okugezesebwa okw'omuliro. Era mu 1 Bakolinso 3:14-15 w'atugamba, *"Omulimu ogwa buli muntu gwe yazimbako bwe gulibeerawo, aliweebwa empeera. Omulimu ogwa buli muntu bwe gulyokebwa, alifiirwa, naye ye yennyini alirokoka naye bwati, kuyita mu muliro."*

Kituufu nti abantu abalina okukkiriza okwa zaabu, ffeeza, oba amayinja ag'omwendo balokolebwa era ne baweebwa empeera mu ggulu kubanga omulimu gw'okukkiriza kwabwe gusigalawo oluvanyuma lw'okugezesebwa kw'omuliro okwa Katonda. Naye, omulimu gw'abo abalina okukkiriza okw'embaawo n'essubi gw'okebwa ne gussirikka mu kugezesebwa okw'omuliro, era abantu bwe batyo bayita kulugwanyu okulokolebwa wabula tebafunayo mpeera yonna mu ggulu.

Katonda asiima okukkiriza kwo n'essanyu, era n'akuwa empeera mu bungi bw'omunoonya n'omutima gwo gwonna. Baebulanya 11:6 w'atugamba, *"era awataba kukkiriza tekiyinzika kusiimibwa: kubanga ajja eri Katonda kimugwanira okukkiriza nga Katonda waali, era nga ye mugabi w'empeera eri abo abamunoonya."*

Apima okukkiriza kwa buli muntu okuyita mu kugezesebwa okw'omuliro. Katonda era agaba emikisa ku nsi era n'empeera mu ggulu eri omuntu yenna alina okukkiriza okutakyuka nga zaabu.

N'olwekyo, olina okukitegeera nti waliwo eby'okuddibwamu n'emikisa gya Katonda eby'enjawulo, ng'era bwe kiri n'emu bifo ebibeerwamu okusinziira ku kigera eky'okukkiriza kwa buli muntu.

Ka nkwagalize gwe okulafubana okufuna okukkiriza okwa zaabu okwo okusanyusa Katonda osobole okusanyukira mu mikisa Gye, mu makubo go gonna ku nsi eno era otuule mu kifo eky'ekitiibwa eky'akaayakana ng'enjuba mu ggulu, mu linnya lya Mukama waffe nsabye!

Essuula 4

Okukkiriza okusobola okufuna obulokozi

Ekigera Okukkiriza

1
Omutendera ogusooka ogw'okukkiriza

2
W'afuna Omwoyo Omutuku?

3
Okukkiriza kw'omunyazi ey'enenya

4
Teweemalako nnyonta ya Mwoyo Mutukuvu

5
Adamu Yalokolebwa?

Petero n'abagamba nti,
"Mwenenye, mubatizibwe buli muntu mu mmwe okuyingira
mu linnya lya Yesu Kristo okuggibwako ebibi byammwe,
munaaweebwa ekiribo gwe Mwoyo Omutukuvu.
Kubanga okusuubizibwa kwammwe
era kwa baana bammwe n'abo bonna abali ewala,
bonna abaliyitibwa Mukama Katonda waffe."
(Ebikiolwa 2:38-39)

Mu Ssuula evuddeko, n'alambuludde nti Katonda akkiriza okukkiriza okw'Omwoyo okugobereddwa ebikolwa, nti era buli muntu alina ekigera ky'okukkiriza okw'Omwoyo kya njawulo nti era kikula okusinziira ku bugonvu bwa buli muntu eri ekigambo kya Katonda.

Ekigera ky'okukkiriza kijja kw'awulwamu emitendera etaano- okukkiriza okwa zaabu, okwa ffeeza, amayinja ag'omuwendo, embaawo, n'essubi. Nga bwolinyalinya amaddaala limu ku limu, n'okukkiriza kwo kukula okuva ku kwe ssubi okutuuka ku kwa zaabu nga buli lw'owuliriza ekigambo kya Katonda era n'okigondera.

Kubanga eggulu osobola okulifuna lwa kukkiriza kwokka, ggwe okusobola okunyweza obwakabaka obw'omuggulu mu ngalo zo olw'empaka, olina okwongerayo okukkiriza kwo okuva ku ddaala erimu okudda ku ddala. Nga n'ekisingira ddala ggwe okufuna okukkiriza okwa zaabu, ojja kuzaawo ekifaananyi kya Katonda eky'abula, obeere muganzi era okkirizibwe Katonda, era ku nkomerero otuuke mu Yerusaalemi Empya eyo namulondo ya Katonda weetuula. Era, bw'oba n'okukkiriza okwa zaabu, Katonda akusanyukira, atambula naawe, addamu okuyayaana kw'omutima gwo, era akuwa omukisa ggwe okukola obubonero obw'eby'amagero.

N'olwekyo, nsuubira ojja kupima okukkiriza kwo era ofube okufuna okukkiriza okutuukiridde.

1. Omutendera ogusooka ogw'okukkiriza

Bwe twali tetunnakkiriza Yesu Kristo, twali baana ba setaani era twali baakusuulibwa mu geyeena olw'obulamu bwaffe obw'ekibi. Ku kino 1 Yokaana 3:8 w'asoma nti, *"Akola ekibi wa setaani; kubanga okuva ku lubereberye setaani akola ebibi. Omwana wa Katonda kyeyava alabisibwa amalewo ebikolwa bya Setaani."*

N'ebwotunula ng'omulungi oba atalina musango gwonna eky'enkana wa! ojja kw'esanga ng'otambulira mu kizikiza kubanga obubi bwo obukwekeddwa mu ggwe bujja kwanikibwa ng'ekitangaala eky'amazima ag'atuukiridde aga Katonda kikwakidde.

Waliwo bwe nnalowoozanga nti nnali mulungi nnyo era omuntu ow'amazima ng'ansobola n'okubaawo awatali mateeka. Naye, bwe nnakkiriza Mukama era ne neetunuulira mu ndabirwaamu ye kigambo eky'amazima, n'enkizuula nga nnali omuntu omw'onoonyi. Mu ngeri gye n'akolangamu, ebyo bye n'ayogeranga oba bye n'awuliranga, ne bye n'alowoozanga byali bikontana ne kigambo Kye.

Katonda y'asiima Yobu mu Yobu 1:8, ng'agamba, *"kubanga tewali amufaanana mu nsi, omusajja eyatuukirira era ow'amazima, atya Katonda ne yeewala obubi."* Kyokka nga Yobu omu oyo ey'atwalibwa okuba omutuukirivu era ow'amazima y'ayogera mu kukungubaga, okw'emulugunya, ng'abwasinda bwe yali ayita mu kugezesebwa okw'amaanyi.

Ya yogera nti, *"Ne leero okwemulugunya kwange kujeemu: okukubibwa kwange kusinga okusinda kwange obuzito"* (Yobu 23:2), era n'ayongera n'agamba nti *"Nga Katonda bw'ali omulamu alidde ensonga yange; Era omuyinza w'ebintu byonna, eyeeraliikiriza emmeeme yange"* (Yobu 27:2).

Yobu yatuuka n'ayolesa obubi bwe n'obwonoonyi olw'ebizibu eby'ajja mu bulamu bwe. Wadde yali ayogeddwako nga "Omuntu eyatuukirira era ow'amazima." Olwo, ani ayinza okugamba nti talina kibi kyonna mu maaso ga Katonda, Ye yennyini kitangaala awatali kizikiza kyonna kimusangibwaamu?

Mu maaso ga Katonda, byonna ebisigalira bye kibi mu mutima gwo ng'obukyaayi oba ettima saako ebikolwa ebibi nga okukuba,okuyomba, oba okubba byonna bitwalibwa nga bibi. Ku kino Katonda atugamba bulungi mu 1 Yokaana 1:8, *"Bwe twogera nga tetulina kibi, twekyamya fekka so nga n'amazima tegali mu ffe."*

Okukkiriza Yesu Kristo

Katonda kwagala yatuma omwana We omu yekka Yesu ku nsi okutununula mu bibi byaffe. Ku lwaffe Yesu y'akomererwa era n'ayiwa omusaayi gwe ogw'omuwendo ogutaliiko bbala wadde olufunyiro. Yabonerezebwa ku lwe bibi byaffe. Wabula, ku lunaku olw'okusatu, ng'amaze okumenya amaanyi g'okufa Yazuukira mu bafu. Ng'enaku amakumi ana ziyiseewo oluvanyuma lw'okuzuukira kwe, Yesu n'alinnya mu ggulu ng'abayigirizwa Be balaba, ng'asuubizza okudda okututwala mu ggulu (Bikolwa 1).

Kati, ojja kufuna Omwoyo Omutukuvu ng'ekirabo era oteekebweko envumbo ng'omwana wa Katonda bw'onokkiriza ekkubo ery'obulokozi era n'okkiriza Yesu Kristo ng'omulokozi wo mu mutima gwo. Awo nno, era ofuna obuyinza okufuuka omwana wa Katonda, nga bwe kya suubizibwa mu Yokaana 1:12,

"Naye bonna abaamusembeza yabawa obuyinza okufuuka abaana ba Katonda, be bakkiriza erinnya Lye."

Obuyinza okufuuka omwana wa Katonda

Katugamba omwana azaaliddwa. Bazadde be bategeeza abakulira ekibuga nti azaaliddwa era ne bawandiika erinnya lye nga mutabani waabwe. Mu ngeri y'emu, bw'ozaalibwa nate ng'omwana wa Katonda, erinnya lyo liwandiikibwa mu kitabo eky'obulamu mu ggulu era n'oweebwa obutuuze mu ggulu.

N'olwekyo, bw'obeera ku mutendera ogusooka ogw'okukkiriza, ofuuka omwana wa Katonda olw'okukkiriza Yesu Kristo era n'osonyiyibwa ebibi byo (1 Yokaana 2:12), era n'oyita Katonda nti "Kitange" (Bagalatiya 4:6). Era, obeera musanyufu olw'okuba nti w'afuna Omwoyo Omutukuvu n'ewankubadde nga tomanyi kigambo kya Katonda eky'amazima, era olw'okulaba ebikwetoolodde, osobola okuwulira muli okubeerawo kwa Katonda.

N'olwekyo, omutendera gw'okukkiriza ogusooka guyitibwa "okukkiriza okw'okufuna obulokozi" oba "okukkiriza okw'okufuna Omwoyo Omutukuvu," era kwenkanankana n'okukkiriza okw'abaana abatannatambula oba essubi nga bwe kyanyonyoddwa emabegako.

2. W'afuna Omwoyo Omutukuvu?

Mu Bikolwa 19:1-2, Paulo, omutume w'abamawanga ey'ewaayo okubuulira enjiri, alina abayigirizwa beyasisinkana mu

Efeeso n'ababuuza, *"Mwafuna Omwoyo Omutukuvu bwe mw'akkiriza?"* Eri kino baddamu nti, *"Nedda, tetuwuliranga n'ako nti waliyo Omwoyo Omutukuvu."* B'afuna okubatizibwa okw'amazzi okw'okwenenya Yokana Omubatiza kwe y'abawa, naye ssi okubatizibwa okw'Omwoyo Omutukuvu ng'ekirabo kya Katonda.

Nga Katonda bwe yasuubiza mu Yoweeri 2:28 ne mu Bikolwa 2:17 nti aliyiwa Omwoyo Gwe ku bantu bonna mu nnaku ez'oluvanyuma, ekisuubizo kyatuukirizibwa, era abantu ab'afuna Omwoyo wa Katonda, Omwoyo Omutukuvu, b'anyweza ekanisa. Naye, nga abayigirizwa mu Efeeso, waliwo bangi abagamba nti bakkiriza Katonda naye nga babeerawo nga tebamanyi Mwoyo Mutukuvu n'akubatizibwa Kwe kye kuli.

Bwoba w'afuna obuyinza okuba omwana wa Katonda ng'okkiriza Yesu Kristo, akuwa Omwoyo Omutukuvu ng'ekirabo okunyweza obuyinza obwo. N'olwekyo, bw'oba tomanyi Mwoyo Mutukuvu, tosobola kuyitibwa oba kumanyibwa nga mwana wa Katonda. 2 Bakolinso 1:21-22 wasoma nti, *"Naye atunyweza ffe awamu nammwe mu Kristo, era eyatufukako amafuta, ye Katonda, era eyatussaako akabonero, n'atuwa omusingo ogw'omwoyo mu mitima gyaffe."*

Okufuna Omwoyo Omutukuvu.

Ebikolwa 2:38-39 wanyonyola mu bujjuvu bwe tusobola okufuna Omwoyo Omutukuvu: *"Mwenenye, mubatizibwe buli muntu mu mmwe okuyingira mu linnya lya Yesu Kristo okuggibwako ebibi byammwe, munaaweebwa ekirabo gwe Mwoyo Omutukuvu. Kubanga okusuubizibwa kwammwe era kwa baana bammwe n'abo bonna abali ewala, bonna abaliyitibwa Mukama Katonda waffe."*

Omuntu yenna asonyiyibwa ebibi bye era n'afuna ekirabo eky'Omwoyo Omutukuvu bwa yatula ebibi bye, ne yeenenya mubwetowaze, era n'akkiriza nti Yesu ye Mulokozi we.

Eky'okulabirako, mu Bikolwa 10 mulimu omusajja ow'amawanga ey'ayitibwanga Koluneeriyo owe Kayisaliya. Olunaku lumu, omutume Petero y'amu kyalira mu nyumba ye era n'amubuulira enjiri ya Yesu Kristo n'amaka ge gonna. Petero bwe yali abuulira, Omwoyo Omutukuvu n'abakkako n'ebatandika okwogera mu nnimi.

Abantu abafuna Omwoyo Omutukuvu olw'okukkiriza Yesu Kristo ng'omulokozi waabwe bali ku mutendera ogusooka ogw'okukkiriza. Naye, nga baba bayita ku lugwanyu okulokolebwa kubanga tebannaba kwegyako bibi byabwe nga babirwanisa, wadde okutuukiriza emirimi gya Katonda, oba okuddiza Katonda ekitiibwa

Omunyazi ey'akomererwa ku musaalaba ku ludda olumu olwa Yesu y'amukkiriza ng'omulokozi we, era ekigera ky'okukkriza kwe kiri ku mutendera ogusooka.

3. Okukkiriza kw'omunyazi ey'enenya

Lukka 23 watugamba nti abanyazi ababiri abawanikibwa ku misaalaba ku buli ludda lwa Yesu. Omu ku bbo y'aduulira Yesu, ye omulala n'anenya munne era nnakkiriza Yesu ng'omulokozi nga yeenenya ebibi bye. Y'agamba *"Yesu onzijjukiranga ng'ozze mu bwakabaka bwo,"* Era Yesu yaddamu, *"Mazima nkugamba nti leero onooba Nange mu lusuku lwa Katonda"* (olunyiriri 42:43).

"Olusuku" Yesu lwe yasuubiza omunyazi luli ku njegoyeego z'eggulu. Eyo abantu abali ku mutendera gw'okukkiriza ogusooka mmwe bali beera olubeerera. Emyoyo egirokoleddwa mu lusuku tegiweebwa mpeera yonna. Omunyazi ono yayatula ebibi bye olw'ebirowoozo bye ebyali ebirungi era n'asonyiyibwa olw'okukkiriza Yesu Kristo ng'omulokozi we.

Wabula, talina kye yakolera Mukama mu bulamu bwe ku nsi. Ye nsonga lwaki yafuna okusuubizibwa kw'olusuku eyo awatali mpeera yonna. Abantu bwe batakuza kukkiriza kwabwe ng'akaweke ka kaladaali ne bwe baba nga bamaze okufuna Omwoyo Omutukuvu olw'okukkiriza Yesu Kristo, bajja kuyita kulugwanyu okulokolebwa era babeere mu lusuku emirembe gyonna awatali mpeera yonna.

Wabula, tolina kulowooza nti abakkiriza abapya bokka oba abakatandika mu kukkiriza nti be bali ku mutendera ogusooka ogw'okukkiriza. Newankubadde ng'obadde otambulira mu bulamu obwekikristaayo okumala ebbanga ddene era ng'oweereza ng'omukadde oba omudinkoni, ojja kufuna obulokozi obw'obuswavu singa omulimu gwo bwe gulyokebwa gulifuuka evvu mu kugezesebwa okw'omuliro.

N'olwekyo, olina okusaba n'okufuba okutambulira mu kigambo kya Katonda ng'omaze okufuna Omwoyo Omutukuvu. Bwo tatambula ng'ekigambo naye n'e weeyongera okw'onoona erinnya lyo lijjakusangulibwa okuva mu kitabo ky'obulamu mu ggulu era tojja kuyingira ggulu.

4. Teweemalako nnyonta ya Mwoyo Mutukuvu

Waliwo abantu abamu abaali babaddeko abeesigwa naye n'ebagenda nga baddirira mpola mpola mu kukkiriza kwabwe olw'ensonga ez'enjawulo, era n'ebafuna obulokozi obw'okuyita ku lugwanyu.

Omusajja omu eyali omukadde mu kanisa yange yaweereza n'obwesigwa mu ngeri nyingi ez'ekanisa, era okukkiriza kwe nga kulinga okunene kungulu. Naye, olunaku lumu yalwala mangu awo n'aba bubi nnyo. Yali tasobola n'akwogera era n'ajja musabire.

Mu kifo kyo kumusabira awone, n'amusabira alokolebwe. Mu kiseera ekyo, omwoyo gwe gwali gutawanyizibwa nnyo olw'okweralikirira olutalo wakati wa bamalayika abaali bagezaako okumutwala mu ggulu, n'emwoyo emibi egyali gigezaako okumutwala mu geyeena. Singa yali afunye okukkiriza okumala okulokolebwa, emwoyo emibi tegyandize kumutwala. Amangu ago nnamusabira nga ngoba emyoyo emibi, era n'asaba Katonda ayaniriza omusajja ono. Amangu ng'essaala yange ewedde, y'afuna eddembe era n'akulukusa amaziga. Yeenenya nga tannaba kufa era n'ayita ku lugwanyu okulokolebwa. Mu ngeri y'emu. N'ebwoba nga w'afuna Omwoyo Omutukuvu era n'olondebwa mu kifo ky'obudinkoni oba obukadde bwe kanisa kijja kuba kya buswavu mu maaso ga Katonda okubeera mu kwonoona. Bw'otakyuka kuva mu bulamu buno obw'ekibugumirize obw'Omwoyo, Omwoyo Omutukuvu mu ggwe agenda asereba n'akuggwako era tojja kulokolebwa.

Naye ekanisa bwe yafuna okugezesebwa, teyagezaako kuyimirira wamu nayo, wadde okugiwolereza wabula nakkiriza ebirowoozo bye okufugibwa Setaani. Ebigambo eby'avanga mu kamwa ke byazimba ekisenge ekinene eky'ekibi wakati we ne Katonda. Era eky'avaamu yali takyasobola kuba wansi w'obukuumi bwa Katonda era n'agwirwa ekirwadde eky'amaanyi.

Ng'omuweereza wa Katonda, teyandirabye oba okuwuliriza ekintu kyonna ekikontana n'amazima saako okwagala kwa Katonda, naye, yayagala okuwuliriza ebintu ebyo era n'abisaasanya.

Bwatyo Katonda yalina okugya ku musajja ono amaaso Ge, kubanga yali agudde okuva ku kisa kya Katonda ekinene eyali amuwonyeza ekirwadde eky'amaanyi. Empeera ze zaamenyekamenyeka era yali tasobola kufuna maanyi kusaba. okukkiriza kwe kwadda emabega era oluvanyuma yatuuka ku ssa nga tasobola kwekakasa nti ayinza okufuna bulokozi.

Eky'omukisa omulungi, kubanga Katonda yajjukira obuweereza bwe mu kanisa mu kiseera eky'ayita, bwatyo omusajja ono yafuna obulokozi obw'ekiswaavu Katonda bwe yamuwa ekisa eky'okwenenya ebyo bye yakola.

N'olwekyo, olina okutegeera nti eri Katonda, endowooza eri mu mutima gwo munda gyali, era n'okukola ebyo byayagala bye bisingira ddala obukulu okusinga emyaka gy'omaze mu kukkiriza. Bwoba ng'ogenda mu kanisa bulijjo naye n'ozimba ekisenge eky'ekibi ng'ojjeemera ekigambo kya Katonda, Omwoyo Omutukuvu ali mu ggwe aseebengerera, n'obulwa okukkiriza okutono okwenkana akaweke ka kaladdaali (1 Bassessalonika 5:19), era tojja kufuna bulokozi.

Mu Baebulaniya 10:38 Katonda agamba, *"Naye omutuukirivu wange aliba mulamu lwa kukkiriza: Era bwaddayo ennyuma emmeeme yange temusanyukira."* Nga kijja ku kwenyamiza singa oba okuze mukukkiriza kwo okumala emyaka naye ate n'oddayo mu nsi! Olina okusigala nga otunula ekiseera kyonna oleme okukemebwa oba gwe okuddirira mu kukkiriza kwo.

5. Adamu Yalokolebwa?

Abantu bangi beebuuza ekyatuuka ku Adamu ne Kaawa nga bamaze okulya ekibala eky'omuti ogw'okumanya obulungi n'obubi. Bayinza okuba nga baalokolebwa wadde nga baali bakolimiddwa era ne bagobwa mu lusuku Adeni olw'obujjeemu bwabwe?

Ka tusime e buziba ku ngeri omuntu eyasooka Adamu gye yajjeemeramu Katonda. Katonda ng'amaze okutonda eggulu n'ensi, Yakola omuntu okuva mu nfuufu mu kifaananyi Kye era mu ngeri ye. Bwe yafuuwa omuka ogw'obulamu mu muntu, omuntu n'afuuka omulamu. Olwo, N'asimba olusuku Adeni e buvanjuba wa Adeni nga lwe tongodde ku nsi era n'amuteeka omwo.

Mu lusuku Adeni nga buli kimu kirungi nnyo era nga kimala okusinga ekifo ekirala kyonna mu nsi, Adamu teyabulirirwanga era neyeeyagalira mu mukisa ogw'obulamu obutaggwaawo era n'obuyinza bw'okufuga ebintu byonna. Okwongereza kw'ebyo, Katonda Yamuwa omuyambi era n'abawa omukisa okwaala, okweyongera n'okujjuza ensi. N'olwensonga eyo, Katonda y'awa omuntu eyasooka Adamu omukisa okubeera mu mbeera esinga obulungi nga talina kyetaago.

Naye, waaliwo ekintu kimu Katonda kye yali yagaana. Yagamba, *"Naye omuti ogw'okumanya obulungi n'obubi togulyangako. Kubanga olunaku lw'oligulyako tolirema kufa"* (Lubereberye 2:17). Kino kiraga akabonero k'obukulu bwa Katonda obusembayo era kiraga nti Yali ataddewo ekiragiro wakati We n'omuntu.

Ekiseera ekiwanvu nga kiyiseewo, Adamu ne Kaawa baajjeemera ekiragiro kya Katonda era ne balya ekibala eky'omuti olw'okukemebwa omusota. Baayonoona era emwoyo gyabwe ne gifa olw'ebibi byabwe, bwe batyo n'ebafuuka ba mubiri era ab'onoonyi.

Baalina okugobebwa okuva mu lusuku Adeni era n'ebatandika okubeera ku nsi wakati mu kubonabona okwa buli ngeri ng'endwadde, amaziga, ennaku, n'okulumwa, era nga b'afa omuka ogw'obulamu bwe gwa baggwangamu, nga Katonda bwe yali agambye nti "Tolirema kufa."

Olwo Adamu ne Kaawa baafuna obulokozi ne bagenda mu ggulu? Baajjeemera ekiragiro kya Katonda ne b'onoona mu maaso Ge. Era olwa kino, abantu abamu bagamba nti, "Tebaalokolebwa kubanga baayonoona era n'ebaleetera ebintu byonna okukolimirwa n'ebazukulu baabwe bonna okubeeranga mu kubonaabona." Naye, Katonda kwagala n'abo y'abaggulirawo ekkubo ery'obulokozi. Emitima gyabwe gyasigala miyonjoko era nga myetowaaze eri Katonda ne bwe baali nga bamaze okwonoona, ky'otayinza kugerageranya n'abantu ba leero emitima gyabwe gijjudde buli kika kya kibi era n'obwonoonyi, mu nsi eno embi.

Eky'ava mu kw'onoona kwabwe, Adamu yalina okukola enyo alyoke alye okuva mu ntuuyo ze, so si nga bwe kyali mu biseera bwe yali mu lusuku Adeni, ne Kaawa yalina okulumwa ennyo mu kuzaala okusinga bwe kyali mu lusuku Adeni. Era bombi baalaba omu ku baana baabwe ng'atta munne.

Okuyita mu kubonaabona okwo n'ebyo bye baali balabye, Adamu ne Kaawa baatandika okutegeera emikisa n'okweyagala bye baalimu mu lusuku Adeni. N'ebatandika okusubwa ekiseera mwe baabeereranga wansi w'obukuumi n'okwagala kwa Katonda. N'ebategeera mu mitima gyabwe nti buli kimu kye baali beeyagaliramu mu lusuku Adeni gyali mikisa n'okwagala kwa Katonda, era ne beenenyeza ddala olw'okujjeemera ekiragiro kya Katonda.

Kiyinzika kitya Katonda kwagala, Oyo asonyiwa n'omutemu nga yeenenyeza okuva ku ntobo y'omutima gwe, N'atawulira kwegayirira kwabwe? Amazima gali nti, baatondebwa n'emikono gya Katonda yennyini era n'ebakuzibwa mu kisa n'okulabirirwa ebya Katonda okumala ebbanga ddene. Katonda yandiyinzizza atya okubasindika mu geyeena?

Katonda yakkiriza okwenenya kwa Adamu ne Kaawa era n'abatwala mu kkubo ery'obulokozi mu kwagala Kwe. Wabula okulokolebwa kwabwe kwali kwa lugwanyu era ne batuuka mu lusuku. Ekyo kiri bwe kityo kubanga baaleeka okwagala kwa Katonda n'ewankubadde yabagala nnyo. Obujjeemu bwabwe tekyali kintu kitono kubanga bwaleeta obulumi bungi mu mutima gwa Katonda era ne kuleeta okufa n'obulumi eri emirembe mingi egy'abaddirira.

Katugambe nti waliwo omwana atakula wadde ng'ekiseera kinene kiyiseewo. Omwana bwakula obulungi, maama we ne taata we baba basanyufu. Naye, omwana bwaba alya bulungi naye nga takula, okwerarikirira n'obulumi bw'abazadde be kw'eyongera buli lunaku

Mu ngeri y'emu, bw'ofuna Omwoyo Omutukuvu era n'ofuna okukkiriza okw'enkana n'akaweke ka kaladdaali, olina okulafubana okukuza okukkiriza kwo ng'oyiga era ng'ogondera ekigambo kya Katonda. Olwo lwokka lw'onoosobola okufuna buli ky'osaba mu linnya lya mukama, n'oddiza Katonda ekitiibwa, era n'otambula ng'odda eri obwakabaka obw'omu ggulu.

K'oleme okumatira olw'okuba oli mulokole nti era wafuna Omwoyo Omutukuvu, naye ofube okutuuka ku kigera ky'okukkiriza ekya waggulu era w'eyagalire mu buyinza n'emikisa ng'abaana ba Katonda abagalwa, mu linnya lya Mukama nsabye!

Essuula 5

Okukkiriza okw'okugezaako Okutambulira mu Kigambo

Ekigera Okukkiriza

1
Omutendera ogw'okubiri ogw'okukkiriza
2
Omutendera Ogusinga Obuzibu mu bulamu Bw'okukkiriza
3
Okukkiriza kwa ba Isiraeri bwe baali ku Lugendo
4
Okujjako ng'okkiriza era n'ogonda
5
Abakristaayo abato n'abakulu

Bwe kityo ndaba etteeka nti
nze bwe njagala okukola ekirungi,
ekibi kimbeera kumpi.
Kubanga nsanyukira amateeka
ga Katonda mu muntu ow'omunda:
naye ndaba etteeka eddala mu bitundu byanga
nga lirwana n'etteeka ly'amagezi gange,
era nga lindeeta mu bufuge wansi
w'etteeka ly'ekibi eriri mu bitundu byange.
Nze nga ndi muntu munaku!
ani alindokola mu mubiri ogw'okufa kuno?
Nneebaza Katonda ku bwa Yesu Kristo Mukama waffe.
Kale bwe kityo nze nzekka mu magezi
ndi muddu wa mateeka ga Katonda,
naye mu mubiri wa tteeka lya kibi.
(Romans 7:21-25)

Ng'otandika ku bulamu bwo mu Kristo era n'ofuna Omwoyo Omutukuvu, otandika okunyiikira n'amaanyi mu bulamu bwo mu kukkiriza era ojja kujjuzibwa essanyu ery'obulokozi. Ofuba okugondera ekigambo kya Katonda bw'otandika okutegeera Katonda ne ggulu. Omwoyo Omutukuvu akuyamba okutegeera amazima n'okugoberera ekkubo ery'amazima. Bw'ojjeemera ekigambo kya Katonda, owulira okunyolwa kubanga Omwoyo Omutukuvu ali mu ggwe asinda era oluvanyuma otandika okutegeera ekibi kye kitegeeza.

Mu ngeri eno, wadde mu kusooka obadde olina okukkiriza okukusobozesa okulokolebwa ku lugwaanyu, ofuba okutambulira mu kigambo kya Katonda ng'okukkiriza kwo bwe kukula. Ku tutunuulire mu bujjuvu engeri gy'otambuzaamu obulamu bwo ku mutendera guno.

1. Omutendera ogw'okubiri ogw'okukkiriza

Bw'olokolebwa olw'okukkiriza Yesu Kristo era ng'oli kumutendera ogusooka ogw'okukkiriza, oyinza okukola ebibi nga tomanyi kubanga okumanya kwo okw'ekigambo kya Katonda kutono. Kye kimu n'eri omwana omuto atawulira kuswala wadde ng'ali bukunya.

Naye, bwowulira ekigambo kya Katonda era mu mwoyo

n'owulira nti mu kigambo kya Katonda mulimu obulamu, obeera oyaayaanira nnyo okuwulira ekigambo n'okusaba Katonda. Nga bwolaba n'abaweereza ab'esigwa mu kanisa, naawe oyaayaana okubeera omwesigwa mu Kristo.

N'abwekityo, era mpola mpola, okyuuka okuva mu makubo ag'ensi, n'ogendanga mu kanisa, era n'ofuba okuwulira ekigambo kya Katonda. Wanyumirwanga nnyo okubeera n'emikwano egy'ensi, naye kati oyagala okugoberera enjigiriza ez'omwoyo n'e nkung'ana kubanga omutima gwo gunoonya bya mwoyo.

Ku mutendera ogw'okubiri ogw'okukkiriza, oyiga engeri y'okutambulira mu bulamu bw'ekikristaayo obulungi ng'omwana wa Katonda okuyita mu bukaka bw'omubuulizi n'obujjulizi bwa b'oluganda mu Kristo.

Bwotyo, oyiga engeri y'okutambula ng'omukristaayo. Okuuma olunaku lwa Mukama nga lutukuvu era n'owaayo ekimu eky'ekkumi nga kijjuvu mu nyumba ya Katonda. Oyiga nti olina okuba omusanyufu bulijjo, okusaba bulijjo, era n'okwebaza ebiseera byonna. Oyiga okwagala balirwaana bo nga bw'oyagala omubiri gwo, era n'oyagala n'abalabe bo. Era, ogambibwa obutakoma kukwejjako buli kibi kyonna, ng'obukyaayi, enge, okusalira abalala emisango oba okuwaayiriza, wabula n'okwefanaanyiriza omutima gwa Mukama. Mu kiseera kino, osalawo okutambulira mu kigambo.

2. Omutendera Ogusinga Obuzibu mu bulamu Bw'okukkiriza

Mu ngeri eno, okola buli kisoboka okugondera ekigambo

kubanga omanyi amazima. Kyokka mu kiseera kye kimu, owulira okuzitowererwa kubanga sikyangu okutambulira bulijjo mu kigambo. Ebikolwa byo birabika ng'ebikontana n'okwagala kwo.

Emirundi mingi, tosobola kukola ng'ekigambo bwe kiragira kubanga amaanyi g'Omwoyo ag'amala okugoberera ekigambo kya Katonda tegannakuweebwa. Abantu abamu bayinza n'okussa ekikkowe oba okukaaba, nga bagamba, "singa saamanya kanisa."

Kantangaaze ku kino n'ekyokulabirako. oyagala okugenda ku kanisa buli Sande, naye olumu olemererwa okugenda okusaba ku kanisa, olw'enkung'ana ezimu oba obubaga. Olumu obeera mu kusaba okw'oku makya n'otagenda mu kusaba kwa lw'eggulo. Olumu n'ogenda ku mbaga ya mukwano gwo oba ow'oluganda lwo n'otagenda mu kusinza ku Sande.

Era okimanyi nti olina okuwa Katonda ekimu eky'ekkumi ekijjuvu naye olumu olemererwa okugondera ekiragiro ekyo. Ebiseera ebirala w'esanga ojjude obukyaayi eri abalala wadde ng'ogezaako obutakyawa muntu yenna. Okwegomba kutanula ng'olabye ow'oluganda ow'ekikula ekirala kubanga ekibi ekyo n'okwonoona bikyali mu mitima gwo (Matayo 5:28).

Mu ngeri y'emu, bw'obeera ku mutedera ogw'okubiri mu kukkiriza, ogezaako kyonna ekisoboka okugondera ekigambo kya Katonda, wadde ng'amaanyi okugondera ekigambo kya Katonda mu bujjuvu tegannakuweebwa. Wadde guli gutyo, okola buli ekisoboka okwejjako ebibi, ng'okusalira abalala emisango, enge, obuggya, obwenzi ne biringa ebyo, ebyo byonna bikontana n'ekigambo.

Obutagondera Kigambo Bulijjo

Mu Baruumi 7:21-23, omutume Paulo alambulula lwaki omutendera ogw'okubiri mu kukkiriza gwe gusinga obuzibu mu bulamu obw'okukkiriza:

> *Bwe kityo ndaba etteeka nti nze bwe njagala okukola ekirungi, ekibi kimbeera kumpi. kubanga nsanyukira amateeka ga Katonda mu muntu ow'omunda: naye ndaba etteeka eddala mu bitundu byanga nga lirwana n'etteeka ly'amagezi gange, era nga lindeeta mu bufuge wansi w'etteeka ly'ekibi eriri mu bitundu byange.*

Waliwo abakristaayo abamu abalumwa ennyo kubanga bamanyi ekigambo naye nga tebannagondera biragiro bya Katonda. Gwe mulimu gw'abakulembeze ab'Omwoyo okubalung'amya n'obwegendereza eri ekkubo ery'amazima.

Katugambe nti waliwo omusajja atasobola kulekeraawo kufuweeta sigala oba okunywa omwenge. Bw'omunenya, ng'ogamba nti, "Bw'onoogenda mu maaso n'okufuweeta sigala oba okunywa omwenge, Katonda ajja kukunyiigira," ajja kulekeraawo okujja mu kanisa era ekinaavamu ave ne ku Katonda. Wandibadde omugamba nti, "Osobola okuva ku sigala oba omwenge amangu kubanga Katonda ajja kukuyamba. Singa okukkiriza kwo kukula, kiba kyangu okubireka. N'olwekyo mukwano saba bulijjo n'okukkiriza mu Katonda." Mu ngeri eno, ojja kuba tomuleteedde kujja eri Katonda ng'atidde nti agenda kubonerezebwa. Wabula, oba omuleetedde okujja eri Katonda mu ssanyu n'okwebaza n'endowooza ey'obukakafu bw'okwagala kwa Katonda.

Eky'okulabirako ekirala, katugambe waliwo omusajja nga ye asaba ku Sande ku makya lwokka, olw'eggulo n'aggulawo edduka lye. Oyinza kumugamba otya oyo? Wandimulungamiza n'omulabula n'ekisa, ng'omugamba, "Katonda asanyuka singa okuuma olunaku lwa Mukama nga lutukuvu. Bw'okuuma olunaku lwa Mukama nga lutukuvu era n'osabira emikisa Gye, mu mazima ojja kukiraba nti Katonda okuwa emikisa mu bungi okusinga n'ebyofuna ng'ogguddewo edduuka ku lunaku lwa Mukama."

Wabula wadde kiri kityo, tekitegeeza nti kirungi ekigera ky'okukkiriza kw'omuntu okusigala nga tekikyuuse awatali kukula. Nga bwe tukiraba mu kukula kw'omwana, bwatakula bulungi nga bwe kyetaagisa, alwala, aba teyeesobola, oba okufa, n'okukkiriza kw'omuntu oyo kunafuwa ebbanga bwe liyitawo era ajja kuba yeesudde wala ku kkubo ly'obulokozi. Nga kiriba kya nnaku nnyo nga tasobola kulokolebwa!

Yesu atugamba mu kubikkulirwa 3:15-16, *"Manyi ebikolwa byo, nga tonyogoga so tobuguma: wakiri obe ng'onnyogoga oba obuguma. Bwe kityo kubanga olina ekibugumirize, so tonyogoga so tobuguma, ndikusesema mu kamwa kange."* Katonda atunenya era n'atutegeeza nti tetuyinza kulokolebwa n'okukkiriza okw'ekibogwe. Okukkiriza kwo bwe kuba kunnyogovu, Katonda asobola okukuleeta eri okwenenya n'obulokozi ng'akuyisa mu bigezo. Naye, bwoba ng'okyalina okukkiriza okw'ekibogwe, si kyangu gyoli okwezuula era ne weenenya ebibi byo.

3. Okukkiriza kwa ba Isiraeli bwe baali ku Lugendo

Bwolemererwa okutambulira mu kigambo kya Katonda, otera okwemulugunya oba okutolotooma olw'ebizibu mu kifo ky'okubiwangula n'okukkiriza wamu ne ssanyu. Wadde kiri kityo, Katonda kwagala akugumikiriza era n'ayongera okukuzaamu amaanyi okubeera era n'okusigala mu mazima.

Katutwale eky'okulabirako. Abaana ba Isiraeri baali mu busibe okumala emyaka nga 400 mu Misiri. Baavaayo wansi w'obukulembeze bwa Musa era n'ebalaba eby'amagero bya Katonda eby'amaanyi nga bikolebwa emirudi mingi bwe baali nga batambula okugenda mu nsi ye Kanaani.

Baalaba ebibonoobono ekkumi ebyasindikirwa ku Misiri; amazzi ge nnyanja emyufu bwe geeyawulamu ebiri; n'amazzi age maala agaali gakaawa bwe g'afuuka amalungi okunywa. Era emmere gye baalyanga yavanga mu ggulu bwe baali bayita mu dungu eritibwa Sin. Baalaba amaanyi ga Katonda okuyita mu mirimu gye egy'amaanyi era egy'ewuunyisa mu ngeri eyo.

Kyokka, beemulugunya era ne batolotooma mu kifo ky'okusaba n'okukkiriza buli lwe baasanga ng'obuzibu. Wadde guli gutyo, Katonda ajjude okwagala yabasaasira n'abeera n'abo n'abakulembera emisana n'ekiro okutuusa lw'ebatuuka mu nsi ensuubize.

Abantu abajjeemu era abeemulugunya

Lwaki aba Isiraeli baabeeranga badodooma n'okwemulugunya buli lwe baasisinkananga okugezesebwa n'ebizibu? Tekyalinga lwa mbeera eyo yennyini, naye olw'okukkiriza kwabwe. Singa baali balina okukkiriza okw'amazima, bandyeyagalidde mu nsi ye Kanaani, ensi ensuubize, mu mitima gyabwe newankubadde ng'ebiseera ebyo baali bakyali mu ddungu.

Kwe kugamba, Singa baali bakkirizza nti Katonda alina okubatuusa mu nsi ye Kanaani, bandituseeyo nga bawangula buli kizibu, nga tebakalubiriddwa wadde okulumwa, ekizibu n'ebwekyandibadde kyenkana kitya kye baasisinkana mu ddungu.

Okusinzira ku kika ky'okukkiriza n'endowooza abantu gye balina, eneeyisa yaabwe esobola okwawukana wadde nga bali mu mbeera y'emu oba nga bayita mu nsonga yeemu. Abamu bakaluubirizibwa mu buzibu; abalala babikiriza n'obuvunaanyizibwa; kyokka abalala n'ebazuula n'okwagala kwa Katonda wakati mu bizibu bino era ne bakugondera ne ssanyu wamu n'okwebaza.

Osobola otya okutambuliza obulamu bwo mu Kristo obujjudde okwebaza nga teweemulugunya? Ka nyongere okuttaanya ku kino n'eky'okulabirako. Katugambe obeera mu kibuga Seoul era ng'oli mu buzibu bwe by'ensimbi.

Olunaku lumu, omuntu n'ajja gyoli n'akugamba nti, "waliwo ejjinja ery'omuwendo ery'enkana ng'omupiira ery'aziikibwa mu musenyu ku lubalama lw'enyanja e Pusan, nga kino kiri mayiro nga 266 ng'odda mu maserengeta g'obuvanjuba bw'ekibuga Seoul. Ejjinja lino liba lilyo bw'olizuula. Osobola okutambula oba okudduka okugenda ku lubalama naye tokkirizibwa kuvugawo mmotoka, okulinyawo bbaasi, eggaali y'omuka, oba ennyonyi okutuukayo."

Oyinza kuddamu otya? Toyinza kugamba nti, "Kirungi.

Ejjinja ery'omuwendo lino lyange kubanga yalimpadde, n'olwekyo nja kugendayo ndifune omwaka ogujja" oba n'ogamba nti "njakugendayo omwezi ogujja kubanga kati nkyalina eby'okukola bingi." Eky'amazima, tojja n'akulinda, ojja kutandikirawo okudduka nga wakawulira amawulire gano okuva gyali.

Abantu bwe bawulira amawulire gegamu, abasinga bajja kudduka okugenda ku lubalama e Pusani era bajja kuyita mu kkubo erisinga okumpi okusobola okufuna ejjinja ery'omuwendo lino mu bwangu nga bwe kisoboka. Tewali n'omu ayinza kubivaako eby'ogenda e Pusani, wadde ebigere bibaluma bitya n'okukoowa. Naye, ojja kutemerera osobole okufuna ejjinja lino ery'omuwendo nga bwe weebaza n'essanyu awatali kwemulungunya ku bulumi obuli mu bigere.

Mu ngeri y'emu, bw'oba osuubira n'amaanyi obwakabaka bw'omu ggulu obulungi era obutaggwaawo n'okukkiriza okutakyuuka, osobola okudduka embiro z'okukkiriza nga teweemulugunya mu buli mbeera okutuusa lw'otuuka mu ggulu.

Abantu abeetowaze

Bw'ogondera ekigambo kya Katonda, towulira bulumi wadde okukalubirizibwa mu bulamu bwo obw'ekikristaayo wabula okubunyumirwa n'okubujjagulizaamu. Bw'owulira nga toteredde mu bulamu bwo obw'okukkiriza, ekyo kikakasa obujjeemu bwo eri ekigambo kya Katonda n'okuwaba okuva ku kwagala Kwe.

Kambanyumizeeyo olugero. Edda, embalaasi z'akozesebwanga kuwalula bigaali eby'ettikanga emigugu oluusi n'abantu. Embalaasi zino zaakubwanga nga nnyo emiggo wadde nga zaakoleranga nnyo bakama baazo. Bwe zaagonderanga bakama baazo nga tezikubwa naye kasita kaazitandanga n'ezikola ebyazo nga tezigondera bakama baazo nga zikubwa emiggo egy'amaanyi.

Bwe kityo bwe kiri n'eri abantu abajjeemera ekigambo kya Katonda. Abantu abo abakola bye baagala n'abakaabya bakama baabwe. Batera nnyo okukubwa emiggo. Kyokka nga kino si bwekiri eri abo abantu abagondera ekigambo kya Katonda. nga, bagamba," Katonda, yogera. Nja kugoberera gwe wekka," abo babeera n'obulamu obw'eddembe era obwangu.

Eky'okulabirako, Katonda atulagira, "Tobbanga." Bw'ogondera ekiragiro ekyo, owulira emirembe. Naye, bwotakigondera, owulira nga toteredde kubanga muli weegomba okubba. Kyabutonde nti omwana wa Katonda alina okusuula eri buli Katonda kyalagira okusuulibwa eri. Bwa takikola, annyolwa mu mutima.

Ye nsonga lwaki mu Mataayo 7:13-14, Yesu agamba, *"Muyingire mu mulyango omufunda: kubanga omulyango mugazi, n'ekkubo eridda mu kuzikirira ddene, n'abo abayitamu bangi. Kubanga omulyango mufunda n'ekkubo eridda mu bulamu lya kanyigo n'abo abaliraba batono."*

Abakatandika okukkiriza bakisanga nga kigumu era nga kizibu, ng'okugezaako okuyingira mu mulyango omufunda, okugondera ekigambo kya Katonda. Naye mpola mpola bategeera nti ly'ekkubo erigenda mu ggulu era ekkubo ettuufu ery'essanyu n'amazima.

4. Okujjako ng'okkiriza era n'ogonda

Oba olyaawo emirundi mingi owulidde ku nyiriri zino mu 1 Bassessalonika 5; *"Musanyukenga ennaku zonna; musabenga obutayosa; mwebaze nga mu kigambo kyonna kyonna: kubanga ekyo Katonda ky'abaagaliza mu Kristo Yesu gye muli"* (olunyiriri 16-18).

Essanyu likuggwako ekintu ekibi bwe kikutuukako? Ofunya emitaafu ng'omuntu akunyizizza? Ojjula okutya n'okweraliikirira ng'oli mu buziba bwa Sente oba ng'otulugunyizibwa omuntu yenna?

Abamu bakiraba ng'obunnanfuusi okubeera omusanyufu era n'okwebaza wadde ng'oli mu biseera ebizibu. Bayinza okubuuza, "Lwaki mba nneebaza nga tewaali kya kwebazibwa?" Era bakimanyi nti balina okuba abagumikiriza naye babulwa essanyu n'ebanyiiga mangu bwe batuukibwako embeera enzibu.

Bakola obwenzi mu mitima gyabwe bwe batunuulira abakazi abalungi kubanga tebannaba kusuula eri kwegomba okuva mu mitima gyabwe. Ebintu bino bikakasa nti abantu nga bano tebannaba kweggyako bibi nga babirwanyisa era nti tebagondera kigambo.

Towulira ddoboozi Lya Mwoyo Mutukuvu

Bw'oba omanyi nnyo ekigambo kya Katonda naye n'otakigondera, toyinza kuwulira ddoboozi lya Mwoyo Mutukuvu wadde okulungamizibwa Ye kubanga ojja kuba ozimbye ekisenge eky'ekibi wakati wo ne Katonda. Wabula, n'eyakatandika okukkiriza asobola okuwulira eddoboozi Lye era n'amulungamya bwaba agenze mu maaso n'okugondera ekigambo kya Katonda. Ng'omwana omuto bwatalina kye yeelariikirira bwagondera bazadde be, Katonda yenyini akusanyukira era N'akulung'amya bw'ogenda mu maaso n'okumugondera wadde n'okukkiriza okutono.

Eky'okulabirako ki kino. Abazadde balabirira abaana baabwe abato ennyo mu buli mbeera. Naye, tebeetaaga kubafaako nnyo bwe baba bakuze, nga beetambuza saako okw'eliisa. Baba tebakyetaaga kubayisa ng'omwana atannatambula bwe baba batuuse okusoma. Naye, abazadde bajja kuwulira obulumi n'ennaku omwana ono bwanaaba tasobola kwe yambaza ngato ze bulungi oba nga tasobola kukola bintu bye yandibadde ng'akola.

Mu ngeri y'emu, bwoba obadde mu bulamu obw'ekikristaayo ebbanga ddene nga wandibadde n'amukulembeze oba omuweereza mu kanisa yo, olina okugondera ekigambo kya Katonda. Bw'owuliriza ekigambo kya Katonda naye n'obeera mu bulamu bw'ekikristaayo obw'efaanaanyirizaako obw'omwana omuto era n'ogenda mu maaso okuzimba ekisenge ky'ekibi wakati wo ne Katonda, ekigezo kye kijja kujja gyoli.

Mu ngeri eyo, tojja kusobola kufuna kuddibwamu okuva eri Katonda newankubadde ng'osabye. Tosobola kubala bibala birungi okusobola okufuna obukuumi bwa Katonda. Tojja kukulaakulana naye, ojja kusanga ebizibu. Bwotyo ojja kuba olina okubeera mu bulamu obujjudde obulumi n'ennaku saako okutya n'okwelaliikirira.

Tofuna kuddibwamu kwa Katonda newankubadde obukuumi Bwe

Bw'obeera ku mutendera ogw'okubiri mu kukkiriza, obeera

omanyi bulungi ekibi kye ki, nti era olina okusuula eri ebibi n'obulimba obuli mu ggwe. Bwoba tobisudde era ng'okyabisigazza mu meeme yo, oyinza otya, awatali kuswala kwonna, okujja eri Katonda omutukuvu oyo ekitangaala kye nnyini? Omulabe wo Setaani era omubi ajja gyoli n'akuleetera okubuusabuusa Katonda era ku nkomerero n'akukema okudda mu nsi.

Waaliwo omukadde mu kanisa yange eyagezaako okubala ebibala mu bizinensi nyingi, nga yeebuuza, "N'akolera ki omusumba wange?"

Naye, teyasobola bulungi kubanga okukkiriza kwe kwali kwa kungulu era teyakomola mutima gwe, kyokka nga kye kintu ekisinga obukulu. Yaswaza Katonda olw'obutagoberera kkubo ttuufu olw'endowooza ze ez'omubiri n'omutima gwe ogw'enoonyezanga ebirungi. Era ng'alimba nnyo, ng'anyiigira nnyo abantu era n'ajjeemeranga ekigambo kya Katonda mu ngeri nnyingi.

Era, singa ebizibu bye mu by'ensimbi n'ebibye ng'omuntu tebyeyongera, teyandisigadde ng'anyweredde ku kukkiriza kwe wabula yandikukiriranyizza n'obutali butuukirivu. Era ku nkomerero, olw'okuba okudda kwe emabega mu kukkiriza kwe kwali kujja kumuviiramu okufiirwa empeera ze zonna zeyali afunye okutuuka ku kiseera ekyo, Katonda n'ayita omwoyo gwe mu kiseera kye nnyini ekituufu.

N'olwekyo, olina okukitegeera nti ekisinga obukulu si kukkiriza kwa kungulu n'e bitiibwa ebikuweebwa mu kanisa, naye okwegyako ebibi byo nga bw'otambulira mu kigambo kya Katonda.

5. Abakristaayo abato n'abakulu

Bwobeera ku mutendera ogusooka mu kukkiriza, towulira kukaluubirirwa oba okuwulira Omwoyo Omutukuvu ng'asinda wadde ng'okola ebibi. Ekyo kiba bwe kityo lwakuba tonnasobola kwawula mazima ku gatali mazima era nga totegeera nti okola kibi wadde nga kyoli mu kukola. Katonda takunenya nnyo bw'okola ebibi kubanga toyawula mazima ku gatali mazima olw'okuba tonnamanya kigambo kya Katonda.

Kiringa omwana omuto bwatanenyezebwa ng'ayiye ekikopo kya mazzi oba okwasa essowaani z'ebbumba bw'aba ng'ayavula. Wabula, abazadde be oba ab'eng'anda tebanenya mwana naye beenenya bokka olw'obulagajjavu bwabwe.

Naye, bw'oyingira mu mutendera ogw'okubiri mu kukkiriza, ojja kutandika okuwulira okusinda okw'Omwoyo Omutukuvu mu gwe era otandike n'okuwulira obubi ng'okoze ebibi. Wabula era, toyinza kutegeera buli kigambo kya Katonda kubanga olinga omwana omuto mu mwoyo, era sikyangu gwe okugondera ekigambo kya Katonda ku bubwo. Eyo ye nsonga lwaki abantu abali ku mutendera ogusooka n'ogwokubiri mu kukkiriza bayitibwa "Abakristaayo abanywesebwa amata."

Abakristaayo abanywesebwa amata.

Omutume Paulo awandiika mu 1 Bakolinso 3:1-3 nti:

> *Nange ab'oluganda, saayinza kwogera nammwe ng'ab'omwoyo, naye ng'ab'omubiri, ng'abaana abawere mu Kristo. Nnabanywesa mata, so si mmere;*

kubanga mwali temunnagiyinza: naye era ne kaakano temunnagiyinza; kubanga mukyali ba mubiri kubanga mu mmwe nga bwe mukyali mu obuggya n'okuyomba, temuli ba mubiri, era temutambula ng'abantu obuntu?

Bw'okkiriza Yesu Kristo, ofuna obuyinza okufuuka omwana wa Katonda era erinnya lyo n'eriwandiikibwa mu Kitabo ky'Obulamu mu ggulu. Naye, oyisibwa ng'omwana omuto mu Kristo kubanga tonnaba kuzaawo bulungi kifaananyi kya Katonda eky'abula.

Olw'ensonga eno, abo abali ku mutendera ogusooka n'ogw'okubiri balina okulabirirwa obulungi. Balina okuyigirizibwa ekigambo kya Katonda era n'ebaddizibwamu amaanyi okutambula nga bwe kiragira nga bwe wandinywesezza omwana omuwere amata.

Eyo y'ensonga lwaki abantu abali ku mutendera ogusooka n'ogwokubiri mu kukkiriza bayitibwa "Abakristaayo abanywesebwa amata." Okukkiriza kwabwe bwe kukula, era ne batandika okutegeera n'okugondera ekigambo kya Katonda ku bwabwe, bayitibwa"Abakristaayo abalisibwa emmere"

N'olwekyo, bw'oba oli mukristaayo anywesebwa amata-ku mutendera ogusooka oba ogw'okubiri mu kukkiriza-Olina okufuba ennyo nga bwosobola ofuuke omukristaayo alya emmere. Naye, olina okujjukira nti toyinza lwampaka kuva mubulamu bw'omukristaayo anywesebwa amata n'otuuka ku mutendera ogw'omukristaayo alya emmere. Bw'okikola, olubuto lujja kulemererwa okugigaaya nga n'omwana ataneetuuka ate bwaliisibwa emmere ekaluba naye olubuto lwe luba lujja kufuna obuzibu mu kugonza emmere eyo.

N'olwekyo, olina okwegendereza ng'olabirira omwagalwa wo, omwana wo oba omuntu yenna alina okukkiriza okutano. Olina okusooka okweteeka mu bigere byabwe, era obalung'amye mu kukula mu kukkiriza ng'obayigiriza Katonda omulamu, mu kifo kyo kubanenya oba okubawuliza obubi olw'okukkiriza kwabwe okutono olw'emitima gyabwe egy'empaka oba ebikolwa eby'obujjeemu.

Katonda tabonereza bantu abali ku mutendera ogusooka n'ogwokubiri wadde tebakuumye lunaku Lwe nga lutukuvu oba nga tebatambulidde mu kigambo Kye mu bujjuvu. Wabula ategeera embeera yaabwe era n'abakulembera mu kwagala. Mu ngeri eno tulina okusobola okwawula ekipimo ky'okukkiriza kwaffe n'okukkiriza okw'abalala era tulowooza nga twegendereza okusinziira ku kigera eky'okukkiriza.

Abakristaayo abalya emmere.

Bw'ofuba okutambulira mu bulamu bw'ekikristaayo obulungi wadde ngoli ku mutendera ogusooka oba ogw'okubiri mu kukkiriza, Katonda akukuuma eri emitawaana ne bizibu bingi. Naye, tolina kusigala ku mutendera ogw'okubiri mu kukkiriza nga teweyongerako mu kukkiriza kwo. Nga n'abazadde bwe beeralikirira ng'abaana baabwe tebakula bulungi naye n'ebasanyuka nnyo olw'abaana baabwe okukula obulungi, omwana wa Katonda alina okulafubana okukuza okukkiriza kwe okuyita mu kigambo n'okusaba.

Wabula ku ludda olumu, mu kiseera ekituufu Katonda akuganya okuyitako mu bizibu asobole okukutwala ku mutendera ogw'okusatu mu kukkiriza. Takuwa mukisa mu kukula kwa kukkiriza kwo kwokka naye n'emubintu ebirala bingi. Ebizibu gye bikoma okuba ebinene n'obiwangula, ne mikisa Katonda gy'akuwa gye gikoma obungi.

Ku ludda olulala, bwoba ng'olina kubeera ku mutendera ogw'okusatu mu kukkiriza naye n'otambulira mu bulamu obusuubirwa okuba obw'omuntu ali ku mutendera ogusooka oba ogw'okubiri mu kukkiriza, Katonda akuleteera ebigezo ebikugunjula mu kifo kyebyo eby'omukisa.

Katugambe waliwo omwana ng'omubiri gwe gubulamu ebiriisa eby'etaagisa olw'okuba alemera ku kunywa mata gokka nga talya mmere ndala yonna erimu ku birungo ebirala, Bwalemera ku mata, ayinza okulwala obulwadde obuva ku ndya embi oba n'okufa. Mu mbeera bwetyo, abazadde bafuba nnyo nga bwe basobola okuliisa omwana waabwe emmere ejjudde ebiriisa.

Bw'ekityo bw'ekiri, abaana ba Katonda bwe bamanya ekigambo Kye naye ne ba kwata ekkubo ery'okufa nga tebagoberedde kigambo, Katonda okuyita mu mwana we Yesu Kristo ayagala okufuna abaana abamazima-ng'abaganya okuyita mu bigezo n'omutima ogumenyese nga bwe banenya setaani.

Katonda bwati bwayisa abaana Be: *"kubanga mukama gw'ayagala amukangavvula, Era akuba buli mwana gw'akkiriza. Olw'okukangavvulwa kyemunaavanga mugu miikiriza; Katonda abakola ng'abaana; kuba mwana ki kitaawe gw'atakangavvula?"* (Baebulaniya 12:6-7)

Singa omwana wa Katonda akola ebibi naye n'atamubonereza, buno bukakafu eri omuntu oyo nti ali wala nnyo n'okwagala kwa

Katonda. Gujja kuba mutawaana ogukyasinze eri oyo okugwa mu geyeena kubanga Katonda aba takyamukkiriza ng'omwana We.

N'olwekyo, ebibonerezo bya Katonda ebigunjula bwe bikujjako ng'okoze ebibi,olina okujjukira nti obwo bukakafu obw'okwagala Kwe era weenenyeze ddala ebibi byo. Ate era, Katonda bwatakubonereza wadde ng'oyonoonye, awatali kuggwamu maanyi olina okugezaako okwenenya ebibi byo era ofune okusonyiyibwa.

Osobola okusonyiyibwa ebibi byo bwotakoma ku kubyenenya n'akamwa ko kyokka, wabula n'okukyuuka okuva mu kkubo ly'ebibi. Okwenenya okutuufu okulimu okukaaba amaziga tekukolebwa lwa kwagala kwo naye olw'ekisa kya Katonda. N'olwekyo, olina okusaba Katonda n'omutima gwo gwonna asobole okukuwa ekisa ky'okwenenya n'amaziga. Ekisa kya Katonda bwe kikukkako, weenenya n'okukaaba nga bw'okulukusa eminyira, era okwenenya okumenyamenya omutima gwo kujja kubaawo.

Olwo ekisenge ky'ebibi eri Katonda lwekinaazikirizibwa era omutima gwo n'eguddizibwa bujja n'ekitangaala. Ojja kujjuzibwa Omwoyo Omutukuvu n'essanyu erijjudde n'okwebaza, era buno bwe bukakafu nti okomezzaawo okwagala kwa Katonda.

Bwoba olina kubeera ku mutendera ogw'okusatu ogw'okukkiriza naye nga weeyisa era ng'otambula ng'abo abalina okubeera kumutendera ogw'okubiri ogw'okukkiriza, kiba kikuzibuwaliramu gwe okuweebwa okuva waggulu okukkiriza kw'osobola okukozesa okumalawo ebizibu byo. Okukkiriza okugabibwa Katonda bwe kutakukkaako, kiba kizbu endwadde zo okuwonyezebwa n'okukkiriza kwo era bw'otyo n'omaliriza nga weesigamye ku ngeri ez'ensi. Wabula bwe weenenyeza ddala ebibi byo n'amaziga era n'okyuuka okuva mu makubo amabi, mu bwangu ojja kukomyawo okukkiriza ku mutendera ogw'okusatu.

Bwoba ng'otegedde ennono eno ey'okukula kw'okukkiriza, tolina kumatira na mutendera gwa kukkiriza gw'oliko kati. Ng'omwana bw'akula okutandika okusoma mu bibiina ebisookerwano, eby'awakati, eby'awaggulu, eby'amatendekero n'okusingawo, naawe olina okugezaako nga bwosobola okukulaakulanya okukkiriza kwo okutuusa lw'otuuka ku kigera ky'okukkiriza ekisingayo obunene.

Bw'oba ku mutendera ogw'okubiri ogw'okukkiriza, okukkiza kwo kukula mangu ddala ng'ojjuziddwa Omwoyo Omutukuvu kubanga wadde okukkiriza kwo kutono ng'akaweke ka kaladaali, kaasimbibwa dda era n'ekatandika okumera. Kwe kugamba okukkirza kwo kukula ekimala okusobola okugondera ekigambo kya Katonda ng'oyayaana okuwulira ekigambo kya Katonda nga bwo kyeyambisa ng'ekyokulwanyisa okuyita mu kukiwulira saako okubeerangawo mu kusaba n'okusinza era ng'osaba obutakoowa.

K'oleme okutereka obuteresi ekigambo kya Katonda ng'amagezi obugezi naye okigondera okutuuka ku ssa ery'okuyiwa omusaayi era ofuna okukkiriza okunene, mu linnya lya mukama waffe nsabye!

Essuula 6

Okukkiriza okw'okutambulira mu Kigambo

Ekigera Okukkiriza

1
Omutendera ogw'okusatu ogw'okukkiriza
2
Okutuuka lw'otuuka ku lwazi lw'okukkiriza
3
Okulwanyisa ekibi okutuuka ku ssa ly'okuyiwa omusaayi

Buli muntu awulira ebigambo byange ebyo,
n'amala abikola, kyaliva afaananyizibwa
n'omusajja ow'amagezi eyazimba enju ye ku lwazi.
Enkuba n'etonnya, mukoka n'akulukuta,
kibuyaga n'akunta, ne bikuba enju eyo;
so n'etegwa; kubanga yazimbibwa ku lwazi.
(Matayo 7:24-25)

Abantu ab'enjawulo balina ebigera by'okukkiriza byanjawulo. Okukkiriza kirabo ekiva eri Katonda ekikuweebwa okusinziira ku mazima agali mu mutima gwo. Okukkiriza kwo okumanye bwe kukyuusibwa ne kufuuka Okukkiriza okugabirwa Katonda, osobola okufuna okuddibwaamu okuva gyaali.

Nga bwe nnayogedde mu ssuula z'emabega, bwogambibwa okubeera ku mutendera ogusooka mu kukkiriza ogw'okufuna obulokozi, ofuna Omwoyo Omutukuvu era erinnya lyo liwandiikibwa mu kitabo ky'obulamu mu ggulu. Olwo, n'otandika okutondawo enkolagana wakati wo ne Katonda era n'omuyita, "Katonda Kitange."

Ekiddako, okukkiriza kwo kujja kukula era ojja kuba onyumirwa okuwulira ekigambo kya Katonda ng'ojjudde Omwoyo Omutukuvu, era ogezeeko okukigondera nga bwe kikugambibwa. Naye, togondera kigambo Kye mubujjuvu. Owulira okukaluubirizibwa eri ekigambo kya Katonda Katonda era tofuna kuddibwamu eri buli ky'osaba. Ku mutendera guno, ogambibwa okubeera ku mutendera ogw'okubiri mu kukkiriza.

Oyinza otya okutuuka ku mutendera oguddako-Ogw'okusatu-ogw'okukkiriza kwosobolera okutambulira mu kigambo? Bulamu bwa kikristaayo ki bwoyinza okubeeramu ku mutendera ogw'okusatu mu kukkiriza?

1. Omutendera ogw'okusatu ogw'okukkiriza

Omuntu bwakkiriza Mukama era n'afuna Omwoyo Omutukuvu, mu mutima gwe musimbibwamu ensigo ey'okukkiriza nga ntono ng'akaweke ka kaladaali. Ensigo y'okukkiriza bw'emmera, etuuka ku mutendera ogw'okukkiriza kw'ogerezaako okugondera ekigambo era n'etuuka ku mutendera ogw'awaggulu kw'ogondera ekigambo.

Mu kusooka, oba togondera nnyo kigambo ekisinga obungi wadde Ng'okiwuliriza, nay e okukkiriza kwo bwe kugenda kukula, osobola okwongera okukitegeera mu buziba bwakyo era n'oyongera okukigondera. Olw'ensonga eno, "Okukkiriza okusobola okugonda" era kuyitibwa "Okukkiriza okusobozesa omuntu okutegeera."

Okutegeera ekigambo kya njawulo n'okukuuma ekigambo ng'okumanya. Kwe kugamba, okugezaako okugondera ekigambo olw'empaka kubanga omanyi nti Baibuli kye kigambo kya Katonda kya njawulo nnyo n'okugondera ekigambo mu kwagala era n'obwetegefu kubanga otegeera lwaki olina okukigondera.

Okugondera Ekigambo okuyita mu kutegeera

Eky'okulabirako kikiino. Singa owulidde obubaka obwabuuliddwa bwe buti: "Bw'okuuma olunaku lwa Mukama nga lutukuvu era n'owaayo ekimu eky'ekkumu mu bulamba bwakyo, Katonda ajja kujjawo ebizibu byonna n'ebigezo gyoli. Ajja kukuwonya endwadde zonna. Omwoyo gwo anaaguwa omukisa era akuwe n'omukisa mu by'ensimbi."

Bw'oba olowooza nti omanyi ekigambo ng'omaze okuwulira

obubaka naye nga tokitegedde mu mutima gwo, tojja kukigonderanga buli lunaku mu bulamu bwo. Oyinza okugezaako okugondera ekigambo, ng'olowooza, "ye, ekyo kirabika kituufu," era ebiseera ebimu n'ogondera ekiragiro naye ebiseera ebirala tokigondera okusinziira ku mbeera gy'olimu. Embeera eno ejja kweding'ana okutuusa lw'onoofuna okukkiriza okutuukiriddde mu kigambo.

Naye, bwotandika okutegeera ekigambo era n'okikkiriza mu mutima gwo, ojja kukuumanga olunaku lwa Mukama nga lutukuvu, owengayo ekimu eky'ekkumi mubujjuvu era tojja kwekiriranya wadde embeera nzibu.

Eky'okulabirako, singa omukulu wa kampuni agamba abakozi be bonna nti,"Buli omu ku mwe bwakola ekiro kyonna, nja kumuwa akasiimo k'okukola ekiro era mukuze ku mulimu." Singa okusalawo okukola ekiro kiri eri omukozi, olowooza abakozi bano bandikoze batya singa balina obwesige mu kisuubizo ky'omukulu wa kampuni?

Bateekwa kukola kiro kyonna okujjako nga ddala balina ensonga enkulu ebalobera okukola. Okutwalira awamu, kitwala emyaka mitono okukuzibwa mu kampuni era n'ekitwala okufuba kungi okuyita ekigezo ky'okukuzibwa. Ng'ensonga zino zonna tuzirowoozaako, tewali mukozi yenna mu kampuni ajja kwesisigiriza butakola kiro eky'olunaku olumu oba emyezi egiwera oba n'ebbanga eggwanvu.

Era nga bwe kiri ekituufu ne mu kiragiro kya Katonda okukuuma olunaku lwa mukama nga lutukuvu n'okuwaayo ekimu eky'ekkumi. Bw'oba nga ddala weesiga ekisuubizo kya Katonda ku kukuuma olunaku lwa Mukama nga lutukuvu n'okuwaayo ekimu eky'ekkumi, wandikoze otya?

Obugonvu bwo bukuleetera emikisa

Bw'okuuma olunaku lwa mukama nga lutukuvu, obeera okkiriza obukulu bwa Katonda. Obeera okkiriza nti Katonda ye Mukama w'obwakabaka obw'Omwoyo. Eyo ye nsonga lwaki Katonda akutangira eri buli kizibu kyonna n'obubenje okuyita mu wiiki, era n'akuwa omukisa Omwoyo gwo gubeere bulungi ng'okuumye olunaku lwa Mukama nga lutukuvu. Era okkiriza obukulu bwa Katonda okuyita mu kuwaayo ekimu eky'ekkumi, kubanga okkiriza nti ebintu byonna mu ggulu ne ku nsi bya Katonda.

Olw'okuba Katonda ye Mutonzi w'ebintu byonna, n'obulamu bwennyini buva eri Katonda, era n'amaanyi g'okozesa mu kufuba ng'ogezaako okukola buli kisoboka n'ago gava eri Ye. Kwe kugamba ebintu byonna bya Katonda, Mu tteeka lino, eby'enfunayo byonna bya Katonda, naye akuganya okumuwaako kimu kya kkumi kyokka kw'ebyo era ebisigadde obikozese.

Malaki 3:8-9 w'atujjukiza nti, *"omuntu alinyaga Katonda? Naye mmwe munnyaga nze! Naye mwogera nti, tukunyaga tutya? Mwannyagako ebitundu eby'ekkumi n'ebiweebwayo. Mukolimiddwa ekikolimo ekyo, kubanga munnyaga nze, eggwanga lino lyonna!"*

Ku ludda olumu, oli wansi wa kikolimo bw'okola ekibi ekinene eky'okunyaga Katonda ekimu eky'ekkumi. Ku ludda olulala, bw'owa Katonda ekimu eky'ekkumi mu bujjuvu era mu buwulize eri ekiragiro Kye. bulijjo ojja kubeera wansi w'obukuumi Bwe era ofune emikisa mingi, egikatiddwa, egisuukundiddwa era nga gya muyiika (Lukka 6:38).

Okutegeera okutuufu kuleeta obuwulize

Okujjako ng'otegedde amakulu amatuufu agali mu kigambo okussukawo ku kukitereka ng'ebyo by'omanyi, lw'osobola okukigondera era n'ofuna emikisa gya Katonda Oyo akuwa empeera okusinzira ku by'okoze. Bwoba totegeera makula ga kigambo, tosobola kukigondera mu bujjuvu wadde ofuba nnyo okugonda. Kubanga okitwala ng'ebyo by'omanyi mu bwongo bwo.

Na bw'ekityo, olina okufuba okukuza okukkiriza kwo. Omwana ajja kufa bwaba talina balya. Alina okulya buli kiseera, okutambuza ebigere bye n'engalo. okulaba, okuwulira, era n'okuyigira ku bazadde be wamu n'abalala. Mu ngeri eno amagezi n'okutegeera kw'omwana by'eyongerako era n'akula bulungi.

Mu ngeri y'emu, abakkiriza tebalina kuwulira buwulizi kigambo kya Katonda wabula balina n'okugezaako okutegeera amakulu gaakyo g'ennyini. Bw'osaba okugondera ekigambo kya Katonda, ojja kusobola okukitegeera era ofune amaanyi agakigondera

Eky'okulabirako, Katonda agamba mu 1 basessaloniika 5:16-18, *"M usanyukenga ennaku zonna; musabenga obutayosa; mwebazenga mu kigambo kyonna kyonna kubanga ekyo Katonda ky'abaagaliza mu Kristo Yesu gye muli."* Abantu abali ku mutendera ogw'okubiri mu kukkiriza b'ebo, abalina mu bo obuvunaanyizibwa; abayinza okusaba, beebaza, era basanyuka kubanga kye kiragiro kya Katonda. Naye, tebamwebaza bwe baba tebakiwulira kumwebaza, oba tebaba basanyufu bwe basisinkana ebizibu kubanga bagezaako okugonda olw'okuba bawulira kibakakaatikako.

Abantu ku mutendera ogw'okusatu mu kukkiriza, bo, basobola okugondera ekigambo kubanga bayimiridde ku lwazi olw'okukkiriza. Bategeera lwaki balina okwebaza ebiseera byonna, lwaki balina okusaba obutakoowa, era n'okuba abasanyufu bulijjo. N'olwekyo bulijjo babeera basanyufu era nga beebaza okuva ku ntobo y'emitima gyabwe era basaba obutakoowa mu buli mbeera.

Olwo, lwaki Katonda akulagira okuba omusanyufu ekiseera kyonna? Amakulu g'ekiragiro kino amatuufu ge galiwa? Bw'osanyuka olwo lwokka ng'ofunye ekintu oba ng'oyita mu mbeera ennungi, era n'otasanyuka ng'osisinkanye ebizibu, obeera ng'abantu b'ensi abatakkiririza mu Katonda.

Abantu abo babeera banoonya bintu bya'nsi kubanga tebamanyi wa bantu gye baava n'awa gye bagenda. N'olwekyo, baba basayufu olwo lwokka obulamu bwabwe nga buli bulungi nga bujjudde ebisanyusa. Bwe kitaba bwe kityo, kibayitirirako n'ebajjula okutya, okweraliikirira, ennaku n'obulumi obuva mu nsi.

Wabula bbo abakkiriza basobola okwawukana ku abo abantu kubanga balina essuubi ery'eggulu. Ffe ng'abakkiriza tetwetaaga kutya oba okweraliikirira kubanga kitaffe ow'addala ye Katonda eyatonda eggulu n'ensi era abadde afuga ebintu byonna n'ebyafaayo by'omuntu. Lwaki tweraliikirira oba okutya? Okwongereza kw'ekyo, olw'okuba tujja kweyagalira mu obutaggwawo mu bwakabaka obw'omu ggulu okuyita mu Yesu Kristo, tetulina kiralala kyakukola okujjako okuba abasanyufu.

Okukkiriza okugondera Ekigambo

Bw'oba otegeera ekigambo kya Katonda okuva ku ntobo y'omutima gwo, osobola okuba omusanyufu, n'emumbeera z'otasobola kubeereramu musanyufu. N'eweebaza ekiseera kyonna wadde nga kizibu gyoli okwebaza, okusaba ne mu biseera by'otasobola kwezza osabe. Olwo lwokka omulabe wo Setaani lwajja okuva wooli, ebizibu n'emitawaana bijja kukuvaako, n'ebizibu ebya buli kika bijja kugonjoolwa kubanga Katonda Omuyinza wa byonna ali naawe.

Bw'oba ogamba nti okkiririza mu Katonda Omuyinza wa byonna naye ng'okyeraliikirira oba ogaana okusanyuka olw'okuba ofunye ebizibu, oli ku mutendera ogw'okubiri ogw'okukkiriza.

Naye, bw'okyuusibwa n'otegeera ekigambo kya Katonda mu mazima era n'oba musanyufu era n'okwebaza okuva mu mutima gwo, oli kumutendera ogw'okusatu mu kukkiriza. Bino bibaawo bw'oba oli ku mutendera ogw'okusatu mu kukkiriza: Ng'ogezaako nga bwosobola okuweereza n'okwagala abalala, obukyaayi bujja kuba bugenze era omutima gwo, mpola mpola, gujja kujjula okwagala okw'omwoyo okwagala abalabe bo. Ekyo kiri nti lwakuba kati otegeera okuva mu mutima gwo okwagala kwa mukama eyeettika omusaalaba ku lw'abonoonyi.

Yesu yakomererwa, yavumibwa, era n'abonyabonyezebwa abantu abonoonyi wadde nga yakolanga birungi byokka era nga talina kya kunenyezebwa. Abo abaamukomerera teyabakyawa, abo abaamuvuma, oba abaamufuula ekisekererwa naye yasaba Katonda abasonyiwe. Ku nkomerero, yalaga okwagala Kwe okunene ng'awaayo obulamu Bwe ku lwabwe.

Oyinza okuba nga wakyaawa abo abaakulumya oba abakwogerako ebigambo awatali nsonga nga tonnaba kutegeera okwagala okunene okwa Yesu mukama wo. Naye, kati oyinza okukyawa ebibi byabwe naye bo n'otabakyaawa. Ate era n'otakwatibwa bugya olw'abo abakola ennyo oba abo abaasiimibwa ennyo okukusinga, naye obeenyumirizeemu, era weeyongera okubagala enyo mu Kristo. Oyinza okuba nga waabuusabuusanga ekigambo kya Katonda oba okukiwakanya okusinziira ku ndowooza yo nga wakakiwulira, naye kati. Ekigambo okyaniriza n'essanyu awatali kubusabusa oba okukiwakanya. Ku mutendera ogw'okukkiriza ogw'okusatu, ogondera ekigambo kya Katonda kiragiro ku kiragiro.

Empeera za Katonda zeetaaga okukkiriza okw'ebikolwa

Nga si nnasisinkana Katonda; nali mbonabona n'endwadde ez'abuli kika okumala emyaka musanvu era nga bankazaako lya "dduuka lya ndwadde." Nakola buli ekisoboka okuwona naye nga neeyongera kuba bubi buli lukya. Nga kirabika eddagala ezungu lyali liziremeddwa kale nga nindiridde kufa bufa.

Olunaku lumu, n'awonyezebwa mbagirawo n'amaanyi ga Katonda era n'enzirawo bulungi. Okuyita mu ky'amagero kino ekirungi ennyo, n'asisinkana Katonda omulamu era okuva olwo gwe mbadde nga neesiga yekka awatali kubuusabuusa era n'eneesigamira ddala ku kigambo kya Baibuli. N'agondera buli kigambo kya Katonda awatali bukwakulizo. N'abeeranga musanyufu ebiseera byonna wadde nga waliwo ebizibu, era nga neebaza wadde mu mbeera enzibu kubanga ekyo Katonda kye yang'amba okukola mu Baibuli.

Lyabanga ssanyu gyendi okugendanga mu kusaba n'okusinza Katonda ku Sande; era nneerekereza n'omukisa gw'omulimu omulungi wabula n'entandika okuweereza ku bizimbe kubanga nali maliridde okukuuma olunaku lwa Mukama nga lutukuvu.

Era ekyo tekyang'ana kusanyuka n'akwebaza kubanga nali manyi nti Katonda ye Kitange. Yajja gyendi nga ndi ku mugo gw'antaana olw'endwadde ez'amaanyi ezaali zinnuma. Era nalinga neebaza olw'ekisa Kye ekitakirizika. Nneeyongeranga okusaba n'okusiiba okusobola okuba omulamu mu kigambo kya Katonda. Era olunaku lumu, nnawulira eddoboozi lya Katonda ng'ampita okuba omuweereza We. N'omutima omugovu nnasalawo okufuuka omuweereza We omulungi era leero muweereza ng'omusumba.

Nneebaza Katonda kitange okuva ku ntobo y'omutima gwange oba nga nfukamidde ku maviivi okumusaba, oba nga ntambula ku luguudo, oba nga njogera n'omuntu. Mu ngeri y'emu, era mbeera musanyufu bulijjo okuva ku ntobo y'omutima gwange. Ebizibu n'emitawaana bijjira buli muntu, era nze ng'omusumba omukulu ow'e kanisa ey'abantu 100,000, nina emirimu mingi n'obuvunaanyizibwa bungi. Nina okusomesa n'okutendeka abaddu n'abaweereza ba Katonda bangi okusobola okutuukiriza obuvunaanyizibwa-obwatuweebwa Katonda n'okutuukiriza obuweereza eri ensi yonna nga tukulembera abantu abatabalika eri Mukama. Omulabe sitaani ayiiya buli kakoddyo okulemesa enteekateeka za Katonda okutuukirira, era n'aleeta ebizibu ebya buli kika, n'okugezesebwa. Ebintu bingi ebikaabya, okwegayirira n'okweralikirira bitera ennyo okujja gyendi buli kiseera, era nandibadde n'agwa dda singa nabireka n'ebimpitirirako oba singa n'atitiira.

Naye, siwangulwangako oba okulemesebwa okutya oba okweralikirira kubanga n'ategeera bulungi okwagala Kwe. Nnamwebazanga era n'ensaba n'essanyu ebizibu byange n'emitawaana n'ebwebyabanga byenkana wa! N'olwekyo Katonda bulijjo azze akola ku lw'obulungi mu bintu byonna era nnanyongeranga emikisa.

2. Okutuusa lw'otuuka ku lwazi lw'okukkiriza

Okutunuulira ebintu awatali kukkiriza okuyita mu ndabirwaamu y'okutya n'okwelarikirira kujja kukola bubi omwoyo gwo era kukose obulamu bwo. Bw'otegeera amakulu ag'Omwoyo ag'ekigambo kya Katonda, ekitugamba nti, *"Musanyuke nga ennaku zonna; musabenga obukoowa; mwebaze nga mu kigambo kyonna kyonna: kubanga ekyo Katonda ky'abagaliza mu Kristo Yesu gye muli,"* Osobola okwebaza okuva mu mutima gwo mu mbeera zonna.

Ekyo kibaawo lwakuba okkiririza ddala nti y'engeri y'okusanyusa Katonda, okumwagala, n'okufuna okuddibwaamu okuva gyali. Era, kye kisuumuluzo ekitereza ebizibu byo, okufuna emikisa Gye, n'okugoba omulabe wo setaani. Katugambe nti waliwo omukyala ne mukaamwana we abatakwatagana. Bakimanyi nti balina buli omu okwagala munne n'okuba n'emirembe wakati waabwe. Naye, ki ekinaabaawo singa buli omu alina akakuku ku munne n'okunenyagana? Tewali kizibu kyonna kisobola kugonjolwa wakati waabwe.

Ku luuyi olumu, singa nyazaala ayogera eby'akalebule ku mukaamwana eri ab'enganda ne balirwana, ne mukaamwana n'ayogera obubi ku nyazaala we eri abalala, enyombo ne ntalo tebijja kukoma era tewajja kubeerawo mirembe mu maka ago.

Ku luuyi olulala, ki ekinaababaako singa buli omu ku bbo yeenenyeza munne ebibi bye, buli omu n'ategeera munne nga yeeteeka mu ngato za munne, ne basonyiwagan era ne baagalana? Wajja kubaawo emirembe mu maka. Nyazaala ajja kwogera bulungi ku mukaamwana we oba wali oba nga taliiwo, ne mukaamwana naye ajja kuwa nyazaala we ekitiibwa era amwogereko bulungi okuva ku mutima gwe. Nga bayinza okuba n'enkolagana ennungi! Eno ye ngeri yennyini naawe gy'oyinza okwagalibwamu Katonda.

Eddaala erisookerwako ku mutendera ogw'okusatu ogw'okukkiriza

Ensoga lwaki abantu abamu tebasobola kugondera kigambo wadde nga bakimanyi nti kituufu lwa kubanga balina obulimba bungi, obukontana n'okwagala kwa Katonda, obukyasigadde mu mitima gyabwe era agatali mazima gano gazikiza okuyayaana kw'Omwoyo Omutukuvu. N'olwekyo, bwoyingira ku ddala erisooka ery'omutendera gw'okukkiriza ogw'okusatu, otandika okulwanisa ebibi okutuuka ku ssa ly'okuyiwa omusaayi (Baebulaniya 12:4).

Okusobola okwejjako ebibi byo, olina okufuba ennyo ng'osaba wamu n'okusiiba nga Yesu bwe yagamba, nti *"Engeri eno teyinzika kuvaako lwa kigambo wabula olw'okusaba"* (Makko 9:29). Olwo lwokka lw'onoosobola okufuna amaanyi agamala n'ekisa okuva eri Katonda okusobola okutambulira mu kigambo kya Katonda.

Mu ngeri y'emu, bw'obeera ku mutendera ogw'okusatu mu kukkiriza, ojja kuba oyayaana okwejjako ebyo Katonda by'akugamba okwejjako,era okole ebyo by'akugamba okukola nga Baibuli bw'eragira.

Kino kitegeeza nti buli akuuma olunaku lwa Mukama nga lutukuvu era n'awaayo ekiweebwayo ky'ekimu eky'ekkumi alina okukkiriza okw'omutendera ogw'okusatu? Nedda, si bwe kiri, Abantu abamu basobola okugenda ku kanisa ku sande okusaba era n'ebawaayo ekimu eky'ekkumi n'endowooza ey'obunnanfuusi- ekyo bayinza okuba bakikola kubanga batya okusisinkana ebizibu n'ebigezo eby'obutakuuma biragiro bino, oba nga abaddu n'abaweereza ba Katonda okuboogerako obulungi.

Bw'osinza Katonda mu mwoyo n'amazima, ekigambo Kye kiwoomerera n'okusinga omubisi gw'enjuki. Naye bwo'ba ng'osindikirizibwa okugenda okusaba ebiseera ebisinga owulira ng'obubaka tebunyuma era n'ewegamba muli "singa okusaba kuno kuggwa mangu…" Kino kiba bwe kityo kubanga, n'ewankubadde ng'omubiri gwo guli mu yeekaalu ya Katonda, omutima gwo guli mu kifo kirala.

Bw'obeera mukusaba naye n'oleka omutima gwo okutaayaaya eri nsi toyinza kutwalibwa ng'eyakuumye olunaku lwa Mukama nga lutukuvu kubanga Katonda akebera mutima gw'abo abasinza. Mu ngeri eno, oba okyali ku mutendera ogw'okubiri mu kukkiriza newankubadde ng'owaayo ekimu eky'ekkumi mu bujjuvu.

Ekigera eky'okukkiriza eky'omuntu omu kijja kuba kya njawulo okuva ku ky'omuntu omulala n'ebwebaba nga bali ku mutendera gumu mu kukkiriza. Bw'ekiba ng'ekigera ekituukiridde ekya buli mutendera ogw'okukkiriza kiba ebituudu kikumi (100%), okukkiriza kwo kugenda kukula mpola mpola okuva ku kigera eky'ekitundu kimu ku kikumi (1%), okutuuka ku kigera eky'ekkumi ku kikumu (10%), abiri ku kikumi (20%), ataano ku kikumi (50%) n'okweyongerayo, okutuuka ku kikumi (100%) ky'ongezaawo waggulu omutendera ogw'okukkiriza

Eky'okulabirako, singa tugabanyaamu ekigera eky'omutendera ogw'okubiri mu kukkiriza okuva ku kitundu kimu (1%) okutuuka ku kikumi (100%). Okukkiriza kwo bwe kuba kusemberedde ekigera ky'e 100% ku mutendera ogw'okubiri ogwokukkiriza, osobola okutuuka ku mutendera ogw'okusatu mu kukkiriza. Bwe kityo bwe kiba okukkiriza kwo bwe kwambuka okutuuka ku kikumu (100%) ku mutendera ogw'okusatu ogw'okukkiriza obeera otuuse ku mutendera ogw'okuna. N'olwekyo, olina okuba ng'osobola okupimamu omutendera gw'okukkiriza kw'oli kati. Era kyenkana wa ku mutendera ogwo kye wakatambulako.

Olwazi olw'okukkiriza

Okukkiriza kwo singa kutuuka ku bitundu 60 ku kikumi eby'omutendera ogw'okusatu mu kukkiriza, ogambibwa okuba ng'oyimiridde ku lwazi olw'okukkiriza. Mu Mataayo 7:24-25 Yesu atugamba, *"Buli muntu awulira ebigambo byange ebyo, n'amala abikola, kyaliva afaananyizibwa n'omusajja ow'amagezi eyazimba enju ye ku lwazi: enkuba n'etonnya, mukoka n'akulukuta, kibuyaga n'akunta, ne bikuba enju eyo; so n'etegwa; kubanga yazimbibwa ku lwazi."*

"Olwazi" wano kitegeeza Yesu Kristo (1 Bakolinso 10:4), era"olwazi olw'okukkiriza" Kitegeeza okuyimirira ng'onywedde ku mazima, Yesu Kristo. N'abwe kityo, bw'oyimirira, ku lwazi olw'okukkiriza ng'omaze okutuuka ku bitundu 60% mu mutendera ogw'okusatu ogw'okukkiriza, toyinza kugwa mu maaso ga kika kya kizibu kyonna oba okugezesebwa. Ojja kugondera okwagala kwa Katonda okutuuka ku nkomerero kubanga ojja kusigala onywedde ku lwazi olw'okukkiriza singa okizuula nti nga lye kkubo ettuufu oba nga kwe kwagala kwa Katonda.

N'olwekyo, bulijjo osobola okubeera mu bulamu obw'obuwanguzi era n'oddiza Katonda ekitiibwa nga tokemeddwa omulabe Setaani. Ng'era essanyu n'okwebaza bikulukuta okuva mu mutima gwo n'ewankubadde waliwo ebigezo ne mitawaana, era n'eweeyagalira mu mirembe n'okuwummula ng'osaba obutakoowa.

Singa omwana wo abadde abulako katono okutibwa mu kabenje. Wadde omutawaana guno guguddewo, okaaba amaziga ag'okwebaza okuva ku ntobo y'omutima gwo era oba musanyufu kubanga onyweredde ku mazima. Wadde nga walemadde olw'akabenje, tojja kukuuma kiruyi ku Katonda, ng'ogamba nti, "Lwaki Katonda teyankumye?" Naye, ojja kwebaza Katonda olw'okukuuma ebitundu by'omubiri gwo ebirala.

N'okuba, nti ebibi byaffe bisonyiyibwa n'etusobola okugenda mu ggulu kimala ffe okwebaza Katonda. Newankubadde nga walemadde, tekisobola kukulemesa kugenda mu ggulu kubanga bw'onooyingira obwakabaka obw'omuggulu, omubiri gwo omulema gujja kuwanyisibwa gufuuke omubiri ogw'eggulu ogutuukiridde.

Kwe kugamba, tewali nsonga lwaki weemulugunya oba okuwulira ennaku. Tewali kuwannaanya, Katonda akukuuma bulijjo bwoba n'okukkiriza okw'ekika kino. Wadde Katonda aganyizza n'ofuuka omulema mu kabenje gwe osobola okufuna emikisa, osobola okuwonera ddala okusinziira ku kukkiriza kwo.

Obulamu obw'obuwanguzi ku lwazi olw'okukkiriza

Wadde abantu abali ku ddaala erisooka ery'omutendera ogw'okusatu ogw'okukkiriza balina okuyayaana okugondera ekigambo, olumu bagondera ekigambo n'essanyu ate olulala ne bakigondera nga tebaagala. Lwakuba ekibinja ky'abantu abatayagala tebannaba kutukizibwa bulungi, era nga balina okukubagana empawa wakati w'amazima n'obulimba mu mitima gyabwe.

Eky'okulabirako, ogezaako ekuweereza abalala era n'otabakyawa kubanga Katonda akuyigiriza obutabakyawa naye okwagala abalabe bo. Wabula wadde, kirabikanga nga gwe aweereza abalala, oyinza okuwulira okuzitoweererwa kubanga tobagala okuva mu mutima gwo. Naye, bw'onywera ku lwazi olw'okukkiriza, omulabe wo Setaani era omubi tawangula mu kukukema oba okukutawanya kubanga olina omutima ogw'amazima okugoberera okuyayaana kw'Omwoyo Omutukuvu, era tolina ky'otya kubanga otambulira wakati mu maanyi ga Katonda Ayinza byonna.

Nga Daudi omuto bwe yagamba Goliyaasi n'obuvumu mu kukkiriza, *"Olutalo lwa Mukama, naye anaabagabula mu mukono gwaffe"* (1 Samwiri 17:47), naawe ojja kusobola okwatula mu ngeri ey'obuvumu bwetyo ey'okukkiriza nga Katonda akuwa obuwanguzi okusinziira ku kukkiriza kwo. Tewali kiyinza ku kuziyizaba oba okukukadiya kubanga Katonda omuyinza wa byonna ye muyambi wo.

Bw'oba olina okussa ekimu ne Katonda era ng'ogabana naye okwagala, osobola okufuna okuddibwamu eri ebizibu byo ne by'osaba ng'omusabye n'okukkiriza. Naye, kino tekituukira ku bantu abatatera kusaba era abatassa kimu na Katonda. Bwe b'asanga ebizibu, kiba kizibu nnyo gye bali okuddibwamu okuva eri Katonda wadde bagamba nti,"Katonda ddala ajja kumpa eky'okuddamu." Kiringa nti baabadde balindirira ekibala kya appo okugwa okuva ku muti ku lwakyo. Eno ye nsonga lwaki tulina okusaba obutakoowa.

Engeri y'okutuuka ku lwazi olw'okukkiriza

Si kyangu eri omukubi w'ebikonde okufuuka nantameggwa w'ensi. Ekitiibwa ekyo kyetaaga okufuba obutakoowa, okugumikiriza okuwanvu n'okwefuga okw'amaanyi. Mu kusooka, atendekebwa ajja kukubibwa nga ye talina kyaddizaayo kubanga n'atafuna bukoddyo.

Naye, bwe yeeyongera okwetendeka era nafuna obukugu, asobola okukuba omulabe we wakiri engumi emu bwaba ng'oli yakamukuba bbiri oba ssatu. Era bwayongera mu bukoddyo n'amaanyi ng'ayongera okufuba n'obugumikiriza, ajja kw'ongera okuwangula enzannya era n'obuvumu bwe bujja kweyongera.

Kye kintu kye kimu, n'omuyizi akola obulungi mu lungereza, tasobola kulinda lwe babasomesa olungereza, olwo omusomesa bwajja n'alyoka anyumirwa nnyo, Abayizi abatakola bulungi lungereza beebayinza obutanyumirwa era nebakaluubirirwa ng'okusomesa olungereza kugenda mu maaso.

Kye kimu n'olutalo olw'Omwoyo eri omulabe setaani.

Bw'obeera ku mutendera ogw'okubiri mu kukkiriza okuyaayaana okw'Omwoyo Omutukuvu mu ggwe kukola olutalo sinziggu eri okuyaayaana okw'ekibi kubanga okuyaayaana okw'emirundi gino ebiri kulina amaanyi ge gamu. Kiringa empaka wakati w'abantu ababiri ab'enkankana amaanyi n'obukodyo. Omu bw'akuba omulala, naye amuddiza. Bwamukuba emirundi etaano, n'omulala naye amuddiza etaano. Kye kimu ne mu lutalo olw'omwoyo n'esetaani. Olumu owangula omulabe sitaani ate olulala n'akuwangula.

Naye, bwosigala ng'osaba era n'ogezaako okugondera ekigambo awatali kuwulira bubi, Katonda ajja kukuyiwako ekisa Kye n'amaanyi n'Omwoyo Omutuku ajja kukuyamba. Era ekinaavaamu, okuyaayaana kw'Omwoyo Omutukuvu kubeeranga mu mutima gwo n'okukkiriza kwo kw'eyongera bulijjo okutuuka ku mutendera ogw'okusatu mu kukkiriza.

Ng'oyingidde omutendera ogw'okusatu mu kukkiriza okw'egomba okw'ekikula eky'okwonoona kubula era n'ekifuuka ekyangu okutambulira mu kukkiriza. Bw'osaba obutakoowa ng'ekigambo bwe kiragira, ojja kunyumirwa okusaba Katonda. Mu kusooka walinga osabira eddakiika kkumi, ojja kusobola okusabira eddakiika abiri, ogunaddako asatu era oluvanyuma ojja kusobola okusaba okumala essaawa bbiri oba ssatu.

Si kyangu abakatandika okukkiriza okusaba eddakiika ezissuka mu kkumi kubanga tebalina bingi bya kusabira kale bawulira okuzitowererwa mu kusaba era bakwatibwa obugya eri abo abamanyi okusaba obulungi awatali buzibu. Bwe weeyongera okusaba n'obugumikiriza n'omutima gwo gwonna, ojja kuweebwa amaanyi okuva waggulu okusobola okusabira essaawa nyingi olunaku. Katonda akuwa ekisa Kye n'amaanyi

okusaba bwogezaako nga bw'osobola okumusaba obutakoowa.
Mu ngeri eno, okukkiriza kwo kukula n'okusaba okwa buli kiseera. Bw'otuuka ku kigera eky'awaggulu mu kukkiriza ku mutendera ogw'okusatu, ojja kufuna okukkiriza okutanyenyezeka awatali kukyuuka ku ddyo oba kkono mu bigezo n'ebizibu eby'enkana wa

Okutuuka ku ssa erisukulumye ku lwazi olw'okukkiriza

Bw'oyimirira ku lwazi olw'okukkiriza, Katonda akwagala, agonjoola ebizibu byo, era addamu buli ky'omusaba. Era osobola n'okuwulira eddoboozi ly'Omwoyo Omutukuvu, n'obeera musanyufu wamu n'okwebaza ng'oli mu mbeera yonna nga Katonda bwalagira, era n'oba bulindaala olw'okuba osaba obutakoowa kubanga otambulira mu kigambo ekyawandiikibwa mu bitabo enkaaga mu omukaaga ebya Baibuli.

Bw'oba oli muweereza, mukadde wa kanisa, musumba, oba mukulembeze mu kanisa naye nga tosobola kuwulira ddoboozi lya Mwoyo Mutukuvu, olina okumanya nti tonnaba kuyimirira ku lwazi lwa kukkiriza. Kino naye tekitegeeza nti abo bokka abayimiridde ku lwazi olw'okukkiriza be bokka abawulira eddoboozi ly'Omwoyo Omutukuvu.

N'abo abakatandika okukkiriza basobola okuwulira eddoboozi Lye bwe bagondera ekigambo kya Katonda nga bwe bakiyiga. olw'obugonvu bwabwe eri ekigambo, tekitwala kiseera kiwanvu okukkiriza kw'abakatandika mu kukkiriza okukula okuva ku mutendera ogusooka okutuuka ku kigera eky'olwazi olw'okukkiriza.

Okuva lwe nnakiriza Mukama, nnatandiika okutegeera ekisa

kya Katonda mu mutima gwange era n'engezaako okugondera ekigambo nga bwe n'akiyiganga. Olw'okufuba kuno, nnasobola okuwulira eddoboozi ly'Omwoyo Omutukuvu era n'ankulembera kubanga nnagonderanga ekigambo n'omutima gwange gwonna n'omutima ogumaliridde nti nali nyinza n'okuwaayo obulamu bwange ku lwa Mukama mu ssanyu singa kyali kyetaagisizza.

Kya ntwalira emyaka esatu okutandika okuwulira obulungi eddoboozi ly'Omwoyo Omutukuvu. Osobola okuwulira eddoboozi Lye mu mwaka gumu oba ebiri bw'osoma ekigambo kya Katonda n'obwegendereza, n'okiteeka mu birowoozo era n'okigondera. Kyokka nga n'ebwoba ng'omaze mu kukkiriza emyaka mingi naye nga otambula ng'ebirowoozo byo bwe bikugamba nga togondera kigambo, tojja kuwulira ddoboozi lya Mwoyo Mutukuvu.

Waliwo abakkiriza abamu abagamba, "Nateranga okujjuzibwa Omwoyo Omutukuvu era nga nina okukkiriza okulungi. Nnaweerezanga mu kanisa. Naye okukkiriza kwange kuddiridde okuva lwe nneesittala mu mwoyo olw'owooluganda omu mu kanisa." Mu nsonga ng'eno, omuntu bwatyo tasobola kugamba nti yalina okukkiriza okulungi nti yaweerezanga mu kanisa n'omutima gumu.

Era, singa abantu bwe batyo ddala baali balina okukkiriza okulungi, tebandigudde olw'ooluganda omulala, era tebandyabulidde kukkiriza kwabwe. kyali kyangu gye bali okweyisa nga bwe baakola kubanga baalina okukkiriza okw'omubiri okutalina bikolwa wadde nga baali bamanyi ekigambo kya Katonda.

Tetulina kusiruwala kuleka kanisa olw'okuba tufunye

obutakkaanya n'abooluganda abamu. Nga kiba kya nnaka nnyo gwe okulya mu Katonda eyakununu mu bibi byo olukwe, n'akuwa n'obulamu obutuufu, n'odda mu nsi ekutwala mu kufa okw'olubeerera, olw'okuba otabuse n'omuweereza, omukulembeeza, oba ow'oluganda, mu kanisa!

Olina okukkiriza nti ddala oli wala n'olwazi lw'okukkiriza bw'osaba mu bunnanfuusi ng'oyagala okweraga ng'omusabi ennyo, oba ng'owulira bubi n'okuwalana abo abakwogerako ebigambo n'okukuwaayiriza. Bw'oba ng'oyimiridde ku lwazi olw'okukkiriza, tolina kubawalana naye basabire n'amaziga mukwagala.

Mu buweereza bwange bwonna okuva mu 1982, mpise mu biseera ne mbeera ebiyitiridde okuba ebizibu era ebitakkirizika mu kanisa. Abaweereza abamu n'abooluganda nga babi nnyo okusonyiyika mu mbeera ez'abantu, naye si bakyawangako oba okubawalana. Nga muli ndowooza nti oba banaakyuka, n'agezangako okulaba ebirungi n'ebyagalibwa ku bbo mu kifo ky'okulaba obubi bwabwe

Mu ngeri eno, osobola okugondera ekigambo mu bujjuvu era n'eweeyagalira mu ddembe ekigambo eky'amazima lye kikuwa bw'oba olina ekigera ekijjude eky'omu tendera ogw'okusatu mu kukkiriza era n'onywerera ku kigambo kya Katonda. Olwo ojja kubanga musanyufu bulijjo, nga weebazanga ebiseera byonna, era n'okusaba obutakoowa. Tolirema kuba musanyufu muli okuba omunakuwavu. Era, ojja kunywerera ku lwazi lwa Yesu Kristo awatali kunyenyezebwa oba okukyuuka okudda ku kkono oba ku ddyo.

3. Okulwanyisa ebibi okutuuka ku ssa ly'okuyiwa omusaayi

Mu mutima gw'abo abali ku mutendera ogw'okubiri mu kukkiriza, okuyaayaana kw'Omwoyo Omutukuvu kulwanagana n'okuyaayaana kw'embala ey'ekibi. Naye ab'omutendera ogw'okusatu mu kukkiriza bagoba okuyaayaana kw'embala y'ekibi era n'ebatambulira mu bulamu obw'obuwanguzi mu kigambo kubanga bagoberera okuyaayaana kw, Omwoyo Omutukuvu.

Ku mutendera ogw'okusatu mu kukkiriza, kiba kyangu okutambulira mu bulamu bwa Kristo kubanga oba wegyako dda ebikolwa bye kibi bwe wali ng'okyali ku mutendera ogw'okubiri ogw'okukkiriza. Wabula bw'oyingira mu mutendera ogw'okusatu mu kukkiriza, otandika okulwanyisa okuyaayaana kw'embala y'ekibi, nga muno mwe muli embala y'ekibi n'okwegomba kw'omubiri nga bigattiddwa, eby'asima munda mu ffe, okutuuka ku ssa ly'okuyiwa omusaayi.

Era ekivaamu, bw'otuuka ku kigera ekijjuvu ku mutendera ogw'okusatu, oba tokyalowooza okusinziira ku ndowooza ejjudde obubi naye ogondera ekigambo mu bujjuvu era ne weeyagalira mu ddembe mu mazima kubanga weggyako dda buli kika oba enkula y'ekibi.

Omugaso gw'okugyawo embala y'ekibi

Bw'oba oyagala Katonda era ng'ogondera ekigambo Kye, tekikutwalira bbanga ddene gwe okw'ambusa ekigera eky'okukkiriza kwo okuva ku mutendera ogw'okubiri okutuuka ku gw'okusatu. Kyokka nga bw'oba ng'ogenda buli lwa sande ku kanisa naye n'otagezaako kugondera kigambo, tosobola kwambusa kigera kya kukkiriza kwo kutuuka ku mutendera ogwa waggulu era olina okusigala kw'ogwo gw'oliko – ogw'okubiri mu kukkiriza.

Kye kimu n'ensigo emaze akaseera akawanvu nga tesigibwa. Ensigo bw'eba tesigiddwa okumala ebbanga ddene efa. Omwoyo gwo n'agwo gusobola okukula bwotegeera ekigambo kya Katonda era n'okigondera. Olina okukola buli kisoboka okutegeera ekigambo era okigondere olwo omwoyo gwo gusobole okubeera obulungi.

Ensigo bw'esimbibwa mu ttaka, kyangu ensigo eyo okumeruka. Ku ludda olumu, olulimu lw'ensigo eyo oluba lwakavaayo lusobola okufa singa enkuba erina omuyaga ejja n'ettonya oba abantu bwe balulinyirira era olw'ensonga eno, olulimi lw'ensigo eno olw'akafubutukayo lulina okulabirirwa n'obwegendereza. Mu ngeri yemu, abantu ku mutendera ogw'okusatu mu kukkiriza balina okulabirira abo abali ku mutendera ogusooka n'ogw'okubiri mu kukkiriza basobola okukula obulungi mu kukkiriza.

Ku ludda olulala, bw'okula n'ofuuka omuti omunene mu kukkiriza olw'okuyingira mu mutendera ogw'okusatu mu kukkiriza, toyinza kugwa wansi ebizibu eby'amaanyi oba okugezesebwa n'ebwebikugira. Omuti omunene si mwangu kusigukulula kubanga guba gw'asima nnyo mu ttaka, wadde amatabi gaagwo gasobola okuwetebwa oba okumenyeka. Mu ngeri y'emu, oyinza okulabika ng'anaatera okugwa wansi okumala akasera akatono ng'osisinkanye ebigezo n'ebizibu, naye osobola okudda engulu n'ozzaawo amaanyi go era n'osigala ng'okula mu kukkiriza kubanga okukkiriza kwo okwasima munda ddala tekusobola kunyenyezebwa mu mbeera yonna.

Okufuba obutakoowa okufuna ekigera eky'okukkiriza ekijjudde

Kitwala ekiseera kiwanvu omuti okukula, okumulisa, n'okubala ebibala oba okufuuka omuti omunene ebinyonyi mw'ebizimba ebisu byabyo. Era bwe kityo, si kizibu okusitula okukkiriza kwo okuva ku mutendera ogw'okubiri okutuuka ku gw'okusatu bw'omalirira n'obuvumu okukikola, naye kitwala ekiseera kiwanvu ddala okukuza okukkiriza kwo okuva ku mutendera ogw'okusatu okutuuka ku mutendera ogw'okuna. Kiri bwe kityo kubanga olina okuwuliriza ekigambo kya Katonda era n'okitegeera mu mwoyo gwe okusobola okugondera ekigambo eky'awandiikibwa mu bitabo enkaaga mw'omukaaga ebya Baibuli, naye si kyangu okutegeera okwagala kwa Katonda Kitaffe okutuukiridde mu kaseera akatono ennyo.

Eky'okulabirako, omwana ne bwayita obulungi mu bibiina ebisooka, tayinza kugenda mu tendekero oba n'atandikawo bizinensi ye nga yakamala emisomo gye mu bibiina ebisooka.

Kyokka eriyo abantu abamu abagezi abayingira ettendekero nga bakoze ebigezo ebibayisa okugenda mu tendekero ku myaka emito, ate abalala ne bagenda mu ttendekero nga bamaze kutuula ebibuuzo ebiyisa emirundi mingi.

Mu ngeri y'emu, osobola okutuuka ku mutendera ogw'okuna mu kukkiriza mangu oba mpola okusinziira ku kufuba kwo. Ekisinga obukulu bwe bunene bw'ekyombo omuntu mwatambulidde. Amaanyi g'ekyombo ekitono si malungi mu kukuza okukkiriza kwo okutuuka ku mutendera ogwa waggulu wadde ng'otegeera ekigambo era ng'olina essuubi ly'eggulu n'okukkiriza. Ekitali ku kyombo ekitono, ekinene kyo kitegeera ekituufu era ne kisalawo okukola obulungi, era n'osigala ng'ogezaako okutuuka lw'otuukiriza ekigendererwa Kye.

N'olwekyo, olina okutegeera nga bwe kiri ekikulu okukola buli ekisoboka okulwana n'ebibi byo okutuuka ku ssa ery'okuyiwa omusaayi okusobola okusitula okukkiriza kwo okuva ku mutendera ogw'okusatu okutuuka ku gw'okuna mu bwangu ddala.

Okutuukiriza obuvunaanyizibwa bwo nga bwe wegyako n'ebibi byo

Tolina kulekayo kutuukiriza buvunaanyizibwa bwo Katonda bwe yakuwa bw'oba ogezaako okulwana okwegyako ebibi byo. Okugeza, waliwo omukyala omudinkoni ku kanisa yange eyali abadde nange okuva ekanisa lwe yatandika. Ye n'omwami we, bombi nga balina endwadde enzibu, bajja mu kanisa yange, ne bafuna okusaba kwange era ne bawonyezebwa.

Okuva olwo, yawonera ddala bulungi n'addawo era n'agezaako okuyimusa ekigera ky'okukkiriza kwe, naye teyatuukiriza bulungi buvunaanyizibwa bwe ng'omudinkoni. Teyalafubana kulwanyisa bibi bye okutuuka ku ssa ly'okuyiwa omusaayi, era obubi bwasigala mu mutima gwe n'ewankubadde yasigala ajja mu kanisa n'okuwulira ekigambo kya Katonda okumala emyaka kumi n'etaano. Ebikolwa bye ne bigambo bye byalinga ebyo ebyabantu abali ku mutendera ogw'okubiri mu kukkiriza.

Eky'omukisa, yazukusibwa mu mwoyo emyezi mitono nga tannaba kufa era n'agezaako okusanyusa Katonda ng'aleeta n'okusasaanya obutabo bw'amawulire ge kanisa. Bwe n'amusabira emirundi esatu, yaweebwa omutendera ogw'okusatu mu kukkiriza mu kaseera akatono.

N'olwekyo, tolina kulwanyisa bibi byo kutuuka ku ssa lya kuyiwa musaayi kyokka okusobola okweggyako buli kika kya bibi, naye olina n'okutuukiriza obuvunaanyizibwa Katonda bwe y'akuwa n'omutima gwo gwonna osobole okufuna ekigera ky'okukkiriza ekya waggulu.

Kizibu nnyo okusuula ebibi byo ku lulwo, naye ate kyangu nnyo singa ofuna amaanyi ga Katonda okuva mu ggulu.

K'obeera omukristaayo ow'amagezi mu maaso ga Katonda ng'ojjukira nti amaanyi Ge gakka kw'abo abategyaako buli kika kya kibi okutuuka ku ssa ly'okuyiwa omusaayi kyokka naye n'okutuukiriza obuvunaanyizibwa Katonda bwe yabawa, mu linnya lya mukama waffe nsabye!

Essuula 7

Okukkiriza okw'okwagala Mukama ku ddaala Ery'awaggulu ennyo

Ekigera Okukkiriza

1
Omutendera ogw'okuna ogw'okukkiriza

2
Omwoyo gwo gubeera bulungi

3
Okwagala Katonda awatali kakwakkulizo konna

4
Okwagala Katonda okumusukulumya ku Kiralala Kyonna

Alina ebiragiro byange,
n'abikwata, oyo nga ye anjagala:
anjagala anaayagalibwanga Kitange,
nange nnaamwagalanga,
nnaamulabikiranga!
(John 14:21)

Nga bwolina okwambuka amaddaala ng'olinya limu ku limu, olina okukuza okukkiriza kwo okuva ku mutendera ogumu okutuuka ku mutendera omulala okutuuka lw'otuuka ku kigera ekijjudde mu kukkiriza. Eky'okulabirako, 1 Bassesalonika 5:16-18 watugamba, *"Musanyukenga ennaku zonna; Musabenga obutayosa; Mwebazenga mu kigambo kyonna: kubanga ekyo Katonda kyabaagaliza mu Kristo Yesu gye muli."* Abantu ab'enjawulo bagondera ekiragiro kino mu ngeri z'anjawulo okusinziira ku kigera ky'okukkiriza kwa buli muntu.

Bw'obeera ku mutendera ogw'okubiri mu kukkiriza, obeera munakuwavu okusinga okusayuka n'okwebaza ng'osisinkanye okugezesebwa n'ebizibu, kubanga oba tonnaba kuweebwa maanyi g'amala kutambula ng'ekigambo kya Katonda. Bwe kiragira. Bw'oyingira omutendera ogw'okusatu mu kukkiriza era n'osuula eri ebibi byo ng'obirwanyisa okutuuka ku ssa ly'okuyiwa omusaayi gwo, osobola okubaako w'otuuka mu kusanyuka n'okwebaza mu bigezo n'ebizibu.

Ne bw'oba okyali ku mutendera ogw'okusatu mu kukkiriza n'osisisnkana ebizibu eby'amaanyi, osobola obuteekakasa oba okubuusabuusaamu oba n'osanyuka olw'empaka n'okwebaza kubanga tonnaba kutegeera mu bujjuvu mutima gwa Katonda.

Naye, bw'oyimirira ng'onywedde ku lwazi olw'okukkiriza olwo olw'asima munda ddala w'omutendera ogw'okusatu ogw'okukkiriza, obeera musanyufu era nga weebaza okuva ku ntobo y'omutima gwo n'ewankubadde ng'osisinkanye okugezesebwa n'ebizibu. Era, bw'otuuka ku kigera ekya waggulu mu kukkiriza-omutendera ogw'okuna-okusanyuka n'okwebazaa bijja kukulukutanga okuva mu mutima gwo bulijjo. N'olwekyo ku mutendera ogw'okuna mu kukkiriza, obeera wala ku kunyiikaala oba okunyiiga mu kugezesebwa n'ebizibu, naye weeyisa mu ngeri ey'obuwombeefu, nga weebuza, 'Nina ekikyamu ky'enkoze?' ng'omuntu yenna atuuse ku mutendera ogw'okuna mu kukkiriza, mwosobolera okwagala Mukama okutuuka ku ssa erisingayo, n'okukulaakulana mu buli ky'okola.

1. Omutendera ogw'okuna ogw'okukkiriza

Abakkiriza bwe bagamba, "Nkwagala nnyo, mukama wange," okwatula kw'abo abaali ku mutendera ogw'okubiri oba ogw'okusatu mu kukkiriza kwawukana nnyo n'okwabo abali ku mutendera ogw'okuna mu ku kkiriza. Kino kiri bwe kityo lwa kuba nti omutima ogw'okwagala Mukama mu ngeri ensaamusaamu mulala, n'omutima ogw'okumwagala mu ngeri esingirayo ddala n'agwo mulala. Nga mu ngero 8:17 bwe watusuubiza, *"Njagala abo abanjagala; N'abo abanyiikira okunnoonya balindaba,"* Abo abagala Mukama okutuuka ku ddaala erisingiirayo ddala basbola okufuna buli kye basaba.

Okwagala Katonda ku ddaala erisingirayo ddala

Bajjajja b'okukkiriza abaayagala Katonda ku ddala erisingirayo ddala baajjuzibwa essanyu erikulukuta n'okwebaza okw'amazima newankubadde nga baabonabana awatali kibi kye baali bakoze. Okugeza, nabbi Danyeri yeebaza Katonda n'okukkiriza era n'asaba wadde nga yali anaatera okusuulibwa mu mpuku y'empologoma olw'enkwe z'abantu ababi.

Era, Katonda yasanyukira okukkiriza kwe, n'amutumira bamalayika Be okuggala obumwa bw'empologoma, era n'abaganya okukuuma Danyeri eri empologoma. N'ekyavaamu, Danyeri y'addiza Katonda ekitiibwa eky'amaanyi (Danyeri 6:10-27).

Omulundi omulala, mikwano gya Danyeri abasatu bayatula okukkiriza kwabwe mu Katonda eri kabaka Nabukaduneeza wadde nga baali banaatera okusuulibwa mu kikoomi eky'omuliro olw'okuba baagaana okuvunnamira wadde okusinza ekifaananyi ekya zaabu.

Mu Danyeri 3:17-18, Bayatula nti, *"Bwe kinaaba bwe kityo, Katonda waffe gwe tuweereza ayinza okutuwonya mu kikoomi ekyaka n'omuliro: era anaatuwonya mu mukono gwo ai kabaka. Naye bwe kitaabe bwe kityo, tegeera ai kabaka nga tetugenda kuweereza bakatonda bo, newankubadde okusinza ekifaananyi ekya zaabu kye wayimiriza."*

Mubutayuugayuuga beesiga Katonda, oyo amaanyi Ge agayinza ebintu byonna, era n'ebaatuula n'obuvumu nti baali beetegefu okuwaayo obulamu bwabwe kulwa Katonda gwe baweereza ne Bwatandibataasizza mu kikoomi ky'omuliro.

Baali beesigwa eri obuvunaanyizibwa bwabwe nga tebeegomba kusasulwa, era tebeemulugunyiza Katonda, wadde nga baasisinkana okugezesebwa okwali kuteeka obulamu bwabwe mu katyabaga awatali nsonga. Baasigala basanyufu n'okwebaza olw'ekisa kya Katonda kubanga bonna baali bakimanyi bulungi nti bajja kugenda mu ggulu mu mikono gya Kitaabwe abagala wadde nga bandibadde bafiiridde mu muliro ogwaka. Okusinziira ku kwatula kwabwe olw'okukkiriza, Katonda y'abataasa mu kikoomi ky'omuliro, nga tewali wadde oluviiri ku mutwe olwajja. Kabaka bwe yalaba ku kya magero kino eky'ekyewuunyo, kabaka by'amuggwako, n'addiza Katonda ekitiibwa eky'amaanyi era n'akuza mikwano gya Danyeri mu bifo ebya waggulu okusingako bwe baali nga bino tebinabaawo.

Lowooza nnyo n'obwegendereza ku ky'okulabirako kino: Omutume Paulo ne Siira baakubwa emiggo emizibu era ne basuulibwa mu nvuba abantu ababi, bwe baali nga batambula mu bifo eby'enjawulo nga babuulira enjiri. Ekiro, baatendereza n'okwebaza Katonda, musisi w'eyajjira amangu ennyo, n'ayuugumya enzigi z'ekkomera n'ezeggula (Bikolwa 16:19-26).

Katugambe obonyabonyezebwa olw'ensonga ezitaliimu nga bajjajjaffe bano ab'okukkiriza. Olowooza oyinza okusanyuka n'okwebaza okuva ku ntobo y'omutima gwo? Bw'oba nga weeraba nti oyinza okunyiiga, oba okuva mu mbeera, olina okukimanya nti oli wala n'olwazi olw'okukkiriza. Bw'otuuka ku ssa erisukulumye ku lwazi olw'okukkiriza, bulijjo ojja kuba musanyufu n'okwebaza okuva ku ntobo y'omutima gwo wadde ng'osisinkanye ebizibu n'ebigezo eby'enkana ki, kubanga otegeera ekigendererwa kya Katonda. Bw'obeera ng'obonabona awatali nsonga, wateekwa okubaawo ensonga lwaki oyita mukubonabona okwo. Naye olw'okuba osobola okutegeera ensonga eyo ng'oyambibwako Omwoyo Omutukuvu, osobola okusanyuka era n'eweebaza.

Ye ate Dawudi, kabaka akyasinze amaanyi mu Isiraeli? Ku

lw'obujjeemu bwa mutabani we Abussaalomu, kabaka Dawudi yagyibwa ku nnamulondo era n'adduka, teyalinanga mmere wadde aw'okusula ng'okwo kwossa n'okumuwamba, Dawudi yakubwa amayinja era n'akolimirwa omuntu owa wansi eyayitibwanga Simeeyi. Omu ku baddu ba Dawudi n'asaba kabaka Simeeyi attibwe, naye Dawudi n'agaana okusaba kwe, ng'agamba, *"Mumuleke akolime; kubanga Mukama amulagidde"* (2 Samwiri 16:11).

Era, Dawudi teyayatula wadde ekigambo kyonna eky'okwemulugunya bwe yali ayita mu kugezesebwa. Yanywerera ku kwagala Katonda n'okumwesigamako era n'asigala nga munywevu mu kukkiriza kwe. Wakati mu kugezesebwa bwe kutyo, Dawudi yasobola okuwandiika ebigambo ebirungi era eby'emirembe eby'okutendereza ng'ebyo ebisangibwa mu Zabbuli 23.

Mu ngeri eno, Dawudi bulijjo yakkirizanga nti Katonda yakolanga bino ye okufuuka omuntu omulungi, wadde nga yali mu kufiirwa olw'ebizibu n'emitawaana, olw'okuba yategeera okwagala kwa Katonda ekiseera kyonna era n'eyeebaza Katonda ng'abwakulukusa amaziga olw'essanyu.

Dawudi ng'amaze okuwangula ebigezo bye, yafuuka kabaka Katonda gwe yayagala ennyo. Era tekyewuunyisa nti yasobola okufuula Isiraeli eggwanga ery'amaanyi nti n'ensi ezaali ziririnaanye z'aleeteranga Isiraeli ebirabo okubalaga nti babasaamu ekitiibwa. Mu ngeri eno, Katonda bwe yalaba okukkiriza kwa Dawudi, mu byonna Yakolanga ku lw'obulungi bwa kabaka era namuwa emikisa.

Gondera Mukama n'essanyu n'okwagala okusingirayo ddala

Katugambe waliwo omusajja n'omukazi abanaatera okufumbiriganwa. Baagalana nnyo era nga buli omu awulira ng'ayinza okuwaayo obulamu bwe ku lwa munne, bwe kiba kyetaagisa. Buli omu ku bbo ayagala awe munne kyonna kyalina, era abeera nga'musanyusa ebiseera byonna ne bwekiba kimukosa.

Babeera baagala kweraba buli kiseera ate okumala obudde bungiko nga bwekisoboka. Tebafaayo ku mbeera ya bunyogovu wadde nga batambulira mu muzira oba mu mbuyaga ekunta. Tebakoowa oba okunafuwa n'ebwebasula ng'abatunula ng'abanyumya ku ssimu.

Mu ngeri y'emu, bwoba oyagala nnyo Mukama okutuuka ku ddala erisingirayo ddala ng'ababiri bano abanaatera okufumbiriganwa bwe bagalana, era ng'olina omutima ogutakyuka eri Ye, ojja kuba ku mutendera ogw'okuna mu kukkiriza. Kati olwo olaga otya okwagala kwo gyali? Katonda apima atya okwagala kwo Gyali?

Yesu atugamba mu Yokaana 14:21, *"Oyo alina ebiragiro byange n'abikwata, oyo nga ye anjagala; anjagala anaayagalibwanga Kitange, nange nnaamwagalanga, nnaamulabikiranga."*

Olina okugondera ebiragiro bya Katonda bw'oba omwagala, buno bwe bukakafu bw'okwagala kwo eri Mukama. Bw'oba nga ddala omwagala mu mazima, Katonda naye ajja ku kwagala era Mukama ajja kuba naawe era akulage obukakafu nti ali naawe. Ekitaba ku muntu agonda, bw'otagondera biragiro Bye, kiba kizibu gyoli okufuna okuganja, okukkirizibwa oba emikisa okuva eri Katonda.

Ddala oyagala Katonda mu mazima? Bwe kiba bwe kityo, ojja kuba nga ddala ogondera ebiragiro Bye era ng'omusinza mu mwoyo era mu mazima. Toyinza kuyongobera wadde okusumagira bw'oba ng'owuliriza obubaka. Oyinza otya okugambibwa okuba ng'oyagala omuntu naye nga weebaka bwaba ayogera naawe? Bw'oba ddala oyagala munno, okuwulira eddoboozi lye kyokka kifuuka ensulo ye ssanyu.

N'abwekityo, bw'oba nga ddala oyagala Katonda mu mazima, ojja kuba musanyufu nnyo ng'era onyumirwa okuwulira ekigambo Kye. Bw'oyongobera oba n'otanyumirwa, kiba kyeraga lwatu nti Katonda tomwagala. 1 Yokaana 5:3 watujjukiza nti, *"Kubanga kuno kwe kwagala kwa Katonda ffe okukwatanga ebiragiro bye: era ebiragiro bye tebizitowa."*

Mazima, abo abagala Katonda, si kizibu gye bali okugondera ebiragiro bya Katonda: N'olwekyo olina naawe okugondera ebiragiro Bye mu bujjuvu bw'ofuna okukkiriza okw'okwagalira ddala Katonda. Obigondera mu kukkiriza n'okwagala okuva ku ntobo y'omutima gwo, mu kifo ky'okubigondera nga toyagala oba ng'okalubirirwa.

Era, bwoyingira ku mutendera ogw'okuna mu kukkiriza, ogondera buli kigambo kya Katonda n'essanyu kubanga omwagala nnyo, ng'omu ku baagalana bwayagala okuwa gwayagala kyonna kyasaba na buli kimu munne kyayagala.

Ababi tebasobola kukukolako bulabe

Abo abagala Mukama ku ddaala erisingirayo ddala batukuzibwa olw'okugondera ekigambo mu bujjuvu, nga mu 1

Basessalonika 5:21-22 bwe watugamba, *"Mugezengako ku bigambo byonna; munywerezenga ddala ekirungi; mwewalenga buli ngeri ya bubi."*

Katonda ayinza atya okukuwa empeera bw'oba tokoma ku kwegyako bibi kyokka ng'obirwanyisa okutuuka ku ssa ery'okuyiwa omusaayi, wabula n'okusuula eri buli ngeri ya bubi? Alaga atya obukakafu obw'okwagala Kwe gyoli? Katonda awa ebisuubizo bingi eby'emikisa eri abo abatuukiriza obutuukirivu n'obutukuvu kubanga Akuwa empeera okusinziira bw'osiga n'ebyokola.

Ekisooka, nga 1 Yokaana 5:18 bwa tugamba nti, *"Tumanyi nga buli yenna eyazaalibwa Katonda takola kibi naye eyazaalibwa Katonda amukuuma, omubi n'atamukomako,"* otuuka okuzaalibwa Katonda. Ojja kufuuka omuntu ow'omwoyo bw'onooba tokyakola bibi kubanga olafubana okutambula ng'ekigamba kya Katonda bwe kiragira, era n'osuula eri ebibi byo ng'obirwanyisa okutuuka ku ssa ery'okuyiwa omusaayi. Olwo omubi setaani aba takyasobola kukukolako bulabe kubanga Katonda akukuuma.

Ekirala, 1 Yokaana 3:21-22 wasuubiza, *"Abaagalwa, omutima bwe gutatusalira kutusinga, tuba n'obugumu eri Katonda; era buli kye tusaba akituwa, kubanga tukwata ebiragiro bye era tukola ebisiimibwa mu maaso ge."* Omutima gwo tegukusalira musango bw'osanyusa Katonda nga tokoma ku kugondera biragiro bye kyokka wabula n'okwegirako ddala buli kibi.

Obeera n'obuvumu mu maaso ga Katonda era n'ofuna okuva Gyali buli ky'osaba nga Katonda bwakusuubiza. Talimba wadde okukyusa ebirowoozo Bye; Atuukiriza buli kyayogera era buli kyasuubiza (Kubala 23:19). N'olwekyo, akuwa ekintu kyonna ky'omusaba bw'omwagala okutuuka ku ddaala erisingirayo ddala era n'ofuuka atukuzibbwa.

Ne bwe nnali nga nkyali mupya mu kukkiriza, nnawuliranga bubi obubaka oba okusaba bwe kwaggwanga mangu kubanga n'ayagala nga nnyo okwongera okumanya ku kwagala kwa Katonda n'okufuna ekisa Kye. Era n'asobolanga okutuuka ku kigera ekijjuvu mu kukkiriza mu kaseera katono kubanga n'afubanga nga bw'ensobola okutambula ng'ekigambo kya Katonda bwe kiragira kasita nnakitegeeranga.

Era ekyavaamu, olwaleero buli kintu nkiwaayo eri Katonda n'obulamu bwange bwe nnyini nga seerekeddeyo n'omwoyo gwange gwonna n'omutima, era n'emmeeme, era ng'antambulira mu kigambo kyokka okusobola okumwagalira ku ddala erisingirayo ddala n'okumusanyusa. Newankubadde muwa ebyo byonna bye nina, bulijjo muli mba njagala okumwongera. Mukyala wange n'abaana n'abo beewaddeyo eri Mukama n'emitima gyabwe gyonna kubanga bwe nti bwe nnabayigiriza. Bw'oba owulira okuzitoowererwa mu kutambula ng'omukristaayo, olina okufuna ennyonta y'ekigambo kya Katonda, era ogezeeko okumusinza mu mwoyo n'amazima, era olafubane okutambulira mu kigambo Kye kyokka.

2. Omwoyo gwo gubeera bulungi

Abantu ku mutendera ogw'okuna mu kukkiriza bulijjo batambulira mu kigambo, nga bwe baatula n'emitima gyabwe gyonna, kubanga balowooza buli kiseera nti, "Nnakola ki okusanyusa Katonda?" era n'ebikolwa eby'obugonvu ddala bigoberera okwatula okw'okukkiriza okuva mu mitima gyabwe. Lwakuba baagala nnyo Katonda ku ddaala erisingirayo ddala.

Abantu ng'abo abasuubiza mu 3 Yokaana 1:2 nti: *"Omwagalwa, nsaba obeeranga bulungi mu bigambo byonna era obeerenga n'obulamu, ng'omwoyo gwo bwe gubeera obulungi."* Kitegeeza ki nti "Omwoyo gwo bwe gubeera obulungi"? mikisa gya naba ki egikuweebwa?

Omwoyo gwo gweyongera

Omuntu bwe yali yakatondebwa, Katonda yafuuwa omuka ogw'obulamu mu ye era nafuuka omwoyo omulamu. Yalina omwoyo, mwe yalina okuyita okussa ekimu ne Katonda; emmeeme ye yali efugibwa omwoyo; omubiri ogubeeramu omwoyo n'emmeme era nga yalina okubeerawo emirembe gyonna ng'omwoyo omulamu (Lubereberye 2:7; 1 Bassessalonika 5:23).

N'olwekyo, oyo omwoyo gwe nga gutambula bulungi asobola okufuga ebintu byonna era n'aba mulamu emirembe gyonna ng'omuntu eyasooka Adamu bwe yayogeranga ne Katonda era n'agonderanga okwagala kwe mu bujjuvu.

Naye, omuntu eyasooka Adamu yajjeemera ekiragiro kya Katonda era n'afiirwa emikisa gyonna Katonda gye yali amuwadde. Katonda yali amulagidde nti *"Buli muti ogw'omulusuku olyangako nga bwonooyagalanga: naye omuti ogw'okumanya obulungi n'obubi togulyangako kubanga olunaku lw'oligulyako tolirema kufa"* (Lubereberye 2:16-17). Adamu yajjeemera ekiragiro kya Katonda n'alya ku muti ogw'okumanya. Era ku nkomerero ya byonna, omwoyo gwe –

nga mwe yayitanga okwogeraganya ne Katonda-gw'afa era bwatyo n'agobebwa mu lusuku Adeni.

Wano bwe tugamba nti omwoyo gwe gw'afa tetutegeeza nti omwoyo gwa Adamu gw'aviirawo ddala, naye tutegeeza nti obusobozi bw'ago bwe gwalina bwe bwavaawo. Omwoyo gulina okukola omulimu gw'omufuzi, naye emmeeme yatwala omulimu gw'omwoyo okuva omwoyo lwe gw'afa. Omuntu eyasooka Adamu ng'omwoyo omulamu yali ayogeraganya ne Katonda kubanga naye Mwoyo.

Omwoyo gwa Adamu gw'afa lwa bujjeemu bwe era eky'avaamu yali takyasobola kwogeraganya na Katonda. Bwatyo n'afuuka omuntu ow'emmeeme, ng'eno kati yeeyafuuka omufuzi eya mufuganga mu kifo kifo ky'omwoyo.

Bwe twogera "Emmeeme" tuba twogera ku ngeri obwongo gye bukwatamu ebintu n'engeri ebyo ebikwatiddwa saako ebirowoozo ebiyingiziddwa mu bwongo ate engeri gye bifulumizibwamu. omusajja ow'emmeeme kitegeeza nti ono takyesigama ku Katonda naye yeesigama ku magezi g'abantu n'endowooza. Okuyita mu mirimu gya sitaani egitaggwayo gy'akola ku biroowozo by'omuntu –emmeeme-obutali butuukirivu n'obubi bibuutikira omuntu era ensi ejjudde obubi omuntu gyakomye okubuyingiza. Abantu bongedde okujjuzibwa ebibi era n'ebonoona buli mulembe oguddako.

Omuntu eyasooka Adamu ng'omuntu ow'omwoyo era mukama w'ebintu byonna yeeyagaliranga mu bulamu obutaggwaawo kubanga omwoyo gwe gw'akolanga mukama we era ng'asobola n'okwogeraganya ne Katonda. Enzikiza bwe y'afumita mu mutima gwe, ogwali gujjudde amazima gokka, okuyita mu bujjeemu bwe yakola, omutima gwe gwatandika okubeera wansi w'obufuzi bwa setaani, oyo omufuzi w'amaanyi g'ekizikiza.

Era eky'aamu, abo bonna abaava mu Adamu omugyeemu bafuse ng'ebisolo kubanga birina mubiri na mmeeme byokka awatali mwoyo. Babaddewo mu gatali mazima aga buli kika ng'obulimba, obwenzi, obbukyaayi, okutta, obuggya, n'obutayagaliza, nga byonna bikontana n'ekigambo kya Katonda (Omubuulizi 3:18).

Newakubadde biri bityo, Oyo Katonda kwagala yaggulawo ekkubo ery'obulokozi okuyita mu mwana We Yesu Kristo, era n'aweereza Omwoyo Omutukuvu ng'ekirabo eri omuntu yenna akkiriza Yesu Kristo omwoyo gwe ogw'afa gusobole okuzuukira. Omuntu yenna bw'afuna Omwoyo Omutukuvu ng'ekirabo olw'okukkiriza Yesu Kristo, omwoyo gwe ogwali gufudde guzuukizibwa. Era bw'akkiriza Omwoyo Omutukuvu okuzaala omwoyo ali mu ye, mpolampola afuuka omuntu ow'omwoyo.

Omuntu ng'oyo asobola okweyagalira mu mikisa gyonna ng'omuntu eyasooka Adamu bwe yali ng'akyali omwoyo omulamu kubanga emeeme ye etambula bulungi, nga kino kitegeeza nti omwoyo gwe gufuuka mukama we era emmeeme ye n'egondera omwoyo gwe. Eno y'engeri okukiriza kwo gye kukulamu n'engeri emmeeme yo gye tambulamu obulungi.

Obeera ku mutendera ogusooka mu kukiriza bw'okkiriza Yesu Kristo okuba omulokozi wo, era n'ofuna Omwoyo Omutukuvu. Olwo osobola okuyimirira ku lwazi olw'okukkiriza era n'otambulira mu kigambo kyokka okuyita mu lutalo olw'amaanyi wakati w'Omwoyo gwo ogugoberera okuyaayaana kw'Omwoyo Omutuku, ne mmeeme yo egoberera okuyaayaana kw'embala y'ekibi. Bw'otuuka ku mutendera ogw'okuna ofuuka mutuukirivu n'ofaanana nga Mukama kubanga omwoyo gwo y'afuuka mukama wo.

Omwoyo gwo kufuga Emmeeme yo

Omwoyo gwo bwe guba nga gwe gufuga emmeeme yo nga mukama waayo era emmeeme yo n'egondera obufuzi bw'omwoyo gwo ng'omuddu, kigambiba nti "omwoyo gwo guba gutambula bulungi" bw'otyo ojja kutandika okufaanana omutima n'endowooza ya Mukama, nga mu Bafiripi 2:5 bwe watugamba nti *"Mmwe mubeerengamu okulowooza kuli era okwali mu Kristo Yesu."*

Omwoyo gwo bwe gufuga emmeeme yo, Omwoyo Omutukuvu afuga omutima gwo ebitundu kikumi ku kikumi (100%) kubanga ekigambo eky'amazima ag'a Katonda kifuga omutima gwo, era ekivaamu, oba tokyasobola kwesigama ku biroowozo byo ng'omuntu obuntu. Kwe kugamba, nti osobola okugondera ddala obulungi ekigambo kya Katonda kubanga wamenyamenya buli kika kya kirowoozo kya nsi era omutima gwo n'egufuukamu amazima g'ennyini.

Mu ngeri eno, bw'ofuuka omuntu ow'omwoyo era ng'olung'amizibwa Omwoyo Omutuku, osobola okuwona ekika ky'okugezesebwa kyonna ebo ebizibu. Era n'okuumibwa awatali kabi konna kukutuukako. Okugeza.wadde ebigwa bitalaze oba akabenje biguddewo. Ojja kuba wawulidde dda eddoboozi ly'Omwoyo Omutukuvu nga likuzuukusa odduke okuva mu kifo ekyo era n'owonyezebwa.

N'olwekyo, emmeeme yo bw'eba etambula bulungi, amakubo go gonna ogakwasa Katonda n'omutima omuwoombefu. Olwo n'alyoka afuga omutima gwo n'ebirowoozo n'akukulembera mu buli kimu era n'akuwa omukisa gw'obulamu obulungi.

Ku kino ekitabo Eky'amateeka 28 w'ongera okunyonyola nti:

"Nemikisa gino gyonna ginaakujjiranga ginaakutukangako, bwonoowuliranga eddobozi lya Mukama Katonda wo. Onoobanga n'omukisa mu kibuga era onoobanga n'omukisa mu kyalo. Ekibala ky'omubiri gwo kinaabanga n'omukisa, n'ekibala ky'ettaka lyo, n'ekibala ky'ekisibo kyo, ezadde ly'ente zo n'abaana b'embuzi zo. Ekibbo kyo kinaabanga n'omukisa n'olutiba lwo olw'okugoyeramu. Onoobanga n'omukisa bw'onooyingiranga, era onoobanga n'omukisa bw'onoofulumanga" (Ennyiriri 2-6).

N'olwekyo, abo abagondera ekigambo kya Katonda olw'okuba emmeeme zaabwe giri bulungi tebajja kukoma ku kufuna obulamu obutaggwawo bwokka, wabula n'okweyagalira mu mikisa egy'abuli kika mu by'obulamu, ebikwatibwako n'emukukulaakulana ne munsi eno.

Byonna bisobola okukutambulira obulungi

Yusufu, mutabani wa Yakobo, yateekebwa mu mbeera enzibu ennyo: baganda be bennyini baamutunda bwe yali ng'akyali muto era n'atwalibwa e Misiri, kyokka eyo nayo baamusiba mu kkomera so nga yali talina musango gwonna gwe yali azizza.

Wadde embeera eno yali nzibu, Yusufu teyagwaamu maanyi wabula n'awaayo obulamu bwe eri Katonda Omuyinza wa byonna okubulung'amya. Olw'okukkiriza kwe okwali okw'amaanyi, Katonda Yennyini n'addukanya ebintu byonna ku lwa Yusuufu era n'amutegekera ebyo byonna bye yali yeetaaga era eky'avaamu buli kimu Yusuufu kya mugenderanga bulungi era n'ebamussaamu ekitiibwa eky'amaanyi bwe yaweebwa ekitibwa ky'okubeera katikkiro w'omu nsi ye Misiri.

N'olwekyo, wadde Yusuufu y'atwalibwa e Misiri mu buvubuka bwe aba Misiri n'ebamukozesa ng'omuddu, ku nkomerero ya byonna yateekebwa mu kifo ky'obukulembeze mu Misiri n'asobola okutaasa abantu be n'abo ab'omu Misiri enjala ey'amala emyaka musanvu. Ng'ogyeko ebyo, yazimbira abantu ba Isiraeli omusingi ogw'okubeera mu nsi ye Misiri.

Olw'aleero, mu nsi eno mulimu abantu abassuka mu buwumbi omukaaga. Mu bbo, abassuka mu kawumbi akamu bakkiriza mu Yesu Kristo. Mu kawumbi-akamu ak'abakristaayo, bwe mubaamu abaana ba Katonda abatalinaako bbala wadde olufunyiro, bano nga bajja kuba abaana Be abaagalwa! Abeera n'abo bulijjo era n'abawa emikisa mu ngeri zonna. Ebizibu bwe biba byagala okubalumba abbirako emitima gyabwe n'ebasobola okuwona ebizibu ebyo oba n'abaganya okusaba. Bw'abakwatako okusaba, Katonda akkiriza okusaba kwabwe era n'agyawo ebyo ebizibu ebibadde bibalindiridde kubanga ye Katonda Omwenkanya.

Emyaka si mingi egiyise, n'ayitibwa okubaako bye njogera eri olukungaana lw'enjiri mu kibuga kya Los Angeles ekisangibwa mu Amerika. Nga sinnaba kugenda nnawulira nga Katonda annumiriza okusabira olukung'ana luno, era bw'entyo n'enteeka amaanyi gange mu kusabira olukung'ana luno ku lusozi mu nnyumba y'okusaba okumala ssabbiiti bbiri. Nali simanyi lwaki Katonda yali annumirizza okusabira olukungaana luno okutuuka lwe n'atuuka mu Los Angeles.

Omulabe setaani yali aleeseewo abantu ababi okulemesa olukung'ana luno. Olukung'ana luno katono lusazibwemu. Naye oluvanyuma lw'okusaba kwange, n'okusaba kwa ba memba b'ekanisa yange, Katonda yali amenyemenye enkwe z'omubi zonna ng'olukung'ana terunnabaawo.

N'olwekyo, wennatuukira mu kibuga Los Angeles, n'asanga buli kimu eky'olukung'ana kitegekeddwa bulungi, era bwe lutyo n'erutambula bulungi awatali kizibu kyonna. Okwongereza kw'ekyo, n'addiza nnyo Katonda ekitiibwa, okuyita mu mukisa ogwa mpeebwa okusabira olukiiko olufuzi olw'ekibuga kya Los Angeles, era n'empebwa obutuuze obw'ekitiibwa nga kino kye kyali kisoose omutuuze we Korea okuweebwa ekitiibwa kino okuva mu bakulu abatwala egombolola ya Los Angeles.

Mu ngeri eno, oyo emmeeme ye etambula obulungi, ebibye byonna abikwasa Katonda. Ebintu byonna bw'obikwasa Katonda mu kusaba awatali kwesigama ku birowoozo byo, kwagala kwo, oba entegeka zo, Katonda afuuka kalabalaba we mmeeme yo, era n'akukulembera ebintu byonna ne bisobole okukutambulira obulungi.

Ne bwosisinkana ebizibu, Katonda mu ngeri yonna akola ku lw'obulungi bwo, bwe weebaza Katonda wadde oli wakati w'embeera enzibu olw'okuba okkiriza ng'onywedde nti Katonda akiganyizza kikutuukeko mu kwagala Kwe. Olumu, oyinza okusisinkana ebizibu bw'okola ebintu okusinzira kw'ebyo by'omanyi oba by'olabyeko, oba by'olowooza nga teweesigamye ku Katonda, naye ne mu mbeera ezo, Katonda akuyambirawo bw'otegeera ensobi yo ne weenenya.

Okufugibwa Omwoyo Omutukuvu mu bujjuvu

Bw'oyimirira ku lwazi lw'okukkiriza, okubusabusa kwonna kukuvaako era n'otandika okukkiririza ddala awatali kuwannaanya nti Katonda mulamu n'emirimu Gye ng'okuzuukira kwa Mukama n'okudda Kwe, okutonda ebintu awataali kintu kyonna, n'okuddamu okusaba kwo.

N'olwekyo, mu buzibu byonna n'okugezesebwa, olinza kusanyuka busanyusi, n'okusaba saako okwebaza Katonda kubanga tokyamubuusabuusa mubutakkiriza.. Wabula, Omwoyo Omutukuvu aba tannaba kufuga mutima gwo kikumi ku kikumi kubanga tonnatuuka ku kigera ekijjuvu eky'okutukuzibwa. Ebiseera ebimu toyinza kwawula oba nga ky'owulira lye ddoboozi ly'Omwoyo Omutukuvu, n'otabulwatabula kubanga ebirowoozo eby'omubiri bikyakulimu.

Eky'okulabirako; bw'oba osabira okutandikawo bizinensi, n'obeerako ne bizinensi gy'ozudde era n'otandika okugiddukanya, ng'olowooza kwe kuddamu kwa Katonda eri okusaba kwo. Mu kusooka bizinesi n'etambula bulungi, naye gye bugenda bweyongera n'eba nga yeeyongera kukola bubi buli gye byeyongera. Olwo n'okutegeera nti tewalira ddoboozi lya Mwoyo Mutukuvu wabula w'agendera ku birowoozo byo.

N'olwekyo, abo abayimiridde ku lwazi lw'okukkiriza, emirundi egisinga baba bawanguzi, kubanga bategeera amazima era n'ebatambulira mu kigambo naye era baba tebannaba kutuukirira mu kukkiriza kubanga tebannayingira mutendera mwe bayinza okwesigira ddala Katonda mu byonna, era n'ebesigama ku Ye yekka.

Abantu abali ku mutendera ogw'okuna bafaanana batya? Bw'oba ku mutendera ogw'okuna, omutima gwo guba gwakyusibwa dda n'egufuuka ogw'amazima, ng'obulamu bwo butambuzibwa okusinziira ku kigambo kya Katonda, era ng'amazima gannyikira mu mubiri gwo n'omutima. Omutima gwo nga gukyusiddwa eri Omwoyo era ng'omwoyo gwe gufuga ommeeme yo mu byonna. N'olwekyo oba tokyatambula ng'ebirowoozo byo bwe bikugamba. Kubanga kati Omwoyo Omutuku gwe gufuga omwoyo gwo kikumi ku kikumi (100%). Olwo osobola okukulaakulana mu byonna by'okola kubanga Katonda yakukulembera bw'omugondera nga bw'ogoberera okulung'amizibwa kw'Omwoyo Omutukuvu.

Kasita osaba okubaako ky'okola, osobola okukulemberwa eri ekkubo ly'okukulaakulana n'okuba obulungi nga tokoze nsobi ng'olindirira n'obugumikiriza obungi okutuusa Omwoyo Omutukuvu bw'anaafuuka kalabalaba wo kikumi ku kikumi. Olubereberye 12 watujjukiza nti Yibulayimu yagonda n'aleka okwabwe kwe yazaalibwa, Katonda bwe yamulagira okukikola wadde yali talina kyamanyi ku gyagenda. Naye, olw'obugonvu eri okwagala kwa Katonda, yaweebwa omukisa ogw'okufuuka jjajja w'okukkiriza era Mukwano gwa Katonda.

N'olwekyo tolina kwerariikirira kintu kyonna, Katonda bwaba yafuga amakubo go, osobola okweyagalira mu mikisa mu makubo go gonna singa oba nga ogonda era n'ogoberera Ye kubanga Katonda Ayinza byonna abeera naawe.

Ebikolwa ebituukiridde eby'obugonvu

Bw'oyingira omutendera ogw'okuna ogw'okukkiriza, mu ssanyu ogondera ebiragiro byonna kubanga oyagala Katonda ku ssa erisingirayo ddala. Tomugondera lwa butagaane, oba lw'ampaka naye omugondera nga tewali akukase era mu ssanyu okuva ku ntobo y'omutima gwo olw'okuba Omwagala.

Kankozesa eky'okulabirako kikuyambe okutegeera kino, katugamba olina ebbanja ddene, bw'olemererwa okusasula ebbanja lino amangu ddala, ojja kubonerezebwa ng'amateeka bwe g'agamba. Kyokka nga n'ekisinga obubi, waliwo omu ku booluganda lwo eyeetaaga okulongoosebwa okw'amangu. Ojja kuwulira ng'ofa singa oba tolina sente mu mbeera eno enzibu.

Olwo, oneeyisa otya bw'onoosonga ejjinja ery'omuwendo omungi ku kubo nga lyagudde, eneeyisa yo ejja kuba y'anjawulo okusinziira ku kigera ky'okukkiriza kwo.

Bw'oba oli ku mutendera ogusooka ogw'okukkiriza ng'oyita ku lugwanyu okufuna obulokozi, oyinza okulowooza, "Ejjinja lino ligenda kunnyamba okusasula ebbanja lyange, nsasule n'ezomuddwaliro" kino kiri bw'ekityo kubanga tonnamanya kigambo kya Katonda Bulungi. Bw'otyo ojja kutunulatunula okulaba oba tewali akulaba era olirondewo bwe wanaaba tewali akulaba.

Bw'oba oli ku mutendera ogw'okubiri ogw'okukkiriza mw'ogerezaako okutambula ng'ekigambo bwe kiragira, oyinza okufuna olutalo olw'omwoyo wakati w'okuyaayaana kw'embala y'ekibi nga kugamba "kuno kwe kuddamu kwa Katonda eri essaala yange" n'okuyaayaana kw'Omwoyo Omutukuvu, nga kugamba, "Nedda buno buba bubbi. Nina okulizaayo ewa nnyini lyo."

Mu kusooka, oyinza okusibamu n'olowooza oba olitwale oba okulitwala ku poliisi naye ku nkomerero, oliteeka mu nsawo yo, kubanga okubaawo kw'obubi kungi okusinga okubaawo kw'obulungi mu gwe. Singa wali tolina bbanja lyonna oba okuba mu buzibu buno obwetaaga sente amangu ddala, wandisibyemuko naye n'olitwala ku poliisi, Naye, obubi obuli mu ggwe bumala n'ebusinga obulungi obuli mu ggwe olw'okuba weesanze mu mbeera ey'obutasobola kweyamba.

Bw'oba ku mutendera ogw'okusatu oba ng'oyimiridde ku lwazi lw'okukkiriza, ng'ogoberera okuyaayaana kw'Omwoyo Omutukuvu, ojja kutwala ejjinja lino ku poliisi kubanga oyagala liddizibwe nnyini lyo, Naye oba owulira ng'osubiddwa ejjinja lino ery'omuwenda mu mutima gwo era ng'ogamba "kale nandisasudde amabanja gange gonna, n'ensasulira n'okulongoosa omulwadde!" N'olwekyo ebikolwa byo biba tebinnaba kutuukirira bulungi kubanga okuyaayaana kw'agatali mazima ku kyakulimu mu ngeri eno.

Wandyeyisizza otya mu mbeera eno enzibu ng'oli ku mutendera ogw'okuna? Tolowooza ku by'oyagala nga gwe, n'ebwoba ogudde ku jinja nga lino ery'omuwendo kubanga mu mutima gwo tolinaamu g'atali mazima n'ekirowoozo ng'ekyo eky'okukola obubi tekiyinza kukusala wadde mu birowoozo.

Era, muli ojja kusaasira eyalisudde ng'ogamba, "bambi ng'alabye! Ateekwa okuba awulira bubi era ng'alinoonya buli wamu. Kanditwale ku poliisi kati!" ojja kukola nga bwolowooza era olileete ku poliisi

Mu ngeri eno, bw'oba oyagala Katonda ku ddaala erisingirayo

ddala, ng'oli ku mutendera ogw'okuna mu kukkiriza, obeera ogondera amateeka ga Katonda wadde oba waliwo akulaba oba nga tebakulaba, kubanga obulamu bwo bugoberera amateeka ga Katonda. Mu mbeera ng'eno, kiba tekikwetaagisa gwe okugezaako okwawula eddoboozi ly'Owoyo Omutukuvu ku kintu ekirala kyonna, ng'endowooza zo embi.

Nga tonnayimirira ku lwazi lw'okukkiriza, ebiseera bingi weesanga mu bizibu kubanga si kyangu gyoli okwawula mu ndowooza zo, n'eddoboozi ly'Omwoyo Omutukuvu. Wadde oyimiridde ku lwazi olw'okukkiriza, oyinza obutasobolera ddala kumanya nti lino ddoboozi lya Mwoyo Mutukuvu oba ndowooza yo.

Wabula, bw'oba otuuse ku kigera okukkiriza eky'omutendera ogw'okuna, oba tolina nsonga lwaki okaluubirirwa era n'oba ng'olina okugoberera eddoboozi lya Mwoyo Mutukuvu kubanga Y'afuga era n'okukulembera omutima gwo n'endowooza zo, 100%.

Ate era, bw'oba ku mutendera ogw'okuna ogw'okukkiriza, teweesigama ku ndowooza z'abantu, oba amagezi gaabwe, wadde ebyo bye bayiseemu. Naye oyo Mukama Y'akulung'amya mu ng'eri zo zonna. Era ekivaamu, osobola okweyagalira mu mikisa gya "Yakuwa" (Katonda ajja kuleeta) era ebintu byonna bijja kukugendera bulungi.

3. Okwagala Katonda awatali kakwakkulizo konna

Bw'obeera ku mutendera ogw'okuna ogw'okukkiriza, okwagala kwo eri Katonda tekubaako kakwakkulizo konna. Obuulira enjiri mu bw'esigwa n'okula emirimu gya Katonda kubanga, obeera tosuubira kufuna by'amagero oba okuddibwamu okuva eri Katonda, gwe otuukiriza butuukiriza buvunaanyizibwa bwo era nga kino okitwala ng'obuvunaanyibwa bw'olina okutuukiriza. Kye kimu nga bw'onooyamba baalirwana bo n'okwagala okw'okwewaayo. Ekyo okikola nga tosuubira kusasulwa okuva gye bali kubanga oyagala nnyo emmeeme zaabwe.

Wali owuliddeko omuzadde asaba omwana we amusasule kubanga y'amwagala? Ekyo tebakikola, okwagala kugaba. Abazadde b'aba beebaza era ng'abasanyufu olw'okuba balina abaana beebaagala. Bwe wabaawo abazadde bonna abagala abaana baabwe okubagondera oba n'ebabakuza olw'okwagala okwewaana, abo baba basuubira okusasulwa olw'okwagala kwe balina eri abaana baabwe.

Era n'abaana baba tebalina kye baagala kuva w'abazadde baabwe olw'okuba babagala n'omutima gwabwe gwonna. Bwe bakola emirimu gyabwe era n'ebagezaako okukola ebyo ebisanyusa bazadde baabwe, abazadde batandika okulowooza, "Oba n'amuwa ki?"

Mu ngeri y'emu, bw'otuuka ku kigera okukkiriza kw'oyagalira Mukama ku ddaala erisingirayo ddala, eky'okuba nti w'afuna ekisa ky'obulokozi kimala gwe okuba nga weebaza Katonda, era n'owulira nga tewali ngeri yonna gy'osobola kusasulamu kisa Kye, era nga tolina kyosigalizza kirala kumukolera wabula okwagala amazima ne Katonda awatali kakwakkulizo konna.

N'olwekyo, bw'oba n'okukkiriza okwagala Katonda awatali kakwakkulizo konna, otandika okusaba, okukola, n'okuweereza emisana n'ekiro olw'obwakaba bwa Katonda n'obutuukirivu Bwe. Ate nga tosuubira kusasulibwa olw'ebyo by'okola.

Okwagala Katonda n'omutima ogutakyukakyuka.

Mu bikolwa by'abatume 16:19-26 w'ogera ku batume Paulo ne Siira nga wadde baali bakoze birungi byerere ng'okubuulira enjiri eri abamawanga n'okubagobamu dayimooni, bakwatibwa abantu ababi n'ebabawalawala okugenda mu katale, eyo gye baabambulira engoye n'ebabakuba emigo emizibu era n'ebabasiba mu kkomera. baatekebwa mu kasenge ak'omunda ng'ebigere byabwe bisibiddwa mu nvuba. Singa gwe wali bbo wandikozeewo ki?

Singa oli kumutendera ogusooka oba ogw'okubiri ogw'okukkiriza, oyinza okw'emulugunya oba okusinda ng'obuuza "ddala, Katonda oli Mulamu? tuzze tukuweereza n'obwesigwa okutuuka leero. Naye lwaki oganya abantu bano okutusiba mu kkomera?"

Ku mutendera ogw'okusatu ogw'okukkiriza, toyinza kwogera bintu bwe bityo, naye oyinza okusaba mu ddoboozi ery'ennyamiddemu nti "Katonda otulabye bwe batuweebudde nga tubuulira ku lulwo, buno obulumi nga buyitiridde! Tukwegayiridde tuwonye otute tugende"

Wabula Paulo ne Siira bbo beebaza Katonda era n'abayimba ennyimba ezimutendereza wadde nga baali mu mbeera enzibu ennyo, era nga tebamanyi kiki ekyali kigenda okubatuukako. Amangu ago, musisi ow'amaanyi n'ayuugunmya omusinji gw'ekkomera era amangu ago enzigi zonna ez'ekkomera n'ezeggula era buli lujegera lwa buli muntu n'erwesumulula. Ng'ogyeko eky'amagero kino, oyo eyasiba Paulo n'amaka ge bakkiriza enjiri ya Yesu Kristo era n'ebafuna obulokozi.

N'olwekyo, abantu abali ku mutendera ogw'okuna

ogw'okukkiriza basobola okuddiza Katonda ekitiibwa mu bwangu, kubanga baba balina okukkiriza okw'amaanyi okwo okubasobozesa okusaba n'okutendereza Katonda mu ssanyu mu bizibu byonna oba okugezesebwa.

Okugondera buli kimu mu ssanyu

Mu lubereberye 22, Katonda alagira Ibulayimu okuwaayo omwana we omu yekka Isaaka, omwana Katonda gwe yamuwa ng'ekisuubizo, amumuwe nga ssaddaaka enjokye. Ssaddaaka enjokye etegeeza eyo ssaddaaka eweebwayo eri Katonda nga basalasala ensolo mu bitundutundu, ebitundutundu obyo n'ebiteekebwa ku nku eziri ku kituuti awookyebwa ssaddaaka eziwebwayo eri Katonda n'ebyokyebwa.

Yibulayimu kyamutwalira ennaku ssatu okutuuka mu kifo Moliya, gye yali alina okussaddaakira omwana we Isaaka ng'ekiweebwayo ekyokye mu kugondera ekiragiro kya Katonda. Olowooza kiki kye yalowoozangako mu mmeeme ye okumala enaku ssatu ze yamala ng'atambula okugenda e Moliya?

Abantu abamu bagamba nti Yibulayimu yagendayo ng'ebirowoozo bye bikubagana empawa nga yeebuuza muli: "Mugondere oba Nedda?" Naye ekyo si bwe kyali. Olina okukimanya nti abantu abali ku mutendera ogw'okusatu ogw'okukkiriza bagezaako okwagala Katonda kubanga bakimanyi nti balina okwagala Katonda.

Naye, abantu abali ku mutendera ogw'okuna ogw'okukkiriza bbo bamwagala bwagazi, nga tebalina kugezaako kumwagala. Katonda yakimanyirawo nti Yibulayimu yali ajja kumugondera mu ssanyu era kwe kugezesa okukkiriza kwe. Wabula, takkiriza kigezo ky'amaanyi bwe kityo kutuuka ku bantu abatasobola kumugondera.

Ye nsonga lwaki mu Baebulaniya 11:19 woogera nti, *"bwe yalowooza nga Katonda ayinza okuzuukiza mu bafu era; era mwe yamuweerwa mu kifaananyi."* Yibulayimu y'asobola okugondera ekiragiro kya Katonda n'essanyu kubanga yakkiriza nti Katonda yali asobola okuzuukiza omwana we okuvu mu bafu. Era ku nkomerero, Ibulayimu yayita ekigezo ky'okukkiriza era n'afuna emikisa emingi ennyo. N'afuuka jjajja w'abakkiriza, omukisa gw'amawanga gonna era n'abamuyita "Mukwano" gwa Katonda.

Bw'oba ng'oli muntu agondera Katonda n'esanyu, nga bulijjo obeera w'ebaza n'okusanyukira mu kigezo kyonna oba ebizibu, tolina kiralala ky'oyinza kukola wabula okwebaza obwebaza Katonda okuva ku ntobo y'omutima gwo era n'osaba kubanga okimanyi nti Katonda mu bintu byonna akola ku lw'obulungi bwo era n'akuwa omukisa okuyita mu bigezo n'okuyigganyizibwa okwo.

Katonda asanyukira okukkiriza era n'akuwa buli ky'osaba. Y'esonga lwaki Yesu atugamba mu Matayo 8:13, *"nga bw'okkirizza, kibeere gy'oli bwe kityo kityo"* Era mu Matayo 21:22, *"Ne byonna byonna bye munaayagalanga nga musaba, nga mukkiriza munaabiweebwanga."*

Bw'oba ng'okyalina okusaba okutannakuddibwamu, kikakasa nti tonnaba ku mwesiga mu bujjuvu wabula okumubuusabuusa. N'olwekyo olina okutuuka ku ddaala ery'okwagala Katonda awatali kakwakkulizo konna ng'omugondera n'essanyu okuva ku ntobo y'omutima gwo mu mbeera yonna.

Okukkiriza buli kintu n'okwagala wamu n'okusaasira

Oyinza kukola otya singa omuntu akuyombesa n'okukusibako omusango gw'otakoze? Bw'oba ng'oli kumutendera ogw'okubiri mu kukkiriza, tojja kukigumiikiriza era ojja kw'emulugunya otandike n'okubikaayaniramu era bw'oba n'omutima omubi, onyiiga nnyo era oyinza n'okutandika okumuvuma. Naye nga si kituufu, abakkiririza mu Katonda okulaga obubi obw'ekika kyonna ng'okunyiiga, okwekalakaasa, oba okuvuma, nga bwe kyayogerwa mu 1 Petero 1:16, *"Munaabanga batukuvu kubanga nze ndi mutukuvu."*

Bw'oba ku mutendera ogw'okusatu mu kukkiriza, oyinza kweyisa otya? Owulira muli obulumi n'okuba nga toteredde kubanga setaani akyakola omulimu obutakoowa mu birowoozo byo. Kino kiri bwe kityo kubanga, wadde olowooza mu mutima gwo nti olina okuba omusanyufu, okwebaza okuvaako n'okusanyuka ebiva mu mutima gwo.

Bw'oba ku mutendera ogw'okuna ogw'okukkiriza, omutima gwo tegunyenyezebwa era tonyiiga wadde abalala bakukyawa oba okukuyigganya awatali nsonga yonna, kubanga wegyako dda buli kika kya bubi.

Yesu teyava mu mbeera oba okuwulira obulumi wadde Yayiganyizibwa, n'asisinkana ebizibu, n'aswazibwa n'ayisibwa ng'ekitagasa okuva mu bantu bwe yali abuulira enjiri. Teyayogera kintu nga "sirina kibi kyonna kye nnakola okujjako ebirungi, naye abantu ababi n'ebanjiganya n'ebagala n'okunzita. Mpulira ennaku n'obulumi." Ebyo teyabyogera okujjako y'abaddangamu ebigambo ebiwa obulamu

Bw'oba ku mutendera ogw'okuna mu kukkiriza, omutima

gwo gubeera gufaanana n'ogwa Mukama, Kati obeera osaasira abo abakuyigganya n'obasabira mu kifo ky'okubanyiigira oba okubalumbagana. Obasonyiwa n'ogezaako okubategeera, ng'obaniriza n'okwagala wamu n'okusaasira.

N'olwekyo, kansuubire nti ojja kutegeera nti ne mu mbeera y'emu, abantu abatabuka amangu oba abawalana abalala, bawulira bubi n'okuggwako emirembe kyokka ng'abo abasonyiwa n'okwaniriza abalala n'okwagala saako okusaasira tebawulira bulumi bwonna wadde okuggwako emirembe, era bawangula obubi n'obulungi.

4. Okwagala Katonda okumusukulumya ku Kirala Kyonna

Bw'otuuka ku mutendera gw'okwagala Mukama okumusukulumya ku kirala kyonna, ogondera mu bujjuvu amateeka gonna era n'emmeeme yo n'etambula bulungi. kya butonde gwe okwagala Katonda okumussukulumya ku kintu ekirala kyonna. Y'ensonga lwaki omutume Paulo yagamba mu ba Firipi 3:7-9 nti ebyo byonna ebyali amagoba gyaali kati abiraba nga kufiirwa. Era byonna yabifiirwa kubanga yabirabanga "kasasiro"

> *"Naye byonna ebyali amagoba gyendi, ebyo nnabirowooza nga kufiirwa olwa Kristo. Naye era n'ebintu byonna nnabirowooza nga kufiirwa olw'obulungi obungi obw'okutegeera Kristo Yesu Mukama wange: ku bw'oyo nnafiirwa ebintu byonna, era mbirowooza okubeera mpitambi, ndyoke nfune*

amagoba ye Kristo, era ndyoke ndabikire mu ye, nga ssirina butuukirivu bwange okuva mu mateeka, wabula obutuukirivu obuliwo olw'okukkiriza Kristo, obuva eri Katonda mu kukkiriza"

Bw'oyagala Katonda okukira ebirala byonna

Yesu atuyigiriza mu bitabo by'enjiri ebina ebika by'emikisa ebiweebwa abo abasuula eri buli kimu kye balina ne bagala Katonda okusinga ekintu ekirala kyonna ng'omutume Pawulo bwe yakola. Atusuubiza mu Makko 10:29-30 nti Ajja kubawa emirundi kikumi emikisa mu biro ebya kaakano

> *"Mazima mbagamba nti tewali eyaleka ennyumba, oba ab'oluganda, oba bannyina oba nnyina, oba kitaawe, oba abaana, oba ebyalo, ku lwange n'olwenjiri, ataliweebwa emirundi kikumi mu biro bino ebya kaakano, enyumba, n'ab'oluganda, ne bannyina ne bannyaabwe, n'abaana, n'ebyalo, n'okuyigganyizibwa; ne mu mirembe egigenda okujja obulamu obutaggwaawo.*

Ebigambo bino nti "tewali ayaleka ennyumba, oba ob'oluganda, oba bannyina, oba nnyina, oba kataawe, oba abaana, oba ebyalo, ku lwange n'olwenjiri" mu by'omwoyo biba bitegeeza nti tokyegomba bintu bya nsi, okweggyako enkolagana n'abantu ab'ensi, n'okusingira ddala okwagala Katonda kubanga ye Mwoyo.

Wabula tekitegeeza nti tolina kwagala bantu balala olw'okuba Katonda gw'osoosa era ku kino 1 Yokana 4:20-21 w'atugamba nti, *"Omuntu bw'ayogera nti njagala nnyo Katonda, n'akyawa muganda we mulimba; kubanga atayagala muganda we gwe yali alebyeko, Katonda gw'atalabangako tayinza kumwagala. Era tulina ekiragiro kino ekyava gy'ali, ayagala Katonda, ayagalenga ne muganda we."*

Abantu bagamba abazadde b'ebazaala emibiri gy'abaana baabwe. Omuntu akolebwa mu lubuto ng'eggi ly'omusajja n'omukazi by'eggase, naye amagi ago gakolebwa Katonda Omutonzi so si bazadde

Ate era omubiri guno gwe tulaba guddayo mu nfuufu ng'omuntu afudde, era gwo omubiri gukola bukozi ng'enyumba omwoyo ne mmeeme mwe bibeera. Mukama w'omuntu omutuufu gwe mwoyo era nga Katonda yennyini yafuga Omwoyo. N'olwekyo tulina okwagala Katonda okusinga ekintu ekirala kyonna bwe tuba nga tutegeera nti Katonda yekka yasobola okutuwa obulamu, obulamu obutaggwaawo n'eggulu.

Nze n'akomako ku mugo gwe ntaana olw'endwadde ennyingi ez'olukonvuba ez'annuma okumala emyaka musanvu. Mu ngeri ey'ekyamagero n'awonera ddala bwe n'asisinkana Katonda omulamu. Okuva olwo, buli lukya nnyongera kumwagala okusinga ekintu ekirala kyonna era naye anzirizza emikisa mingi.

Okusinga ennyo, nn'asonyiyibwa ebibi byange byonna era n'enfuna obulokozi n'obulamu obutaggwaawo. Okwongereza kw'ekyo, buli kimu kya ng'enderanga bulungi n'emba mulamu, ng'emeeme yange etambula bulungi. Oluvanyuma Katonda yampita okuba omuweereza We, okusobola okutambuza omulimu gw'enjiri mu nsi yonna era n'ampa amaanyi.

Ambikkulidde ebintu ebinaatera okujja. Era Ampereza

abaweereza bangi abalungi n'abakozi b'ekanisa ab'esigwa era N'akkiriza ekanisa yange okugejja ennyo, nsobole okutuukiriza ekigendererwa kya Katonda.

Ekirala, Ampadde omukisa gw'okwagalibwa ba memba b'ekanisa n'abo abatali bakkiriza. Asobozesezza ab'amaka gange okumwagala okusinga omuntu yenna, wadde ekintu kyonna, era N'abakuumira ddala eri endwadde ez'abuli kika n'obubenje okuva lw'ebakkiriza Mukama; tewali n'omu ku bbo yali amize ku ddagala oba okuweebwa ekitanda. Mu ngeri eno, ampadde omukisa munene nnyo nti sirina ky'enjula.

Okutuukiriza okwagala okw'Omwoyo

Bw'oba ng'oyagala Katonda okusinga ekintu ekirala kyonna, obeera nga buli kimu kyoyagala okirina, kubanga Akulung'amya mu buli mbeera yonna era essanyu okuva mu ggulu likka mu mutima gwo mu bujjuvu.

Era ekivaamu, ogabana okwagala okwo okungi n'abalala kubanga okwagala okw'omwoyo kukukkako mu bujjuvu. Osobola okwagala abantu bonna n'okwagala okw'olubeerera era okutakyukakyuka kubanga tolinaamu bubi bwonna mu ggwe.

Okwagala okw'Omwoyo kw'ogerwako mu bujjuvu mu 1 Bakkolinso 13:4-7:

> *Okwagala kugumiikiriza, kulina ekisa, okwagala tekuba n'abuggya, okwagala tekwekulumbaza, tekwegulumiza, tekukola bitasaana, tekunoonya byakwo, tekunyiiga, tekusiba bubi ku mwoyo; tukusanyukira bitali bya butuukirivu, naye*

kusanyukira wamu n'amazima; kugumiikiriza byonna, kukkiriza byonna, kusuubira byonna, kuzibiikiriza byonna.

Enaku zino, waliwo obukuubagano, obutabanguko n'enjawukana nyingi mu nsi eno, n'okuyombagana wakati w'omwami n'omukyala oba wakati w'abooluganda mu maka mangi, kubanga mu bbo temuliimu kwagala kwa mwoyo. Buli ssaawa babeera mu bukubagano era tebasobola kutondawo oba okubezaawo amaka amalungi era agalimu eddembe, kubanga buli omu agamba nti ye, ye mutuufu, era yeyeetagibwa okwagalibwa.

Wabula, abantu bwe batandika okwagala Katonda okusinga ekintu ekirala kyonna, b'afuna okwagala okw'omwoyo nga beegobako okwagala okw'omubiri. Okwagala okw'omubiri kukyukakyuka, era kw'enoonyeza by'akwo, kyokka nga kwo okwagala okw'omwoyo kusooka kulowooza ku balala mu bukakkamu, era nga kunoonyeza abalala okusanyuka nga bbo tebannakufuna. Bw'ofuna okwagala okw'ekika kino amaka go ddala tegaaleme kujjuzibwa ssanyu n'eddembe.

Nga bwe kitera okuba, otandika okuyigganyizibwa ab'oluganda bo oba emikwano abo abattakkiririza mu Katonda, bw'otandika okwagala Katonda (Makko 10:29-30). Naye ekyo tekirwawo nnyo, emmeeme yo bwe tambula obulungi era n'otuuka ku mutendera ogw'okuna ogw'okukkiriza, okuyigganyizibwa kukyusibwa n'ekufuuka emikisa n'abo abakuyigganya batandika okukwagala era n'abatandika okukukkiririzaamu.

2 Abakkolinso 11:23-28 wanyonyola ng'omutume Paulo bwe yayigganyizibwa ennyo bwe yali abuulira enjiri ya Mukama.

Yakola nnyo ku lwa Mukama okusinga ku lw'omuntu omulala yenna. Baamusiba emirundi mingi mu kkomera, n'akubwa emiggo mingi, era n'abeera nnyo mu katyabaga k'okufa. Naye era Paulo yasigala yeebaza era n'asanyuka mu kifo ky'okuwulira ennaku.

Kale bwe kityo, bwe kiba bw'otuuka ku mutendera ogw'okuna ogw'okukkiriza kw'oyagalira Katonda okusinga ekintu ekirala kyonna, n'ebwoba oli wa kutambulira mu kiwonvu wansi w'ekisikirize eky'olumbe, ekifo ekyo kiba nga ggulu era n'okuyigganyizibwa n'akwo kugira n'ekufuuka emikisa kubanga Katonda ali naawe.

Mu Matayo 5:11-12 Yesu atugamba nti *"Mwe mulina omukisa bwe banaabavumanga, bwe banaabayigganyanga, bwe banaabawayirizanga buli kigambo kibi, okubavunaanya nze. Musanyuke, mujaguze nnyo; kubanga empeera yammwe nnyingi mu ggulu kubanga bwe batyo bwe baayigganya bannabbi abasooka mmwe."*

N'olwekyo, olina okukitegeera nti ebizibu oba ebigezo bwe bikujjira olwa Mukama, bw'osanyuka era n'eweebaza, tokoma ku kufuna kwagala kwa Katonda, Ye okukumanya, n'okukuwa empeera mu ggulu, wabula n'ofuna emirundi kikumi mu biro bino ebya kaakano.

Ebibala eby'Omwoyo Omutuku N'emikisa egiriweebwa

Bw'otuuka kumutendera ogw'okuna mu kukkiriza, ojja kuba n'ebibala bino omwenda eby'Omwoyo Omutukuvu mu bungi. era emikisa egyasuubizibwa n'egitandika okukujjako. Mu Bagalattiya 5:22-23 watubuulira ku bibala omwenda eby'Omwoyo Omutukuvu. *"Naye ebibala eby'Omwoyo kwe kwagala, okusanyuka, emirembe, okugumiikiriza, ekisa, obulungi, okukkiriza, obuwombeefu, okwegendereza ku biringa ebyo, tewali mateeka."*

Ekibala eky'Omwyo Omutukuvu, kwe kwagala kwa Yesu Kristo, okwo okuwa omulabe amazzi bw'aba alina ennyonta era n'amuwa emmere bwaba omuyala. Bw'obala ekibala ky'essanyu, emirembe egy'addala n'okusanyuka bikukkako kubanga onoonya n'okutondawo obulungi bwokka. Era obeera n'emirembe n'abantu bonna mu butukuvu bw'obala ekibala eky'emirembe.

Okwongereza kw'ekyo, bw'osaba obutakoowa, nga weebaza n'essanyu n'ekibala ky'obugumiikiriza wadde osisikanye okubonabona n'ebigezo. Bw'oba n'ekibala eky'ekisa, osonyiwa abantu n'ebintu ebitasonyiyika, osobola n'okutegeera ebintu ebitategerekeka, era n'olabirira n'abalala basobole okukulaakulana okukusinga. Bw'oba n'ekibala eky'obulungi weegobako buli kika kya bibi, ng'ononya obulungi era n'otasuulirira wadde okulumya abantu abalala.

Bw'oba n'ekibala eky'obwesigwa, ogondera ekigambo kya Katonda mu bujjuvu, era n'oba mwesigwa gyali eri Mukama okutuuka ku ssa ly'okuwaayo obulamu bwo. Bw'oba n'ekibala eky'obuwombeefu ekyo ekigonda nga Pamba, osobola okukyusa ettama lyo ery'okumukono ogwa kkono, omuntu bw'aba akukubye ku ttama ery'omukono ogwa ddyo. Era n'oyaniriza buli muntu n'okwagala saako okusasira.

N'ekisembayo, bw'oba n'ekibala eky'okwegendereza, ogoberera engeri ekolebwamu ebintu eyava eri awatali kuwakanya oba okwekubiira era n'otuukiriza okwagala kwa Katonda mu ngeri ennungi era ennug'amu.

Okwongereza kw'ekyo, ojja kulaba ebyo eby'asuubizibwa nga bwe binyonnyoddwa mu Matayo 5, ebyo ebitaggwaawo, ebitakyukakyuka, era nga by'alubeerera, nga bitandika okujja gyoli.

Bw'obala ebibala by'Omwoyo Omutukuvu mu bungi, emikisa egy'asuubizibwa gitandika okujja gyoli mu ngeri eyo, obeera onaatera okutuuka ku mutendera ogw'okutaano ogw'okukkiriza omwo mw'ojja okutwalibwa mu makubo ag'okukulaakulana era mu bwangu ojja kuweebwa ebyo by'oyagala mu birowoozo byo.

Okusobola okutuuka ku ntiko y'olusozi, olina okulinyalinya olusozi ddaala ku ddaala, waggulu waalwo, owulira ng'ozeemu amaanyi era ng'owulira bulungi wadde ng'olugendo lubadde lukooya nnyo. Abalimi bakola nnyo n'essuubi ery'okukungula ebingi kubanga bakkiriza nti basobola okukungula bingi nga bwe babonyebonye mu kusiga. Mu ngeri y'emu tusobola okusiga emikisa Katonda gy'atusuubiza mu Baibuli bwe tutambulira mu mazima.

Ka mufune okukkiriza okwagala Katonda okusinga byonna nga mwegobako ebibi byammwe byonna, nga mufuba nnyo okubyegyako era nga mutambula nga Katonda bw'ayagala, Mu linnya lya Mukama waffe Nsabye!

Essuula 8

Okukkiriza Okusiimibwa Katonda

Ekigera Okukkiriza

1
Omutendera ogw'okutaano ogw'okukkiriza

2
Okukkiriza okw'okussaddaaka obulamu bw'omuntu bw'ennyini

3
Okukkiriza okw'okulaga eby'ewunyo n'obubonero

4
Okubeera omwesigwa mu byonna mu nyumba ya Katonda

≈

Abaagalwa,
omutima bwe gutatusalira kutusinga,
tuba n'obugumu eri Katonda era buli kye tusaba akituwa,
kubanga tukwata ebiragiro bye
era tukola ebisiimibwa mu maaso ge.
(1 John 3:21-22)

Abazadde bajjula essanyu n'okwenyumiriza mu baana baabwe bwe babagondera, n'ebabasaamu ekitiibwa n'okubagala okuva ku ntobo y'emitima gyabwe. Abazadde tebakoma kukuwa baana bano byonna bye basaba, naye babawa n'ebyo bye batasabye nga banoonya oby'etaago byabwe.

Mu ngeri y'emu bw'ogonda n'osanyusa Katonda, ojja kufuna okuva gyali si ebyo byokka by'omusaba, naye n'ebyo bye weegomba mu mutima gwo. Kubanga Katonda okukkiriza kwo akusiimye nnyo, era akwagala. Ky'amazima, tewali kitasoboka bw'oba olina enkolagana bwetyo Naye.

Kati, katweyongera okwekeneenya ku kukkiriza Katonda kw'asiima, era n'engeri gye tuyinza okukufunamu.

1. Omutendera ogw'okutaano ogw'okukkiriza

Okukkiriza okusiimibwa Katonda kuli ku ddaala erisinga kw'eryo ery'okukkiriza Katonda okusinga ekintu ekirala kyonna, olwo, okukkiriza okusiimibwa Katonda kwe kuliwa? Okwetoolola wonna wetuli tulaba abaana abaagalira ddala bazadde baabwe, abagondera ebyo bazadde baabwe bye baagala, abategeera omutima gw'abazadde baabwe mu buli kimu. Era, okujjako ng'osobola okutegeera emitendera gy'okwagala lw'osobola okusanyusa bazadde bbo, lw'osobola n'okutegeera okukkiriza okwo Katonda kw'asiima.

Kwagala kwa kika ki Katonda kw'ayinza okusiima?

Mu ngero z'omu Korea, waliwo abaana abalenzi n'abawala, n'ebaka mwana abaakola ebyo ebiraga okwagala eby'asanyusa bakadde baabwe era n'eggulu n'erikwatibwako. Okugeza, olugero olumu lwali ku mwana omulenzi eyalabirira nnyina omukadde eyali omulwadde nga takyava mu buliri. Yagezaako buli kimu nnyina asobole okuwona naye nga tewali n'akimu kikola.

Olunaku lumu, omwana we ono omulenzi n'awulira nti singa maama we anywedde ku musaayi oguva mu ngalo ye asobola okuwona, omuvubuka mu kwagala n'asala engalo ye nnyina n'asobola okunywa omusaayi gwe. Era maama we n'awona. Ddala tewali bukakafu kuva mu ddwaliro ly'akizungu nti omusaayi gw'omuntu guzzaawo omuntu omulwadde. Naye okwagala kwe okw'okwewaayo n'amazima by'akwata ku Katonda era n'amuwa ekisa, ng'olugero lw'eki Korea luno bwe lutugamba. Nti "amazima g'akwata ku Ggulu."

Waliwo emboozi endala ekwata ku mitima gy'abantu, ey'omwana omulenzi eyali alabirira bakadde be abaali abalwadde. Yagenda ku lusozi wakati mu butiti, okukima yo eddagala ery'omuddo, n'ekibala eby'agambibwa nti byali bijja kukolera nnyo abazadde be abalwadde.

Waliwo n'emboozi endala ey'omwami n'omukyala abaalabirira bakadde baabwe abakadde n'obwesimbu ng'ababawa emmere ennungi buli lunaku wadde ng'abo n'abaana baabwe tebaalinanga ky'akulya.

Bbo ab'omulembe guno bakola batya? Waliwo abakweka

emmere yaabwe ennungi, basobole okugiwa abaana baabwe, kyokka bazadde baabwe n'ebabawaako katono nga tebaagala n'akwagala. Toyinza kugamba nti ddala awo waliwo okwagala okw'addala, bwe baba ng'abaana baabwe babagala nnyo, naye n'ebeerabira ekisa ky'abazadde baabwe bennyini n'okwagala. Abo abaagalira ddala bazadde baabwe bajja kubawa emmere ennungi, era n'ebagezaako n'okukikweka nti abaana baabwe bbo tebalina kyakulya. Osobola okw'ewaayo bw'otyo olw'abazadde bo?

N'olwekyo tulina okumanya enjawulo eno ey'enkukunala wakati w'okwagala okw'okugonda, okw'okwebaza, n'essanyu, n'okwagala abazadde kw'ebasiima. Tekyaali kyangu okusisinkana abaana abalina okwagala okusiimibwa bazadde baabwe edda, naye ate enaku zino ky'eyongeredde ddala okuba ekizibu okusisinkana abaana ng'abo enaku zino kubanga ensi yeeyongedde okujjula ebibi ne setaani.

Kye kimu n'okwagala kw'abazadde, kwebagamba nti kwe kusingirayo ddala obulungi. Olaba ne maama wange eyanjagala ennyo, y'ang'amba ng'akaaba nnyo nti "fa, kubanga ogw'o gwe gujja okuba omulimu gwo mwana wange," olw'okuba nali ndwalidde emyaka mingi era nga tewaaliwo ssuubi lya kuwona.

Naye, Oyo Katonda kwagala, yalaga atya okwagala Kwe gye tuli? Teyakoma kukutuwa mwana we omu yekka atufiirire ku musaalaba okusobola okuggulawo ekkubo ly'obulokozi n'eggulu naye n'okwagala Kwe okutakoma.

Nze okuva lwe n'asisinkana Katonda, n'awulira nga muli okwagala Kwe okuyitirivu era n'enkulaba, era okusobola okutegeera okwagala Kwe okuva ku ntobo y'omutima gwange n'okusobola okukula amangu okutuuka ku kigera ekijjuvu. n'atandika okumwagala okusinga ebirala byonna era n'enfune okwagala okusanyusa Katonda.

Okufuna okukkiriza Katonda kw'asiima

Mu Zabuli 37:4 Katonda atusuubiza nti *"sanyukiranga Mukama, Naye anaakuwanga omutima gwo bye gusaba."* Bw'osanyusa Katonda, tajja kukuwa byokka by'osaba naye n'ebyo bye weegomba mu mutima gwo.

Bwe nali ng'enda okutandika ekanisa yange, nali nina poundi za ddoola 10 zokka. Kyokka, Katonda y'ampa omukisa okupangisa ekizimbe ekyali kiweza sikweya fuuti 900 okutandikiramu ekanisa bwe n'asaba n'okukkiriza. Katonda era y'awa ekanisa yange okudda obuggya n'emikisa emingi egikatiddwa, egisuukundiddwa, egy'omuyiika bwe n'asabanga n'ekifaananyi ekinene n'ekirooto eky'okutambuza enjiri mu nsi yonna okuva ku ntandikwa.

Mu ngeri y'emu, buli kintu kisobokera ddala gyoli, bw'oba n'okukkiriza Katonda kw'asiima kubanga Yesu atujjukiza nti mu Makko 9:23 *"Oba ng'oyinza! Byonna biyinzika eri akkiriza."* Era, nga bwe kya wandiikibwa mu kyamateeka olw'okubiri 28 ojja kuweebwa omukisa bw'onooyingiranga n'okufuluma, ojja kuwoola bangi naye tolyewola ku muntu yenna, era Katonda ajja kukufuula omutwe. Obubonero bujja kugendanga naawe nga bwe kyakakasibwa mu Makko 16.

Yesu era akusuubiza emikisa egitayinza kulowoozebwako mu Yokaana 14:12-13. Katusome ffena ennyiriri zino tulabe ebika by'emikisa ebinaakugoberera b'wonooba n'okukkiriza Katonda kw'asiima:

Ddala ddala mbagamba nti Akkiriza nze emirimu gye nkola nze, naye aligikola, era alikola egisinga egyo obunene; kubanga nze ng'enda eri kitange. Nabuli kye munaasabanga mu linnya lyange, ekyo nnaakikolanga. Kitange agulumizibwenga mu Mwana

Emikisa egy'aweebwa Enoka

Mu Baibuli, tulaba bajjajja b'okukkiriza bangi abasanyusa Katonda. Mu bbo, Enoka eyayogerwako mu Baebulaniya 11 y'asanyusa atya Katonda era mikisa ki gye yafuna?

Olw'okukkiriza Enoka yatwalibwa obutalaba kufa; n'atalabika kubanga Katonda yamutwala; kubanga bwe yali nga tannatwalibwa yategeezebwa okusiimibwa Katonda era awataba kukkiriza tekiyinzika kusiimibwa kubanga ajja eri Katonda kimugwanira okukkiriza nga Katonda waali, era nga ye mugabi w'empeera eri abo abamunoonya (olunyiriri 5-6).

Olubereberye 5:21-24 walaga Enoka ng'oyo eyasiimibwa Katonda kubanga yali atukuziddwa weyawereza emyaka 65 era nga mwesigwa mu byonna mu nnyumba ya Katonda. Enoka yatambula ne Katonda okumala emyaka 300, ng'agabana okwagala kwe Naye era n'atalaba kufa kubanga Katonda yamutwala. Yaweebwa emikisa mingi nti kati ali ku mabbali ga Namulondo ya Katonda, era agabana Naye okwagala okusingirayo ddala.

Mu ngeri y'emu, naawe osobola okutwalibwa mu ggulu nga tolabye kufa, bw'oba olina okukkiriza Katonda kw'asiima. Nabbi Eliya naye teyalaba ku kufa naye yatwalibwa mu ggulu kubanga yaweera Katonda Omulamu obujjulizi era n'alokola abantu bangi olw'okubalaga eby'ewuunyo eby'amaanyi ga Katonda olw'okukkiriza okusiimibwa Katonda.

Okkiriza nti Katonda gyali nti era agabira abo abamunoonya n'omutima gumu empeera? Bw'oba olina okukkiriza okw'ekika ekyo, kisaana ddala gwe okutukuzibwa era oteekewo n'obulamu bwo okutuukiriza obuvunaanyizibwa Katonda bwe yakuwa.

2. Okukkiriza okw'okussaddaaka obulamu bw'omuntu bw'ennyini

Yesu atulagira mu Matayo 22:37-40 bw'ati:

> *"Yagalanga Mukama Katonda wo n'omutima gwo gwonna, n'obulamu bwo bwonna, n'amagezi go gonna, Kino kye kiragiro ekikulu eky'olubereberye, n'ekyokubiri ekikifaanana kye kino nti Yagalanga muliraana wo nga bwe weeyagala wekka, Mu biragiro bino byombi amateeka gonna mwe gasinziira era ne bannabbi."*

Nga Yesu bw'agamba, abantu abo abagala Katonda beebamusanyusa si lwa kwagala Katonda n'emitima gyabwe gyonna, n'obulamu bwabwe bwonna, n'emmeeme zaabwe zonna naye n'okwagala baliraana baabwe nga bwe beeyagala. Kino oyinza okukiyita okukkiriza okusiimibwa Katonda "Okukkiriza kwa Kristo" oba "Okukkiriza kw'omwoyo okujjuvu" kubanga okukkiriza okwo kuba kunywevu ng'osobola n'okuteekawo obulamu bwo nga teweelowoozezza ku lwa Yesu Khriso.

Okukkriza okw'okuwaayo obulamu Bwe olw'okwagala kwa Katonda

Yesu yagondera ddala okwagala kwa Katonda okumusanyusa. Yakomererwa ku musaalaba, n'afuuka ekibala ekisooka eky'okuzuukira era kati atudde okuliraana n'amulondo ya Katonda, kubanga Yalina okukkiriza okw'okwewaayo yenna okutuuka ku ssa ly'okuwaayo obulamu bwe okusukkuluma ku kugonda mu bujjuvu. N'olwekyo Katonda awa obujjulizi ku lwa Yesu ng'agamba *"Ono ye Mwana wange gwe njagala, gwe nsanyukira ennyo"* (Mattayo 3:17, 17:5), era *"Laba omulenzi wange gwe nnalondamu; Gwe njagala, asanyusa emmeeme yange"* (Matayo 12:18).

Mu byafaayo by'ekanisa byonna, wabaddewo bajjajja b'okukkkiriza bangi abo abateesasira ne bawaayo obulamu bwabwe, nga Yesu bwe yakola, olw'okwagala kwa Katonda okumusanyusa. Ng'ogyeko Petero, Yakobo, ne Yokaana abagoberera Yesu ekiseera kyonna abalala bangi bawaayo obulamu bwabwe olwa Yesu Kristo nga tebasibyemu wadde okwewolereza. Petero yakomererwa ku musaalaba ng'abamuwunzisse, Yakobo ye baamukusalako omutwe: ate ye Yokaana b'amuteeka mu mafuta agesera mu sepiki ey'ekyuma wabula teyafa, n'ebamubuliza ku kazinga ke patimo.

Nga batendereza Katonda, abakristaayo bangi b'afa mu

Colosseum ekisangibwa mu nsi ye Roma nga balisibwa empologoma, abalala banywerera ku kukkiriza kwabwe bwe bamala obulamu bwabwe bwonna nga babeera mu Catacomb, "Catacomb y'entaana ey'azimbibwa wansi" nga tebalabye ku musana. Katonda yasiima okukkiriza kwabwe kubanga babeerawo ng'ebyawandiikibwa bwe bigamba nti: *"Kubanga bwe tubeera abalamu, tuba balamu ku bwa Mukama waffe: oba bwe tufa, tuba ba Mukama waffe"* (Abaruumi 14:8).

Mu 1992, N'atandika okwerumika mu nnyindo olw'okuba nnali nkola nnyo nga ssi wummula kimala wadde okwebaka. Kyenkana omusaayi gwange gwonna gwa guweddemu mu mubiri. Era ekyavaamu n'emba nga ndi bubi nnyo, n'atandika obutategeera byali bigenda mu maaso era bw'entyo n'entuuka ku mulyango gw'okufa.

Essaawa eyo, n'awulira nti essaawa yonna nali ng'enda kuba mu mikono gya Yesu naye nga sirina kigendererwa kyonna kya kutwalibwa mu ddwaliro oba okwesigama ku magezi gonna ag'ensi wadde nali n'atera okufa. Olwokuba n'akkiriza mu Katonda Ayinza byonna Kitange. Ab'omu maka gange n'ekanisa n'abo tebang'amba kuntwala mu ddwaliro. Baali bamanyi bulungi nti obulamu bwange n'abukwasanga Katonda mu ngeri zonna, si eri ensi oba omuntu yenna.

Wadde nali si kyategeera olw'ekuba nali nvuddemu omusaayi mungi, omwoyo gwange gwe bazanga Katonda olw'okuba nti nali nsobodde okwewogoma mu mikono gya Yesu okutwala okuwummula okw'olubeerera. Essuubi lyange lyokka lyali lya kusisinkana Mukama waffe Yesu.

Wabula, Katonda mu kwolesebwa, yandaga ekyali kigenda

okutuuka ku kanisa yange nga nfudde. Abantu abamu baali bajja kusigala mu kanisa nga bakuumye okukkiriza kwabwe, naye abalala bangi baali bajja kuddayo mu nsi, nga bava ku Katonda era n'okwonoona mu maaso Ge.

Bwe n'alaba kino, nali sikyasobola kuwummulira mu mikono gya Yesu, ate n'entandika kwegayirira Katonda ampe amaanyi kubanga n'awulira ennaku ey'amaanyi olw'abo abaali baddayo mu nsi. Era ng'anyambibwako Katonda oyo eya mponya n'ayimuka mu buliri n'entuulirawo, wadde nalinga afudde era nga n'atandise dda n'okusiwuukirira ng'omuzira.

Nga nzizeemu okutegeera, n'alaba ba memba b'ekanisa bangi ng'abakaaba olw'essanyu, bandiremye batya okwewuunya nga bamaze okulaba eky'amagero kya Katonda eky'amaanyi eky'okuzuukiza omufu.

Mu ngeri eno, Katonda asiima abo abalaga okukkiriza kwabwe nga bateekawo obulamu bwabwe nga tebeerekereza era abaddamu mangu. Olw'abajjulizi mu kanisa eyasooka enjiri yatambuzibwa mangu okwetoloola ensi yonna. N'emu Korea omusaayi gw'abajjulizi gwa yamba nnyo enjiri okutambula amangu.

Okukkiriza okw'okugondera okwagala kwa Katonda kwonna

1 Abasessalonika 5:23 w'asoma nti, *"Era Katonda ow'emirembe yennyin abatukulize ddala; era omwoyo gwammwe n'obulamu n'omubiri byonna awamu bikuumibwenga awatali kunenyezebwa mu kujja kwa Mukama waffe Yesu Kristo."* Wano "omwoyo omulamba" kitegeeza

embeera omuntu mw'abeerera ng'atuukiriza omutima gwa Yesu Kristo.

Omuntu alina omwoyo omulamba y'oyo atambulira mu kwagala kwa Katonda kwokka, kubanga aba asobola okuwulira eddoboozi ly'Omwoyo Omutukuvu era omutima gwe gufuuka amazima g'ennyini ng'atuukiriza ekigambo kya Katonda kyonna. Osobola okufuuka omuntu ow'Omwoyo era n'ofuna endowooza ya Yesu bw'otukuzibwa mu bujjuvu nga wegyako buli kika kya bibi olw'okulwanisa obubi obuli mu ggwe.

Era, omuntu ow'Omwoyo bwagenda mu maaso n'okutambulira mu kigambo kya Katonda, amazima tegakoma kukufugira ddala omutima gwo, naye n'obulamu bwo bwonna.

Era kati obeera osobola okuyita okukkiriza okw'ekika kino "okukkiriza okutuukiridde" oba "okukkiriza kw'Omwoyo okutuukiridde okwa Yesu Kristo" osobola okufuna okukkiriza okw'ekika kino, bw'oba n'omutima ogw'amazima nga bwe kwanyonyolwa mu baebulaniya 10:22: *"Tusemberenga n'omwoyo ogw'amazima olw'okukkiriza okutuukiridde, emitima gyaffe nga gimansirwako okuggyamu omwoyo omubi, n'emibiri gyaffe nga ginaazibwa n'amazzi amalungi."*

Wabula tekitegeeza nti osobola okwenkana Yesu Kristo wadde ng'olina endowooza n'okukkiriza ebya Kristo. Katugeza nti omwana assaamu nnyo kitaawe ekitiibwa era n'agezaako okufaanana kitaawe. Ayinza okufaananya embeera n'ekitaawe naye talibeera kitaawe.

Kye kimu na kino, tosobola kuba kwenkana Yesu Kristo. Yatandikawo enkola ennungi ey'omwoyo mu Matayo 10:24-25 bw'ati; *"Omuyigirizwa tasinga amuyigiriza, so n'omuddu tasinga mukama we. Kimumala omuyigirizwa, n'omuddu okuba nga mukama we."*

Ye ate enkolagana wakati wa Musa eyakulembera aba Israeri okuva mu Misiri, ne Yoswa eyaddira Musa mu bigere, n'akulembera abantu okubatuusa mu nsi eye Misiri? Musa yayawula mu nnyanja emyufu era n'afulumya amazzi okuva mu lwazi, ne Yoswa naye yakolanga eby'amagero bya Katonda. Yalekezaawo omugga Jolodani okukulukuta bwe gwali gwanjadde. Yasuula ekibuga Yeriko, n'omusana wamu n'enjuba byasibira mu bbanga kumpi olunaku lulamba. Wabula Yoswa yali tasobola kusinga Musa eyali ayogedde obutereevu ne Katonda nga si bya ngero.

Mu nsi eno, omuyizi ayinza okuba asinga omusomesa we, naye ekyo tekisoboka mu nsi ey'omwoyo, kino kiri bw'ekityo lwakuba mu nsi ey'omwoyo omuntu ayinza kugitegeera nga Katonda amuyambyeko era si lwa kusoma bitabo birala byonna oba okumanya amagezi ag'ensi. N'olwekyo oyo abeera ayigiriziddwa omusomesa ow'Omwoyo tayinza kusinga ku musomesa we oyo ategeera ebintu era n'akola ebintu mu kisa kya Katonda.

Mu Baibuli, Elisa yafuna omwoyo gwa Eliya nga gukubisiddwamu emirundi ebiri era n'akola eby'amagero bingi okumusinga, naye yali tayinza kusinga Eliya eyatwalibwa mu ggulu nga mulamu. Era n'emu biseera by'ekanisa ez'asooka Timoseewo yakolera Mukama Yesu ebintu bingi, naye yali tasobola kussukuluma ku musomesa we, Omutume Paulo.

Olw'okuba tewali kkomo mu bwakabaka obw'Omwoyo, tewali muntu asobola kutuuka gye bukoma era yensonga lwaki osobola okumanya ebifa ku nsi eno okuyita mu kusomesa kwa Katonda naye si lwa magezi go. Kye kimu nga bw'otamanya buwanvu bwa guyanja ogunene oba bimera bya kika ki oba ensolo eziri ku ntobo y'agwo. Kyokka ng'osobola okulaba eby'enyanja ebya langi ezabuli kika n'ebimera bw'ogenda ku ntobo y'oguyanja ogwo. Era ng'osobola okulaba ebyo ebibadde tebimanyiddwa ku guyanja ogwo nga bwoyagala, bw'oyongera okukka wansi waagwo. Mu ngeri y'emu buli gy'okoma okuyingira mu bwakabaka obw'omwoyo gy'okoma n'okuyiga ebibukwatako.

Katonda yennyini anjigiriza era nang'anya okutegeera obw'akabaka obw'omwoyo nsobole okutuuka ku mutendera omuneneko mu bwakabaka obw'omwoyo. Era y'ankulembera nze kennyini n'erabireko ku nsi ey'omwoyo. Annung'amya era n'ansomesa ekigera okukkiriza mu bujjuvu mu ngeri eno era n'ankozesa okukulembera abantu abalala bangi okutuuka ku mutendera omuneneko ogw'obwakabaka obw'omwoyo. Bw'omanya kino, olina okwetunulamu n'obwegendereza era ogezeeko era osobole okufuna okukkiriza okusingawo era okukuze.

3. Okukkiriza okw'okulaga eby'ewunyo n'obubonero

Bw'oba olina okukkiriza okutuukiridde, amazima wegabeerera nga gajjudde mu mutima gwo, ojja kweyongera mu kusaba nga bw'ofuba okutambula mu ngeri Katonda gy'asiima. Kino kiri bw'ekityo lwa kuba olina okufuna amaanyi osobole okulokola emyoyo emirala mingi. Buli gumu ku gwo, Katonda gy'atwala ng'ekyomuwendo okusinga ensi.

Lwaki Yesu y'akomererwa ku musaalaba? Yayagala okuwonya emyoyo egy'abula abo abatambulira mu kkubo ly'omubi, alyoke abafuule abaana ba Katonda.

Lwaki Yesu y'agamba nti, "Mpulira ennyonta" bwe yali awanikiddwa ku musaalaba ng'avaamu omusaayi okumala essaawa eziwerera ddala, wansi w'akasana ppereketya? Okuyita mu bigambo bino bye yayogera, Yesu teyatusaba kumumala nnyonta eno ey'amazzi mbu olw'okuba yali ayiye omusaayi mungi, naye yali ayagala tumumale ennyonta ye ey'omwoyo nga tusasula empeera y'omusaayi Gwe. Kwali kusaba okw'okuyaayaanira ffe okulokola emyoyo egy'abula okugitwala mu mikono gya Yesu.

Okulokola abantu abangi n'amaanyi

Omuntu kasita atuuka ku mutendera ogw'okutaano mu kukkiriza ogwo kwakolera ebyo Katonda by'asiima, abeera alowooza nnyo nti "nyinza ntya okukyusa abantu n'embatwala mu mikono gya Kitange? Nnyinza ntya okugaziya Obwakabaka bwa Katonda n'obutuukirivu?" era agezaako nnyo nga bwasobola okukituukiriza. N'olwekyo, agezaako okusanyusa Katonda ng'atuukiriza obuvunaanyizibwa obulala, nga kw'ogata n'obwo obuvunaanyizibwa Katonda bwe yamukwasa.

Wabula, n'omuntu ng'ono ey'ewaddeyo bwatyo, tasobola kusanyusa Katonda nga tafunye manyi kubanga, nga bwe tujjukizibwa mu 1 Bakkolinso 4:20, *"Kubanga Obwakabaka bwa Katonda tebuli mu kigambo, wabula mu maanyi."*

Oyinza otya okufuna amaanyi okukulembera abantu bangi eri ekkubo ly'obulokozi? Osobola okugafuna singa osaba n'amaanyi go gonna obutakoowa. Lwa kuba okulokola emyoyo tekutuukirizibwa n'akwogera kwa muntu, oba amagezi gaabwe, oba olw'ebyo bye bayiseemu, oba okuba abamanya, oba okuba n'obuyinza, wabula olw'amaanyi agakuweebwa Katonda.

N'olwekyo abo abali ku mutendera ogw'okutaano mu kukkiriza, balina okuyaayana okusigala nga basaba basobole okufuna amaanyi ge basobola okukozesa okulokola emyoyo emingi nga bwe basobola.

Obwakaba bwa Katonda buli mu maanyi

Lumu n'asisinkana omusumba nga si mukakkamu mu mutima kyokka, wabula ng'agezaako n'okutuukiriza obuvunaanyizibwa era ng'asaba asobole okutambulira mu kigambo kya Katonda. Naye nga tabala bibala nga bwe yali asuubira. Lwaki kiri bw'ekityo? Singa ddala yali ayagala Katonda, yandiwaddeyo emmeeme ye yonna, okwagala kwe, obulamu bwe, amagezi ge gonna, byonna n'abiwaayo eri Katonda. Naye ekyo teyakikola. Ekyo yandikirabiddewo mangu nti ye yennyini yali akyali mukama w'obulamu bwe, mu kifo ky'okuleka Katonda amukulembere.

Katonda yali tasobola kumukolera kubanga omusumba oyo yali teyesigama ku Katonda mu byonna akole emirimu gye, naye n'eyeesigama ku magezi ge n'ebirowoozo bye. N'olwekyo, yali tasobola kulaga mirimu gya Katonda egyo egisukulumye ku busobozi bw'omuntu, wadde yalabanga ebyo ebiva mu maanyi ge.

N'olwekyo, olina okusaba, n'owulira eddoboozi ly'Omwoyo Omutukuvu, mu kifo ky'okwesigama ku ndowooza z'abantu, amagezi n'ebyo bye bayiseemu bw'oba oli mu buweereza bwa Katonda. Okutuusa ng'ofuuse omusajja ow'amazima era n'obeera ng'olung'amizibwa Omwoyo Omutukuvu, lw'onoolaba eby'amagero ebiragibwa n'amaanyi Ge agava waggulu.

Naye, bwe weesigama ku ndowooza z'abantu n'enjigiriza, wadde olowoozaa nti omanyi ekigambo kya Katonda, osaba era n'okola buli kisoboka okutuukiriza obuvunaanyizibwa bwo, Katonda tali naawe, kubanga endowooza ey'ekika ekyo, erimu okwemanya mu maaso ga Katonda. N'olwekyo, olina, okwegirako ddala embala ey'ekibi, osabe obutakoowa gwe okufuuka omuntu ow'Omwoyo atuukiridde, era osabe okufuna amanyi ga Katonda, nga bw'okitegeera lwaki omutume Paulo yayogera nti "Nfa buli lunaku."

Bw'osaba wansi w'okulung'amizibwa kw'Omwoyo Omutukuvu

Buli muntu ey'akkiriza Mukama Yesu alina okusaba, kubanga okusaba kwe ku ssa mu Mwoyo. Kyokka, ng'ebyo ebiba mu ssaala y'omuntu by'awukana okusinziira ku mutendera gw'okukkiriza omuntu oyo gw'aliko. Oyo ali ku mutendera ogusooka mu kukkiriza oba ogw'okubiri, atera okw'esabira yekka era kizibu nnyo ye okusabira eddakiika ekkumi, kubanga talina bingi bya kusabira.

Era tasaba mu kukkiriza okuva ku ntobo y'omutima gwe, wadde asabira obwakaba bwa Katonda n'obutuukirivu. Wabula, bw'ayingira omutendera ogw'okusatu mu kukkiriza, aba asobola okusabira obwakabaka bwa Katonda n'obutuukirivu Bwe, n'assuka ku kwesabira ye yekka.

Okugatta kw'ekyo, omuntu oyo anaasaba atya bw'anaatuuka ku mutendera ogw'okuna? Ku mutendera guno, asabira bwakabaka bwa Katonda bwokka n'obutuukirivu, kubanga yegyako dda ebikolwa by'ebibi n'okwegomba kw'abyo.

Teyeetaga kusabira kya kwegyako bibi bye kubanga kati atambula ng'ekigambo kya Katonda bwe kiragira, naye Katonda amusaba bintu birala ebissuka ku maka ge naye yennyini, abeera asabira bantu kweyongera kulokolebwa, okugaziya kw'obwakabaka bwa Katonda n'obutuukirivu, ekanisa ye, abakozi b'ekanisa, n'oboluganda bonna mu kukkiriza. Asaba obutakoowa kubanga akimanyi bulungi nti tayinza kulokola mwoyo gwonna nga tafunye maanyi ga Katonda okuva waggulu. Era asabira obwakabaka bwa Katonda n'obutuukirivu n'amaanyi ge gonna, omutima gwe gwonna, emmeeme, ebirowoozo n'obusobozi bwe bwonna.

Era, bw'atuuka ku mutendera ogw'okutaano mu kukkiriza, asaba okusaba Katonda kw'asiima, n'okusaba okw'okwebaza okwo okuyinza n'okukwata ku Katonda gyali ku Namulondo Ye.

Edda, kyandibadde kimutwalira ebbanga ddene okusaba ng'ajjudde Omwoyo Omutukuvu, naye kati asobola okuwulira ng'okusaba kwe kugenda buterevu mu ggulu ng'alung'amizibwa Omwoyo Omutukuvu kasita afukamira wansi okutandika okusaba.

Kizibu bw'oba osaba okusobola okwegyako ebibi byo, naye si kizibu bw'oba osaba n'okukkiriza okusobola okufuna amaanyi ga Katonda okusobola okulokola ab'onoonyi n'okusanyusa Katonda, n'okwagala okwokya eri Mukama.

Okulaga obubonero obw'ebyewuunyo n'ebyamagero

Eby'amagero bingi n'obubonero bulagibwa okuyita mu

muntu bw'asigala ng'asaba n'amaanyi ge gonna, saako okwagala okungi okw'okufuna amaanyi ga Katonda. Kino kikola ng'obukakafu nti omuntu oyo alina okukkiriza Katonda-kw'asiima.

Yesu yakola obubonero obw'ewunyisa n'ebyamagero bingi mu buweereza bwe, ng'agamba mu Yokana 4:48, *"bwe mutaliraba bubonero na byamagero temulikkiriza n'akatono."* Lw'akuba Yesu yali asobola okuleetera abantu okuba n'okukkiriza mu Katonda ng'ajjulira Katonda Omulamu okuyita mu kulaga abantu obubonero obw'ewunyisa n'ebyamagero.

Enaku zino, Katonda naye alonda abantu abatuufu n'abaganya okukola eby'amagero n'ebyewuunyo, n'ebyo ebisinga ku bya Yesu bye yakola (Yokaana 14:12). Ku kanisa yange wokka, obubonero n'ebyamagero ebitabalika bize bibaawo.

Kati katwekebejje obubonero n'ebyamagero ebirabisibwa okuyita mw'abo abalina okukkiriza Katonda kw'asiima. Okusookera ddala, Amaanyi ga Katonda ago agassuka ku busobozi bw'omuntu, bwe ga kolebwa era n'egalagibwa, kino tukiyita "obubonero" eky'okulabirako, abazibe bwe balaba, bakasiru n'eboogera, bakiggala n'ebawulira, abalema n'ebatambula, okugulu okumpi bwe kuwanvuwa, omugongo og'wefunyizza bwe gugolokoka, n'okusanyalala okuva mu buto oba ebizibu ku bwongo bwe bitereera.

Ku bubonero, Yesu atugamba mu Makko 16:17-18

Era obubonero buno bunaagendanga n'abo abakkiriza: banaagobanga emizimu mu linnya lyange, banaayogeranga ennimi empya;

banaakwatanga ku misota, bwe banaanywanga ekintu ekitta, tekiibakolenga kabi n'akatono; banassangako emikono abalwadde, nabo banaawonanga.

Wano, "abo abakkiriza" kitegeeza abantu abo abalina okukkiriza okw'abakadde. Obubonero okugendanga "n'abo abakkiriza" kisobola okw'awulwamu emirundi etaano era ku bino nja kwongera okunyonnyola mu bujjuvu mu ssuula eddako.

Eky'okubiri, mu mirimu gya Katonda emingi, "eky'ewuunyo" kye kyo ng'okukyusa obudde omuli okutambuza ebire, eggulu okuwa enkuba oba enkuba okulekerawo okutonnya, okutambuza ebyo eby'omubbanga n'ebiringa ebyo.

Okusinziira ku Baibuli, Katonda yasindika laddu, n'enkuba Samwiri bwe yasaba (1 Samwiri 12:18). Nnabbi Isaaya bwe yakowoola Katonda tukimanyi nti Katonda yazzaayo ennyuma ekisikiriza ebbanga ery'amadaala ekkumi (2 Bassekabaka 20:11). Era, Eliya y'asaba n'amaanyi enkuba ereme okutonnya, era enkuba teyatonnya okumala emyaka esatu n'ekitundu. Era n'asaba, eggulu n'eritonyesa enkuba (Yakobo 5:17-18).

Mu ngeri y'emu Katonda kwagala akulembera abantu eri ekkubo ly'obulokozi ng'abalaga eby'amagero n'obubonero ebikwatikako okuyita mu bantu bayita nti batuufu. N'olwekyo olina okuba n'okukkiriza okutayuugayuuga, mu kigambo kya Katonda eky'awandiikibwa mu Baibuli era ogezeeko okufuna okwo okukkiriza Katonda kw'asiima.

4. Okubeera omwesigwa mu byonna mu nyumba ya Katonda

Abantu abali ku mutendera ogusooka oba ogw'okubiri mu kukkiriza basobola okuyingirako mu mbeera ey'omuntu ali ku mutendera ogw'okutaano mu kukkiriza naye nga kino kimala akaseera katono, kino kibaawo lwakuba bwe baba bakafuna Omwoyo Omutukuvu, bajjuzibwa nnyo Omwoyo Omutukuvu n'ebaba nga tebatya n'akufa, wabula nga bajjudde okwebaza, nga basaba buli kiseera, nga babuulira enjiri, era nga babeera mu nkung'ana z'ekanisa. Bafuna buli kye basaba kubanga bali ku mutendera ogw'okuna oba ogw'okutaano mu kukkiriza wadde nga kino bakiyitamu kiseera buseera. Omwoyo Omutukuvu ajjudde bwa bavaako bamala n'ebakomawo ku mutendera gwabwe ogw'okukkiriza kwe bali.

Kyokka, ng'abantu abali ku mutendera ogw'okutaano bbo tebakyuka, kino kiri bwe kityo lwakuba, buli ssaawa baba bajjuziddwa Omwoyo Omutukuvu nga basobola okukoma n'okufuga obulungi endowooza zaabwe, era bbo tebeeyisa ng'abo abali ku mutendera ogusooka oba ogw'okubiri mu kukkiriza. Bbo bano basanyusa Katonda olw'okuba beesigwa mu byonna mu nyumba Ye.

Ku Musa, okubala 12:3 watugamba nti *"Era omusajja Musa yali muwombeefu nnyo, okusinga abantu bonna abaali ku nsi yonna."* era olunyiriri olw'omusanvu n'erugamba, "Omuddu wange Musa si bwali bw'atyo; oyo mwesigwa mu nnyumba yange yonna" olwa bino, tumanya nti Musa yali ku mutendera ogw'okutaano mu kukkiriza ogwo Katonda kwe Yasobolera okumusiima.

Kitegeeza ki okuba "omwesigwa mu byonna mu nnyumba ya Katonda"? lwaki Katonda anokolayo abo bokka abeesigwa mu byonna mu nnyumba Ye nga Musa, nti beebalina okukkiriza kw'asiima?

Waliwo enjawulo mu bipimo by'okwewaayo kw'abantu abo abatuukiriza Obwakabaka bwa Katonda n'obutuukirivu Bwe. Bw'aba ng'atuukiriza obwo bwokka obuvunaanyizibwa obumuweereddwa aba atuukiriza buvunaanyizibwa bwe ye.

Eky'okulabirako Bw'opangisa omuntu ng'ogenda kumusasula, n'akola omulimu era n'omusasula, tetuyinza kugamba nti yabadde "mwesigwa mu byonna mu nyumba ya Katonda" omuntu aba takomye kukutuukiriza omulimu ogumuweereddwa bulungi, Naye n'ayisaawo ng'atakekereza byalina era ng'akozesa amazima okuyisa kukumaliriza obumaliriza omulimu ogwa muweereddwa.

N'olwekyo toyinza kulabibwa ng'omuntu "omwesigwa mu byonna mu nnyumba ya Katonda" wadde weegyeko ebibi byonna ng'obirwanisa okutuuka ku ssa ly'okuyiwa omusaayi mu kwagala okungi okwa Katonda era n'otuukiriza n'obuvunaanyizibwa bwo mu bujjuvu n'omutima omulongoofu. Wabula osobola okugambibwa okuba nti "Oli mwesigwa mu nnyumba ya Katonda mu byonna" singa oba nga otukuziddwa mu bujjuvu, era n'otuukiriza obuvunaanyizibwa bwo okussukuluma ku buvunaanyizibwa bwo webukoma n'okukkiriza kwa Kristo. Nga kuno kwe kuba omwesigwa okutuuka okufa.

Okuba Omwesigwa mu byonna mu nyumba ya Katonda

Obeera ku mutendera gwa kuna ogw'okukkiriza bw'oba

oyagala Yesu Kristo okumussukulumya ku kirala kyonna era n'obeera ng'olina okwagala okw'omwoyo nga bwe kunyonnyolwa mu 1 bakkolinso 13, era n'obala ebibala eby'Omwoyo Omutukuvu nga bwe bimenyebwa mu Bagalatiya 5. Nga n'ekikulu mu byonna, obeera olina okuba n'okukkiriza Katonda kw'asiima ng'otuukiriza ebisuubizo ebiri mu Matayo 5 era ng'oli mwesigwa mu byonna mu nnyumba ya Katonda. Kino lwaki kiri bw'ekityo?

Waliwo enjawulo wakati w'okwagala ng'ekibala eky'Omwoyo Omutukuvu, n'okwagala okwogerwako mu 1 Bakkolinso 13. Okwagala okwogerwako mu 1 Bakkolinso 13 kw'ekwo kwe bayita okwagala okw'omwoyo, so nga okwagala ng'ekibala eky'Omwoyo Omutukuvu kutegeeza okwo okwagala okutaggwaawo okutuukiriza amateeka.

N'olwekyo, okwagala ng'ekibala eky'Omwoyo Omutukuvu kitwala ekitundu kinene okusinga okwagala okwogerwako mu 1 Bakkolinso 13. Kwe kugamba, Yesu bwe yeewaayo ng'asaddaaka ng'atuukiriza amateeka n'okwagala ku musaalaba okwagala kuno bwe kugattibwa ku kwagala okw'omu 1 Bakkolinso 13, kuyinza okuyitibwa "okwagala ng'ekibala eky'Omwoyo Omutukuvu."

Essanyu liva waggulu n'essanyu ery'omwoyo n'emirembe kubanga ebintu eby'omubiri mu ggwe byeyongera okuvaamu buli okwagala kw'omwoyo bwe kweyongera okukula mu ggwa. Kiba kikola amakulu gwe okujjuzibwa essanyu bw'oba ng'ojjudde bulungi bwerere kubanga obeera olaba, owulira, olowooza, ku birungi byokka.

Obeera tolina gw'otayagala kubanga mu ggwe tolinaamu bukyayi bwonna, obeera ojjudde essanyu kubanga obeera oyagala okuweereza abalala, okubawa ebintu ebirungi, n'okwewaayo ku lwabwe. Wadde obeera mu nsi muno, tewenoonyeza bintu bya nsi wabula oba ojjudde essuubi lye Ggulu, ng'olowooza ku ngeri gy'oyinza okugaziyaamu obwakabaka obw'omu ggulu n'obutuukirivu Bwe, n'okumusanyusa ng'olokola abantu abalala bangi. Osobola okubeerawo mu mirembe n'ebalirwana bo, kubanga oyagala nnyo esssanyu etuufu, n'okuwulira emirembe mu ggwe ng'obalabirira kasita essanyu liba likyakujjira.

Ekirala, osobola okuba omugumiikiriza n'essuubi ery'eggulu kasita obeera ng'oli mu mirembe n'abantu abalala. Abantu abalala osobola okubalaga ekisa, kubanga obeera osobola okubafaako obulungi, engeri gyoli omugumiikiriza. ofuuka omulungi, kubanga toyomba, oba okwemulugunya, tosobola kw'ongera kw'onona kintu kiri mu mbeera mbi, oba okuzikiza akassubbaawa akanatera okuzikira bw'obeera n'ekisa. Abantu abalungi basobola okuba ab'esigwa mu mwoyo, kubanga baba begyako dda okwerowoozaako bokka.

Ate n'ekirala, ekigera obw'esigwa kiba kya njawulo mw'abo ab'esigwa, okusinziira ku bunene bw'omutima gwa buli muntu ssekinnoomu, omuntu gyakoma okuba omuwombeefu, gy'akoma n'okufuna ekigera ekya waggulu. Ndowooza olaba ekigera ky'obuwombeefu bw'omuntu omwesigwa mu byonna mu nyumba ya Katonda gye buba bwenkana. Atuukiriza obuvunaanyizibwa bwe bwonna nga mwesigwa ku mulimu n'awaka, bwaba akolagana n'abalala ne mu kanisa. N'olwekyo, Musa eyali omusajja asinga obuwombeefu, ku nsi yonna, ateekwa okuba yali muwombeefu mu mulimu gwonna gwe yaweebwanga.

Okwongereza kw'ebyo, oyinza otya okuba atuukiridde nga teweefuga? Olina okuba omwesigwa mu byonna mu nnyumba ya Katonda ng'omanyi okwefuga. Kubanga toyinza buteekubiira wakiri mu kimu ku bisaawe singa oba teweefuga. N'olwekyo, tosobola kubeera mwesigwa mu byonna mu nnyumba ya Katonda, nga tolina kibala kya kwefuga wadde ng'olina ebibala byonna ebirala omunaana eby'Omwoyo Omutukuvu.

Eky'okulabirako, katugambe nti ogenda kusisinkana n'emukwano gwo awantu nga mumaze okusisinkana ne bano bwe muli mu kibinja ekimu eky'okusaba, (seero) kijja kuba kirabika bubi eri mukwano gwo bw'onoolwayo oba n'omukubira essimu ng'okyusa obudde obw'okusisinkana naye, si lwakuba nti okusisinkana kwamwe n'abo be musaba n'abo kuluddewo naye lw'akuba wasigadde emabega nga kuwedde, onyumyemu ne bano bwe musaba. Mu ngeri y'emu, oyinza otya okuba omwesigwa mu byonna mu nnyumba ya Katonda bw'oba tosobola kutuukiriza kusuubiza kw'okoze oba endagaano ng'eno olw'okubulwa ekibala ky'okwefuga. Olina okumanya nti gwe okusobola okuba omwesigwa mu byonna mu nnyumba ya Katonda, obulamu bwo bulina okuba nga bukwatagana bulingi n'ekibala ky'okwefuga.

Okwagala okw'Omwoyo, ekibala ky'Omwoyo, N'emikisa egy'asuubizibwa

Emikisa egy'asuubizibwa Yesu gijja gyoli okusinziira ku kwagala kw'Omwoyo kw'olina, n'ekibala ky'Omwoyo Omutukuvu era n'obiteeka mu nkola. Emikisa gino gy'ogera ku mbala y'omuntu ng'omukutu era ng'osobola okuba omwesigwa atuukiridde mu byonna mu nnyumba ya Katonda singa emikisa gino gikukkako mu bujjuvu nga weeyisa n'okutambula ng'ebyo ebiri mu mutima gwo.

Mu byafaayo bya Korea ebisinga obungi, abakungu abawanga Kabaka amagezi batwalanga buli nsonga z'obwakabaka ng'ensonga ez'abwe bennyini, mu ngeri eno, abawi b'amagezi bano basobolanga okuweereza bakabaka nga babayamba okusalawo obulungi, wadde ng'olumu kino kyategeezanga bbo okubonabona oba n'okufa. Tebakomanga kwagala ba Kabaka baabwe kyokka, naye n'ensi yaabwe nga bwe beeyagalanga, era ng'ebikolwa byabwe bibogerera.

Ku ludda olumu, abakungu bano abawanga bakabaka amagezi, era baaweerezanga bakabaka baabwe okutuuka ku nkomerero nga n'obulamu bwabwe n'ebwebubeera mu katyabaga. Ku ludda olulala, abakungu abawi b'amagezi abamu, baalabikanga abaagonderanga kabaka waabwe, naye nga balekulira obwakabaka n'ebatandika okubeera bokka, amagezi gaabwe bwe gagaanibwanga kabaka.

Wabula, nga bbo abakungu abawi b'amagezi abatuufu, n'abantu tebeeyisanga bwe batyo. Baawerezanga Kabaka mubuwulize okutuuka ku nkomerero, Kabaka ne bwe yabagobanga oba okugaana amagezi gaabwe, oba okubaweebuula awatali nsonga yonna. Kyokka nga tebasigala n'akiruyi ku mwoyo eri kabaka. Era nga tebakyusa ndowooza yaabwe ne bwe baabanga bagenda kufiirwa obulamu bwabwe.

Embala y'omuntu ng'omukutu n'embala y'omutima gw'omuntu

Okusobola okutegeera obulungi kye kitegeeza "okuba omwesiga mu byonna mu nnyumba ya Katonda" katusooke twekenneenye embala y'omuntu ng'omukutu n'embala y'omutima gw'omuntu.

Ekigera embala y'omuntu ng'omukutu kyawukana okuva ku

muntu omu n'ekumulala, okusinziira ku ky'enkana ki kyakoze okuteekateeka omutima gwe okufuuka omulungi. Oba kyenkana ki kyakoze okukyusa omutima gwe okufuuka omuwombeefu. N'olwekyo, embala y'omuntu ng'omukutu epimibwa okusinziira kukuba ng'omuntu akoze ebyo byagambibwa okukola era n'abigondera, oba tabituukiriza wadde okubigondera.

Olwo, njawulo ki eyo eyenkukunala eri mu mbala y'omuntu ng'omukutu? Kisinziira ku ngeri ki era n'amutima ki omuntu gyatwalamu oba gye yeeyisaamu eri ekigambo kya Katonda era na kyenkana ki omuntu kyateeka mu nkola ku ebyo bye yeegomba mu mutima gwe. Kwe kugamba oyo omulungi ng'omukutu ekigambo kya Katonda akitwala ng'ekikulu era n'akirowoozaako nnyo mu mutima gwe nga Malyamu bwe yakola: *"Naye Malyamu ne yeekuumanga ebigambo ebyo byonna ng'abirowooza mu mutima gwe"* (Lukka 2:19).

Embala y'omutima gw'omuntu eyawukana okusinziira ku ngeri gyagaziyaamu endowooza ye mu kutuukiriza obuvunaanyizibwa bwe oba na bukugu ki bwakozesa endowooza ye okutuukiriza obuvunaanyizibwa bwe. Nga tukozesa eby'okulabirako eby'enjawulo ku ngeri abantu gye beeyisaamu mu mbeera y'emu, njakuteeka mu mitendera ebikolwa by'abantu ebiva mu mbala ez'emitima ez'enjawulo mu mitendera ena.

Omuntu asooka akola n'assukawo ku kyalagiddwa okukola, okugeza, abazadde bwe bagamba omwana waabwe okulonda ebisasiro ebigudde wansi, takoma kukugyawo bisasiro byokka, naye n'akuba n'eku bintu enfuufu, n'ayonja mu buli busonda bwonna mu nnyumba, era n'ayiwayo n'ebisasiro byonna. Omwana ono asanyusa nnyo bazadde be n'okujjula nga tebajjulirira, kubanga akola ebintu okussukuluma ku bazadde be kye baba basuubira. olowooza omwana ono bazadde be bayinza ku mwagala kyenkana ki? Aba Dinkoni Stefano ne Firipo baali abantu eb'ekika ekyo, baali abantu abagaziya endowooza yaabwe era yensonga lwaki baasobola okukola eby'ewuunyo n'eby'amagero n'obubonero mu bantu ng'abatume bwe baakolanga (Ebikolwa by'abatume 6).

Omuntu ow'okubiri ye akola ebyo byokka bye bamulagidde. Okugeza, singa omwana olondawo bulonzi ebisasiro ng'abazadde be bwe bamugambye, asobola okwagalibwa abazadde be kubanga abagondera naye tabasanyusaamu ka nsusso.

Omuntu ow'okusatu takola by'alina kukola, abeera yeekaanya buli kiseera era nga simusanyufu, era ng'asunguwala bw'agambibwa okubaako kyakola. Abantu abawoza nti baagala Katonda, naye nga tebasaba wadde okulabirira endiga za Yesu, bagwa mu kiti kino. Okuva mu zimu ku ngero za Yesu, waliwo omusomesa n'omu leevi ab'ayita ku musajja ku kkubo eyali agudde mu banyazi, (Lukka 10), bano n'abo bagwa mu kiti kino. Kubanga abantu ng'abo tebalina kwagala, baba basobola okukola ebintu Katonda by'akyayira ddala, ng'okwemanya, obwenzi, n'okumulyamu olukwe.

Omuntu asembayo ye ate ebintu ayonoona by'onoone, era n'alemesa n'omulimu okukolebwa. Kyandibadde kisingako singa omuntu ono teyatandise ku mulimu guno, bwe wabaawo omwana amenya ensuwa erimu ekimuli ng'agezaako okulaga obusungu olw'okuba bamugambye agyewo ebisasiro. Oyo agwa mu tuluba lino.

Omutima omugabi n'obwesigwa mu byonna mu nnyumba ya Katonda.

Nga bwe nnyinyonyodde emitendera ena egiraga embala y'omuntu, omuntu asobola okugambibwa nti alina omukutu omunene bw'aba atuukiriza obuvunaanyizibwa bwe ate n'ayisa n'awo kw'ekyo ekimusuubirwamu. Lw'akuba obunene bw'omuntu ng'o mukutu businziira ku kyenkana ki kyakola okugaziya endowooza ye n'essuubi era nga mu mazima agezaako kyenkana ki. Kye kimu n'ebwaba alina kyakola mu kanisa, oba ku mulimu gyakolera.

N'olwekyo, omuntu bw'abaako obuvunaanyizibwa bwaweereddwa, bw'agonda ne "Amiina" aba atwalibwa ng'oyo alina omukutu omunene. Omuntu ayinza okulabibwa nti alina omutima omugabi, bw'aba takoma kukugondera ebyo ebimulagiddwa wabula n'abituukiriza bulungi ate n'ayisaawo n'ewabadde asuubirwa okukoma ng'akozesa amazima saako endowooza engazi. Mu ngeri eno, okubeera omwesigwa mu byonna mu nnyumba ya Katonda kugeregeranyizibwa ku kigera ky'omutima omugabi. Okukozesa amazima kyawukana okusinziira ku kigero ky'omutima omugabi omuntu kyaba n'akyo.

Ka twekeneenya abantu abamu abaali ab'esigwa mu byonna mu nyumba ya Katonda. Mu Kubala 12:7-8 tulaba nga Katonda yayagala nnyo Musa, eyali omwesigwa mu byonna mu nnyumba ya Katonda. Ennyiriri zino zitulaga obukulu obuli mu kuba omwesigwa mu byonna mu nnyumba ya Katonda:

Omuddu wanga Musa si bwali bwatyo; oyo

mwesigwa mu nnyumba yange yonna, oyo naayogeranga naye akamwa n'akwamwa, mu lwatu, so si mu bigambo bya ngero; n'okufaanana kwa Mukama anaakulabanga; kale ekyabalobera ki okutya okwogera obubi ku muddu wange, ku Musa?

Musa teyalina kwagala kutaggwawo era okutakyukakyuka eri Katonda yekka, naye n'eri abantu be wamu n'abomu maka ge. Era yatuukiriza obuvunaanyizibwa bwe awatali kukyukakyuka mu ndowooza ye. Yabeeranga bulijjo asooka kulondawo ebintu bya Katonda ebitaggwaawo, so si kitiibwa kye, oba obugagga era n'asanyusa Katonda N'okukkiriza kwe. Yali muwulize nnyo nti yasaba ne Katonda okusonyiwa abantu Be wakiri ye okufiirwa obulamu bwe AbaIseraeli bwe baayonoona.

Musa yeeyisa atya bwe yakomawo okuva ku lusozi n'amateeka ekkumi agaali gamuweereddwa Katonda ng'amaze okusiiba enaku amakumi ana, n'asanga abantu nga beekolera ekibumbe eky'azaabu n'ebatandika okukisinza? Abantu abasinga, mu mbeera eyo, osanga bandigambye nti "Katonda wange bano bannemye si kya basobola, kola kyonna kyoyagala!"

Wabula, ye Musa yasaba Katonda n'omutima gwe gwonna abasonyiwe ebibi byabwe. Yali mwetegefu nnyo era ng'ayagala wakiri aweeyo obulamu bwe ng'omusingo, okuva ku ntobo y'omutima gwe, olw'okwagala okungi kwe yalina gye bali.

Kye kimu ne Ibulaamu, jjajja w'okukkiriza. Katonda bwe yateekateeka okuzikiriza ebibuga bya Sodomu ne Gomora, Yibulayimu teyagamba nti ekyo tekirina kye kinkwatako, naye Yibulayimu yeegayirira Katonda asonyiwe abantu b'omu

Sodoma ne Gomora: *"Mpozzi mu kibuga mulimu abatuukirivu ataano; olizikiriza ekifo n'otokisonyiwa ku bwa batuukirivu ataano abakirimu"* (Olubereberye 18:24).

Bwatyo n'ayongera okwegayirira Katonda abe n'ekisa ku bantu aleme okuzikiriza ebibuga ebyo, singa muweramu abantu amakumi ana mw'abataano abatuukirivu, buli mulundi n'eyeeyongera okwegayirira Katonda nti singa omuwendo gw'abatuukirivu guba amakumi ana, amakumi asatu, amakumi abiri, oba ekkumi. Era ku nkomerero Yibulayimu n'afuna ekisembayo okuva eri Katonda: *"N'ayogera nti sirikizikiriza ku bw'ekkumi abo"* (Olubereberye 18:22-32). Wabula ebibuga bino bya zikirizibwa kubanga mwabulamu wakiri abatuukirivu ekkumi.

Ekirala. Yibulayimu, yeerekereza omukisa gw'okusooka okulondawo, wabula n'aleka kizibwe we Lotti okulondawo ku ludda lw'ettaka lw'ayagala, nga we baali waali tewekyabamala, kubanga bombi baali bakung'anyizza obugagga bungi. Lotti n'alondawo ettaka egimu era ye gye yagenda.

Bwe waayitawo ekiseera, Sodomu ne Gomora, n'ebabiwangula mu ntalo era abantu bangi baatwalibwa mu buwambe omwali ne Lotti kizibwe wa Yibulayimu. Wadde obulamu bwe yali abuteeka mu katyabaga, Yibulayimu yagoberera abalabe n'abayambi 318, era n'asobola okununula Lotti n'abawambwe abalala era n'ebaddizibwa ne bye baali bawambye byonna.

Mu kiseera ekyo, Kabaka wa Sodomu n'afuluma okusisinkana Yibulayimu mu kitiibwa n'amugamba nti, *"Abantu bange bampe, byonna by'onunudde obitwale"* naye Ibulaamu talina n'ekimu kye yatwala ku bye baali bawambye, ng'agamba "nga ndayira nti siritwala kaggwa newankubadde akakoba k'engatto newankubadde akantu konna k'olina" Era ddala talina kintu kyonna kye yatwala byonna yabiddiza kabaka we Sodomu (Olubereberye 14:1-24).

Mu ngeri y'emu, Ibulaamu yalina omutima ogutuukiriza obuvunaanyizibwa, nga mumalirivu ey'egombebwa abalala kyokka nga muwombeefu eri abantu beyasisinkananga oba beyakolagananga n'abo, nga talina gw'akolako bulabe, wadde okukaluubiriza omuntu yenna. Teyakomanga kukubudabuda balala nga bw'abawa essuubi n'essanyu kyokka, wabula yabagalanga n'okubaweereza n'amazima.

Eng'eri y'okubeeramu omwesigwa mu byonna mu nnyumba ya Katonda

Musa ne Ibulaamu baali abasajja abagabi ennyo, era nga bamazima, nga batuukiridde bakola bituufu byokka nga tebalina kintu kyonna kye balekerera. Oyinza kukola ki okubeera omwesigwa mu byonna mu nnyumba ya Katonda?

Okusookera ddala, olina okugezesa buli kimu, era n'okunywereza ddala obulungi, nga tozikkiza muliro ogw'omwoyo n'okutwala obunnabbi ng'ekintu ekya wansi. Kwe kugamba olina okulaba, okuwulira, okulowooza ku bulungi, okwogera amazima, era n'okugenda mu bifo ebirungi byokka.

Eky'okubiri, olina okwerekereza n'okwewaayo n'okwagala okw'omwoyo olw'obwakabaka bwa Katonda n'obutuukirivu. Okusobola okukola ebyo, olina okukomerera embala y'ekibi n'okwegomba kwayo. Ojja kuba osobola okusalawo kiki ekisooka mu bulamu bwo era okole n'ebyo Katonda by'asiima, bw'onooba weegomba ebintu eby'omwoyo era nga tosibiddwa bya nsi.

Olina okufuba ennyo okufuna okukkiriza okw'okwagala Katonda ku ddala erissukulumye bw'oba nga wayimirira dda ku lwazi olw'okukkiriza. Bw'oba n'okukkiriza okw'okwagala Katonda okumussukulumya ku kintu ekirala kyonna, olwo nno olina okuyingira amangu ku mutendera mw'osobolera okusanyusa Katonda ng'obeera mwesigwa mu byonna mu nnyumba ya Katonda

Okufuna Okukkiriza okwo Katonda kw'asiima kugerageranyizibwa ku kuttikirwa ng'omaza emisomo gy'omutendekero oba mu yunivasite. Ng'omaze okutikkirwa, ogenda mu ensi era n'oba ng'osobola okuteeka mu nkola bye wasoma mu ssomero okusobola okuba obulungi mu nsi muno.

Mungeri y'emu, bw'otuuka ku mutendera ogw'okuna mu kukkiriza, eby'ebuziba mu nsi ey'omwoyo bitandika okubikkulirwa kubanga ensi ey'omwoyo teggwayo mu bunene mu bugazi, obuwanvu ng'okka n'obuwanvu ng'oyambuka.

Bw'oyingira omutendera ogw'okutaano mu kukkiriza, otandika okubaako w'otuuka mu kutegeera omutima gwa Katonda omunene era omugabi. Ojja kuba osobola okutegeera obungi bw'omukwano Katonda gwalina, era nga Bwajjudde okwagala, okusaasira, okusonyiwa, ekisa, n'obulungi. Ojja kusobola n'okwerabirako ku mukwano gwe omungi, kubanga owulira nga Katonda atambula naawe era n'otulika n'okaaba bw'olowooza ku Mukama.

Nolwekyo, olina okufuuka omuntu omugabi, n'obugonvu bungi, okwewaayo,, n'okwagala, ng'omanyi nti waliwo enjawulo y'amaanyi wakati w'omutendera ogw'okuna n'ogw'okutaano ogw'okukkiriza mu bigambo by'okwagala okw'omwoyo, n'okwewaayo. Era nsuubira nti ojja kufuna buli kimu okuva ewa Katonda bw'onooba n'okukkiriza Katonda kw'asiima era ojja kuweebwa omukisa ogumala okusobola okulaga n'okukola eby'ewuunyo n'obubonero ng'osaba obutakoowa.

Ka weeyagalire mu mikisa gyonna Katonda gy'akutegekedde, mu linnya era Yesu Kristo nsabye!

Essuula 9

Obubonero obugenda n'abo Abakkiriza

Ekigera Okukkiriza

1
Okugoba emizimu

2
Okwogera mu nnimi empya

3
Okulondawo emisota n'emikono gyo

4
Tewali busagwa buyinza kukukolako bulabe bwonna

5
Bannasangako abalwadde emikono n'abo banaawonanga

∼

Era obubonero
buno bunaagendanga n'abo abakkiriza;
banaagobanga emizimu mu linnya lyange;
banaayogeranga ennimi empya,
banaakwatanga ku misota,
bwe banaanywanga ekintuekitta,
tekiibakolenga kabi n'akatono,
banassangako emikono abalwadde
n'abo banaawonanga.
(Makko 16:17-18)

∼

Tusisinkana Yesu ng'akola obubonero bungi mu Baibuli. Obubonero bukolebwa amaanyi ga Katonda ago agassukuluma ku busobozi bw'omuntu we bukoma. Kabonero ki akasooka okukolebwa Yesu?

Kekabonero ak'okukyusa amazzi ne gafuuka omwenge, ku mbaga y'obugole e Kaana ekisangibwa e Galiraaya, nga bwe kinyonyolwa mu Yokaana 2:1-1. Yesu bwe yamanya nti omwenge guweddemu, n'alagira abaweereza okujjuza ebisuwa mukaaga amazzi okutuuka ku mugo. N'ebasenako ogumu n'ebagutwalira kalabalaba w'omukolo, era kalabalaba w'embaga, eyaloza ku mwenge ogwali gukyusiddwa okuva mu mazzi, n'agutendereza olw'okuba omuwoomu.

Lwaki Yesu omwana wa Katonda yakyusa amazzi n'egafuuka omwenge ng'akabonero ke akasooka ke yakola? Omukolo guno gulina amakulu agawerako ag'omwoyo. Kaana ekisangibwa e Galiraaya kitegeeza ensi eno, n'embaga ey'obugole eraga ebiro bino eby'oluvanyuma abantu mwe baliira okujjuza embuto zaabwe, n'ebanywa n'ebatamiira era nga bajjudde nnyo ebibi. (Matayo 24:37-38). Amazzi googera ku kigambo kya Katonda ate omwenge n'egutegeeza omusaayi gwa Yesu ogw'omuwendo.

N'olwekyo, akabonero k'okukyusa amazzi okufuuka omwenge kalaga nti omusaayi gwa ogwayiika ng'akomererawa gwe gujja okuba omusaayi ogujja okuwa abantu obulamu obutaggwaawo. Abantu baatendereza omwenge nti gwali mulungi. Kitegeeza nti abantu balina essanyu olw'okuba ebibi byabwe bisonyiyiddwa olw'okunywa omusaayi gwa Yesu era n'ebafuna essuubi ly'eggulu.

Okutandika n'akabonero akasooka, Yesu yalaga obubonero bungi obw'ewuunyisa, yawonywa omwana eyali afa, yakolo eky'amagero ky'okuliisa abantu enkumi etaano n'emigaati etaano gyokka saako eby'enyanja bibiri, y'agoba emizimu, yazibula abazibe b'amaaso, n'azuukiza ne lazaalo eyali amaze enaku nnya ng'afudde n'azuukira.

Olwo ekigenderwa ekikulu ekya Yesu okukola eby'amagero bino kyali ki? Kyali kya kuwonya bantu n'okubayamba okufuna okukkiriza nga bwe yatugamba mu Yokaana 4:48, *"Bwe mutaliraba bubonero n'abyamagero temulikkiriza n'akatono"* ye nsonga lwaki ne leero, Katonda atwala omwoyo ogumu nga gwa muwendo nnyo okusinga ensi yonna, atulaga obubonero bungi okuyita mw'abo abalina okukkiriza abasobola okuwaayo obulamu bwabwe okusobola okulokolayo abantu.

Kati katutunulire mu bujjuvu obubonero obw'enjawulo obwo obugenda n'abo abalina okukkiriza Katonda kw'asiima.

1. Okugoba emizimu

Baibuli ekubuulira bulungi okubaawo kwa kw'emizimu. Wadde abantu bangi ensagi zino bawakana nti, "Emizimu tegiriiyo" Omizimu gubanga omwoyo omubi oguwakanya Katonda. Okutwaliza awamu guzannyira ku bwongo bw'abantu abasinza ebibumbe nga gubaleetera okugezesebwa n'emitawaana, era n'ezireetera abantu abo okwongera okugiweereza n'omutima gumu.

Wabula, olina okugigoba n'ogiwangula bw'oba olina okukkiriza okutuufu. Kubanga Yesu atugamba nti "Era obubonero buno banaagendanga n'abo abakkiriza; banaagobanga emizimu (Makko 16:17).

Era tusanga ne mu Yokaana 1:12, *"naye bonna abaamusembeza yabawa obuyinza okufuuka abaana ba Katonda, bwe bakkiriza erinnya lye"* nga kijja kuba kiswaza nnyo singa gwe omwana wa Katonda otya emizimu oba gwe n'okkiriza okugondera obukoddyo bwagyo.

Olumu, abakkiriza abapya nga tebalina kukkiriza kwa Mwoyo baterwa okuyingirirwa emizimu bwe bagenda ku lusozi okusaba okusaba nga bali bokka. Abantu abamu basobola n'okukwatibwa emizimu kubanga basaba amaanyi ga Katonda n'ebirabo Bye kyokka nga tebagezaako kweggyako bubi bwonna.

Abakkiriza abapya, n'olwekyo, balina okuwerekerwako abakulembeze bwabwe mu mwoyo abo abasobola okugoba emizimu mu linnya lya Yesu Kristo, bwe baba bagala okugenda ku lusozi okusaba, olwo bajja kuba basobola okusaba awatali kutataaganyizibwa kwonna.

Okugoba emizimu mu linnya lya Yesu Kristo

Kye kimu n'abaweereza n'abakozi be kanisa bwe baba bagenda okukyalira ba memba be Kanisa, Balina okusooka okugoba emizimu nga bayita mu ku gyawula ku bintu eby'omwoyo, olwo ababa bakyalirwa baba basobola okuggulawo emitima gyabwe n'ebafuna ekisa kya Katonda era n'ebafuna okukkiriza olw'obubaka obubabuuliddwa. Wabula, okukyala okwo kuyinza okuccankalanyizibwa bw'okyalira ow'oluganda mu kanisa nga tomaze kugoba omulabe sitaani nga tonnagendayo. Memba gw'okyalira ayinza obutaggulawo mutima gwe okusobola okufuna ekisa n'okukkiriza. Oyo alina amaaso ag'omwoyo aganguwa okubikkulibwa, ayawula emyoyo emibi egyagala okulemesa. Abamu emizimu giba gy'abawambira ddala. Naye mu biseera ebisinga obungi, abantu ekitundu kyabwe ekimu kiba kifugibwa emizimu mu ndowooza zaabwe.

Bawakanya ekituufu sitaani bwakola mu ndowooza yaabwe kubanga bakyalina okukkiriza okunafu oba ebyo ebisigalira by'embala y'ekibi ng'obwenzi, obubbi, okulimba, okunyiiga, obuggya, n'obutayagaliza mu bbo, Emitima gya bantu giyinza okukyuka singa baba bawulirizza obubaka okuva mu muweereza alina amaanyi ag'omwoyo agasobola okugoba emizimu mu linnya erya Yesu Kristo.

Abantu baba bajja kwenenya n'amaziga olw'okuba munda muli mu mitima gyabwe baba bakwatiddwako oba okutegeera ebibi byabwe ng'omuweereza ababuulira obubaka n'amaanyi Katonda g'amuwadde. Era bajja kuweebwa okukkiriza okw'amaanyi n'amaanyi okulwanyisa ebibi byabwe. Era emyezi mitono bwe giyitawo, basobola okuzuula nga bwe bakyuse ennyo mu bikolwa byabwe ne mu kukkiriza. Mu ngeri eno, kiba kisoboka bbo okukyuka n'emu kikula kyabwe okudda mu mazima.

Mu njiri ennya, olaba nti abantu bangi bakyusibwa mu kikula kyabwe eky'omunda nga bamaze okusisinkana Yesu. Okugeza, wadde omutume Yokaana mu kusooka yali alina obusungu bungi, okuba nti yali ayitibwa omwana w'aladdu. (Makko 3:17) yakyuka n'aba ng'ayitibwa "Omutume ow'Okwagala" okuva lwe yasisinka Yesu.

Kye kimu, nga n'omuntu alina okukkiriza okujjudde bw'ayinza okukyusa abantu abalala nga Yesu bwe yakola. Naye aba asobola okugoba emizimu mu lunnya erya Yesu Kristo kubanga alina amaanyi okufuga omulabe sitaani.

Engeri y'okugobamu emizimu

Waliwo engeri z'anjawulo ez'okugobamu emizimu. Ebiseera ebimu, gigenderawo kasita omuntu asaba, ate olulala tegijja kugenda n'ebwosaba emirundi kikumi. Singa omuntu eyalina okukkiriza awambibwa emizimu olw'okuba Katonda yamukyusizza obwenyi Bwe ng'amaze okubaako bw'amunyiiza. Omuzimu mu ye, gusobola okugenda amangu singa baba bamusabidde ng'amaze n'okwenenyeza ddala n'amaziga. Kino kiri bwe kityo lwakuba amanyi Katonda n'ekigambo Kye.

Mu mbeera ki mwe kibeerera ekizibu okugoba emizimu wadde mu kusaba okungi? Mu mbeera ng'omuzimu omubi ennyo guwambye omuntu atalina kukkiriza wadde okumanya amazima. Mu mbeera ng'eyo, si kyangu ye okufuna okukkiriza ng'awambiddwa omuzimu kuba obubi busimbye nnyo munda mu ye. Okusobola okumusumulula, omuntu aba alina okumuyamba afune okukkiriza, ategeere amazima, yeenenye era amenyemenye n'ekisenge ky'ebibi

Era, bwe wabaawo ekizibu mu bulamu bw'abazadde be mu Kristo, omwana waabwe omwagalwa asobola okuwambibwa omuzimu. Mu mbeera ng'eno, omwana tajja kusumululwa okuvaamu omuzimu ogwo, okutuusa ng'abazadde bennenyeza ebibi byabwe, n'ebafuna obulokozi, era n'ebayimirira nga banywevu ku lwazi lw'okukkiriza.

Waliwo n'embeera ng'okoseddwa amaanyi g'ekizikiza. Oyinza okulaba omuntu ali mu bulamu obulimu ennaku mu kukkiriza kubanga alina ekizibu mu kuggulawo omutima gwe, era endowooza ez'ensi, okubusabuusa, n'obukoowu n'ebimugaana okuwuliriza obubaka wadde agezaako nnyo.

Embeera ng'eno eyinza okubeerawo kubanga amaanyi g'ekizikiza g'asobola okukola ku maka g'omuntu, bwe baba nga bajjajjaabe baaweerezanga n'obuwulize bakatonda abalala, oba baali basezi, oba ng'abasinza bakatonda abalala. Wabula wadde guli gutyo, omuzimu gujja kumuvaako, era ye n'amaka ge balokolebwe bwakyuka n'afuuka omwana w'ekitangaala ng'awuliriza n'obwegendereza ekigambo kya Katonda n'okusaba n'okwagala.

Katonda akyawa nnyo okusinza bakatonda abalala okuba nti wabaawa ekisenge ekinene eky'ebibi wakati wa Katonda n'omuntu asinza bakatonda abalala. Era ekivaamu aba alina okusigala ng'alwanagana yekka okubeerawo mu mazima okutuusa ng'ayuzizza ekisenge ky'ebibi Asobola okusumululwa amangu ddala okusinziira ku bunyiikivu bwe mukusaba n'okukyuka.

Embeera emizimu mwe gitagendera

Mu mbeera ki emizimu mwe gitagendera wadde oli agiragidde mu linnya erya Yesu Kristo?

Emizimu tegigenda singa omuntu yali akkiririzaako mu Mukama naye kati omutima gwe n'egusirizibwa ekyuma ekyokya bwe yamala okuva ku Mukama. Tasobola kukomawo eri

Mukama n'ebwagezaako atya kubanga omutima gwe omulungi gwasangulwawo agatali mazima.

Ye nsonga lwaki tusanga mu 1Yokaana 5:16, *"Waliwo ekibi eky'okufa: ekyo si kye njogerako okukyegayiririranga"* kwe kugamba, Katonda tamuddamu n'ebwasaba atya.

Ekibi ekivaako okufa kye kiriwa? Kwe kuvvoola oba okwogera obubi ku Mwoyo Omutukuvu. Omuntu akoze ekibi kino tasobola kusonyiyibwa mu mirembe egya kakaano oba mu mirembe egigenda okujja. N'olwekyo, oyo aba tasobola kusonyiyibwa n'ebwasaba n'amaanyi ge gonna.

Mu Matayo 12:31, Yesu atugamba, Okuvvoola Omwoyo tekuli sonyiyibwa. Okuvoola Omwoyo kitegeeza okusumbuwa emirimu gy'Omwoyo Omutukuvu n'omutima omubi, okugusalira omusango n'okuguvumirira n'okwagala kwe. Okugeza kuba kuvvoola abantu bwe boogera obubi ku kanisa ekolebwamu eby'amagero bya Katonda nti "bannabbi ba bulimba" okwogera eby'obulimba n'olugamba ku kanisa (Makko 3:20-30).

Yesu era y'agamba mu Matayo 12:32, *"buli muntu alivvoola Omwana w'Omuntu alisonyiyibwa; naye buli muntu alivvoola Omwoyo Omutukuvu tali sonyiyibwa, newakubadde mu mirembe egya kaakano, newakubadde mu mirembe egigenda okujja."* Era, mu Lukka 12:10 Yesu n'atujjukiza nti *"Na buli muntu ayogera ekigambo ku Mwana w'Omuntu kirimusonyiyibwa; naye oyo avvoola Omwoyo Omutukuvu talisonyiyibwa."*

Omuntu yenna ayogera ekigambo ku Mwana w'Omuntu, kubanga akola ekyo nga tamumanyi, asobola okusonyiyibwa ebibi bye. Naye, oyo avvoola era n'ayogera bubi ku Mwoyo Omutukuvu tasobola kusonyiyibwa era ajja kugenda eri ekkubo ly'okufa kubanga alemesa emirimu gya Katonda era n'avvoola Omwoyo wadde nga yakkiriza dda Yesu Kristo. N'olwekyo tolina kukola bibi bya kuvvoola mwoyo n'okwogera obubi ku mwoyo Mutukuvu, ng'okitegeera nti ebibi bino by'amaanyi nnyo okusonyiyibwa, wadde okuganya obulokozi.

Abaebulaniya 10:26 watugamba nti omuntu bw'agenda mu maaso n'okwonoona kyokka ng'amaze okuwulira n'okufuna amagezi g'amazima, tewali ssaddaaka n'emu ey'ekibi ebeere esigaddewo ku lulwe. Amanyi bulungi ebibi kye ki okuyita mu kigambo kya Katonda n'abwekityo talina kukola bibi.

Wabula, bwakola ekibi mubugenderevu ngera akimanyi bulungi, olwo omutima gwe gugenda gufa nga tegukyafaayo eri ekibi era oluvaamu nga gusiriizibwa n'ekyuma ekyokya. Ku nkomerero, ajja kugaanibwa kubanga tasobola kufuna omwoyo w'okwenenya.

Wabula mu byonna, eri abo abaali babanguddwako, abo abalozezza ku kirabo ky'eggulu, abo abasiza ekimu mu Mwoyo Omutukuvu, abo abagabanye ku bulungi bw'ekigambo kya Katonda n'amaanyi g'emirembe egijja, omwoyo w'okwenenya, tebajja kuweebwa nga bamaze "okuggwa okubivaamu" kubanga kujja kuba kuddamu kukomerera Mwana wa Muntu omulundi ogw'okubiri n'ebamukwasa ensonyi mu lwatu (Abaebulaniya 6:4-6).

Eri abantu ng'abo abafunye ku Mwoyo Omutukuvu, abamanyi eggulu n'ensi, era nga bamanyi n'ekigambo kya Katonda, naye era nga bakyakemebwa ensi, bagwa okubivaamu n'ebakwasa Katonda ensonyi tewali mukisa gwa kwenenya guli baweebwa.

Okujjako mu mbeera ezo ezogeddwako waggulu, Katonda

mwatasobolera kulema kukyusa bwenyi Bwe. Osobola okuwangula omulabe Sitaani. Yensonga lwaki emizimu gidduka bw'ogiragira mu linnya erya Yesu Kristo.

Ssaba obutakoowa nga bw'otambulira mu mazima mu bujjuvu

Nga kiba kinakuwaza nnyo abaweereza ba Katonda n'abakozi Be singa bagoba emizimu n'egigaana okugenda wadde nga bagigobye mu linnya erya Yesu Kristo. N'olwekyo, bw'otyo weetaaga okufuna amaanyi okuwangula n'okufuga sitaani. Gwe okusobola okukola obubonero obugenda n'abo abakkiriza, olina okutuuka ku ssa Katonda ly'asiima nga totambulira mu bujjuvu mu mazima n'okwagala Katonda okuva ku ntobo y'omutima gwo kyokka, wabula n'okunyikira okusaba n'omutima gwo gwonna.

Nga wayiseewo akaseera katono ng'amaze okutandika ekanisa yange, omuvubuka eyali agwa ensimbu yajja okuva mu ssaza lye Gang-Won okunsisinkana ng'amaze okuwulira ku buweereza bwange obw'okuwonya abantu. Wadde yalowooza nti abadde aweereza Katonda bulungi nnyo ng'omusomesa w'abaana mu kanisa ate nga muyimbi, teyagezaako kwegyako bibi bye wabula n'agenda mu maaso ng'ayonoona kubanga yali mwepansi nnyo. Era eky'avaamu, omuzimu omubi n'eguyingira mu mutima gwe ogwali gutaaguddwa era omuzimu guno nga gumusumbuwa nnyo.

Omulimu gw'okuwonyezebwa gw'eraga olw'okusaba kwa kitaawe okwali okw'amaanyi n'okuwaayo omwana we. Bwe n'azuula ekika ky'omuzimu n'engugoba n'okusaba, omuvubuka ono nga tategedde n'agwa eri era ejjovu eriwunya obubi n'eritandika okumuva mu kamwa. Omuvubuka ono yadda eka ng'amaze okwekumisa eky'okulwanyisa eky'ekigambo kya Katonda mu kanisa yange era n'afuuka omuntu omuggya mu Kristo. Oluvanyuma n'awulira nti yali aweereza ekanisa ye n'obwesigwa era ng'awa nnyo obujjulizi bw'okuwonyezebwa kwe.

Okwongereza kw'ekyo, Abantu bangi ensangi zino bateebwa emizimu oba amaanyi g'ekizikiza okussukuluma ku budde n'ebbanga okuyita mu katambaala k'ensabidde.

Lumu, omuvubuka okuva mu ssaza lye UI-san, Kyungnam yakubibwa bubi nnyo banne mu ssomero n'abaana abalala abaali bamusingako ekibiina bwe yali ng'ali mu mwaka gwe ogusooka mu ssomero erya haaya olw'okuba y'agaana okunywa n'abo sigala. Era eky'avaamu omuvubuka ono n'abonabona nnyo olw'obulumi, era n'amala n'ayingiramu omuzimu, era n'aweebwa ekitanda ku ddwaliro erikola ku bantu abalina ebizibu ku bwongo okumala emyezi musanvu. Wabula y'ateebwa omuzimu ogwo bwe yafuna okusabirwa kwange okuyita mu katambaala ke nali nsabidde. Yawonera ddala bulungi era kati mukozi mulungi nnyo mu kanisa ye.

Emirimu ng'egyo era gigenda mu maaso mu nsi endala. Okugeza mu Pakistan omusajja ataalinaako kitiibwa kyonna yali abonyabonyezebwa omuzimu omubi okumala emyaka ena, naye yawonyezebwa okuyita mu ssaala gye n'asabira ku katambaala, era n'afuna n'Omwoyo Omutukuvu n'ekirabo ky'okwogera mu nnimi.

2. Okwogera mu nnimi empya

Akabonero akalala akagenda n'abo abakkiriza kwe kw'ogera mu nnimi empya. Okwogera mu nnimi empya ddala kye ki?

1 Abakkolinso 14:15 wasoma nti *"Nnaasabyanga omwoyo, era nnaasabyanga n'amagezi, nnaayimbyanga omwoyo, era nnaayimbyanga n'amagezi"* osobola okukiraba nti omwoyo gwawukana ku magezi. Olwo njawulo ki eriwo wakati w'omwoyo n'amagezi?

Waliwo ebika by'amagezi bibiri mu mutima gw'omuntu: amagezi ag'amazima n'amagezi agatali mazima. amagezi ag'amazima gwe mwoyo, amagezi agalangi enjeru. Amagezi agatali g'amazima gw'emubiri amagezi ag'alangi enzirugavu. Oluvanyuma lw'okukkiriza Yesu Kristo, omutima gwo gujjuzibwa omwoyo gy'okoma okusaba n'okwegyako ebibi ng'otambulira mu kigambo kya Katonda. Kubanga agatali mazima gakusimbulibwamu.

Ku nkomerero, omutima gwo gujjuzibwa omwoyo mpolampola, nga temukyali gatali mazima gonna gasigaddemu bw'otuuka ku mutendera ogw'okuna ogw'okukkiriza. Okw'okwagala Katonda okumussukulumya ku kintu ekirala kyonna. Okwongereza kw'ekyo, bw'oba n'okukkiriza Katonda kw'asiima, omutima gwo gujjuzibwa omwoyo era kino kye kiyitibwa "Omwoyo omujjuvu" era ku mutendera guno, amagezi go gwe mwoyo era n'omwoyo ge magezi go.

Okwogera mu nnimi empya.

Omwoyo ogw'ekika ekyo mu ggwe bwe gusaba eri Katonda

mukulung'amizibwa Omwoyo Omutukuvu, kino kiyitibwa "okusaba mu nnimi" Okusaba mu nnimi y'emboozi wakati wo ne Katonda era n'olwekyo, kikulu nnyo mu bulamu bwo mu Kristo kubanga omulabe sitaani aba tasobola kukuwulira.

Ekirabo ky'okwogera mu nnimi okutwaliza awamu kiweebwa omwana wa Katonda bw'aba ng'asaba nnyo ng'ajjuziddwa Omwoyo Omutukuvu. Katonda ayagala awe ekirabo kino eri buli mwana we.

Bw'osaba ennyo mu nnimi n'omutima gwo gwonna, osobola okuyimba oluyimba mu nnimi nga totegedde. Okuzina mu nnimi, oba okuzinira ku mudigido bw'oba oli mukulung'amizibwa Omwoyo Omutukuvu. N'oyo atatera kuyimba bulungi asobola okuyimba obulungi, n'oyo atamanyi kuzina bulungi asobolera ddala okuzina obulungi okusinga n'abazinyi abakugu kubanga Omwoyo Omutukuvu afugira ddala omuntu oyo.

Nga n'ekisinga, omuntu asobola okuyita mu ngeri ey'omwoyo empya okuyita mu kwogera ennimi ez'enjawulo bwe yeeyongerayo ku mutendera omulala ogw'ebuziba. Kino kiyitibwa "Okwogera mu nnimi empya" ojja kusobola okutandikirawo okwogera mu nnimi empya bw'osaba mu nnimi ku mutendera ogw'okutaano ogw'okukkiriza.

Okuba n'amaanyi agamala okugoba omulabe sitaani.

Okwogera mu nnimi empya ky'amaanyi nnyo nti omulabe sitani akitya nnyo era n'agenderawo. Katugamba nti osisinkanye omuzigu ayagala okukufumita ekyambe. Essaawa eyo, Katonda asobola okumukyusisa ebirowoozo oba n'asindika malayika n'amukalambaza omukono gwe bw'osaba mu nnimi empya.

Era, bw'oba ng'owulira omutima tegukuteredde oba ng'owulira oyagala okusaba ng'olina gy'olaga, kiba bwe kityo lwa kuba Katonda aba asindiikiriza amagezi go okuyita mu Mwoyo Omutukuvu; kubanga Ye aba yakirabye dda nti akabenje kagenda kubaawo.

Na bwe kityo, bw'osaba mu bugonvu eri omulimu gw'Omwoyo Omutukuvu ojja kuba osobola okuziyiza ekizibu ekibadde tekisuubirwa oba akabenje, kubanga omulabe sitaani akuvaako era Katonda n'akukulembera n'okiwona.

N'olwekyo, okwogera mu nnimi empya obeera okuumibwa era osobola okuziyiza okugezesebwa n'ebizibu eka, ku mulimu, oba mu bizinensi yo, oba awantu wonna awatali kuyingirirwa mulabe sitaani.

3. Okulondawo emisota n'emikono gyo

Akabonero ak'okusatu akagenda n'abo abakkiriza kwe kulondawo emisota n'emikono gyabwe. Olwo omusota gutegeeza ki wano?

Katutunuulire mu Lubereberye 3:14-15

> *"Mukama Katonda n'agamba omusota nti kubanga okoze kino, okolimiddwa ggwe okusinga ensolo ez'omu nnyumba zonna, n'okusinga buli nsolo ey'omunsiko; onootambuzanga olubuto, onoolyanga enfuufu ennaku zonna ez'obulamu bwo: nange obulabe n'abuteekanga wakati wo n'omukazi, era ne*

wakati w'ezzadde lyo n'ezzadde ly'omukazi (ezzadde ly'omukazi) lirikubetenta omutwe, naawe oliribetenta ekisinziiro."

Eyo ye ngeri omusota gye gwa kolimirwamu ol'wokukema Kaawa. Wano "omukazi" mu by'omwoyo boogera ku Isiraeri ate "ezzadde ly'omukazi" boogera ku Yesu Kristo. N'olwekyo, ezzadde ly'omukazi (okubetenta omusota) omutwe" kitegeeza nti Yesu Kristo ajja kumenyawo obuyinza bw'okufa obw'omulabe sitaane. Okugamba nti omusota "Omusota gunaabetenta ekisinziiro ky'omukazi" lulagula nti omulabe sitaani okukomerera Yesu.

Era kyeraga lwatu nti 'omusota' boogera ku sitaane kubanga mu kubikkulirwa 12:9 wasoma nti *"N'ogusota ogunene ne gusuulibwa, omusota ogw'edda, oguyitibwa omulyolyomi era setaani, omulimba w'ensi zonna n'egusuulibwa ku nsi ne bamalayika baagwo n'ebasuulibwa nagwo."*

Mu ngeri eyo, "okulondawo emisota" kitegeeza nti ojja kwawula akabondo k'omulabe sitaane era okamenyemenye mu linnya lya Yesu Kristo.

Okumenyamenya ekkung'aaniro ly'omulabe sitaani

Tusanga enyiriri zino wammanga mu kitabo ky'okubikkulirwa:

"Mmanyi okubonaabona kwo n'obwavu bwo (naye oli muggagga), n'okuvvoola kw'abo abeeyita abayudaaya so nga si bo, naye kkung'aaniro lya setaani" (2:9).

"Laba ab'omu kkung'aaniro lya setaani abeeyita abayudaaya, so si bonaye balimba; laba, ndibaleetera okujja okusinza mu maaso g'ebigere byo, era ndibamanyisa nga nnakwagala" (3:9).

Wano, "Abayudaaya" ng'abantu ba Katonda abalonde mu by'omwoyo kitegeeza abo bonna abantu abakkiririza mu Katonda. Abo "abeeyita Abayudaaya" kitegeeza abantu abalemesa emirimu gya Katonda, nga bagiwakanya n'okugyogerako obubi olw'okuba emirimu gya Katonda tegikkiriziganya n'andowooza zaabwe, era n'ebabeera nga bagikyawa n'okwemulugunya olw'obutagyagaliza n'obuggya ku ggyo.

"Ekkung'aaniro lya setaani" kitegeeza abantu ababiri oba abassukawo nga bakung'aanye nga bwe boogera obubi ku bantu abalala eby'obulimba n'okutabula abantu mu kanisa. Abantu abatonotono mu kanisa bwe beemulugunya, kikosa abantu bangi era olugira ng'ekung'aaniro lya Setaani ly'etondawo.

Sigamba nti ebirowoozo ebizimba ekanisa tebirina kukkirizibwa, birina okukkirizibwa okusobola okukulaakulanya ekanisa. Wabula liba ekung'aaniro lya setaani, singa ba memba b'ekanisa abamu balwanisa omuweereza wa Katonda. nga baawulamu ekanisa n'ensonga ezirabika ng'entuufu, era n'ebeekolamu ekibinja okuwakanya amazima.

Wadde ekanisa zirina okuba nga zijjudde okwagala n'obutuukirivu era n'okubeera awamu mu mazima, waliwo amakanisa mangi okusaba n'okwagala mwe bigenda nga biseebengerera, okudda obuggya nekukoma okutwaliza awamu. Era ekivaamu obwakabaka bwa Katonda ne butannywera, byonna lwa kkung'aaniro lya setaani.

Wabula, ekkung'aaniro lya Setaani terisobola kusimba makanda, bw'oba osobola okulirabirawo n'okukkiriza Katonda kw'asiima okuli ku mutendera ogw'okutaano.

Ku kanisa yange, tewabangayo kkung'aaniro lya setaani okuva lwe yatandikibwawo. Mu naku zange ezisooka mu buweereza bwange, liyinza okuba lyaliwo okuyita mu bantu abamu endowooza zaabwe ez'ali zifugibwa Setaani. Kubanga ba memba b'ekanisa baali tebannafuna bulungi mazima ng'ekyokulwanyisa.

Wabula buli lwe wagezangako okubaawo embeera ng'eyo, Katonda ng'amanyisa era nga ngimenyamenya okuyita mu bubaka. Mu ngeri eno, buli kye baagezangako okukolawo ekkung'aaniro lya setaani nga mbalemesa. Enaku zino, ba memba b'ekanisa yange basobola bulungi okwawula amazima ku gatali mazima. Abo abayingira mu kanisa mu kyama okukola ekkung'aniro lya setaani, bagenda, oba abalala n'ebeenenya kubanga abamu ku bo, bakyalinamu omutima omulungi. Mu ngeri y'emu, ekkung'aniro lya setaani terisobola kukolebwawo singa tewaba n'omu alifaako.

4. Tewali busagwa buyinza kukukolako bulabe bwonna

Akabonero ak'okuna akagoberera abo abakkiriza ke k'okuba nti be banywa obutwa tubujja kubakolako bulabe bwonna. Kino kitegeeza ki ddala?

Mu bikolwa by'abatume 28:1-6 wetulabira Omutume Paulo ng'alumiddwa embalabaasa ku kizinga kye Merita. Ab'okukizinga ne balowooza nti anaazimba oba okusinduka agwe eri afe (olu. 6), naye tewaali kyamubaako kyonna. Nga balinze okulaba ekimutuukako ne wataba yadde ekituuka ku Paulo. Ab'okukizinga n'ebakyusa endowooza yaabwe nga boogeraganya bokka na bokka nti katonda (olu. 6). Ekyo kyaliwo lwakuba Paulo yalina okukkiriza okutuukiridde nga n'obusagwa obw'ekyewalula eky'obusagwa tebuyinza kumukolako bulabe bwonna.

Embalabaasa ne bwekuluma

Abantu abalina okukkiriza okutuukiridde tebayinza kulwala oba okufuna obuwuka bwonna, oba obusagwa, wadde nga baabunywedde tebategedde, kubanga Katonda ayokya obusagwa n'omuliro ogw'Omwoyo Omutukuvu.

Naye, bwe babunywa nga bagenderedde tebasobola kukuumibwa, kubanga kitegeeza nti baba bagezesa Katonda. Takkiriza muntu yenna kumugezesa okujjako mu kimu eky'ekkumi. Era osobola okulya obutwa mu mmere obwagendereddwa okukukola obubi.

Ate era, omusajja ayinza n'okuwa omukazi eky'okunywa nga kirimu eddagala erimwebasa ng'agezaako okumulemesa okuddamu okutegeera, oba okuwa omuntu eddagala erimulekezaawo okutegeera agezeeko okumubba sente ze oba okumuwamba. wadde mu mbeera nga zino omuntu alina okukkiriza okutuukiridde ajja kukuumibwa aleme kufuna buzibu bwonna kubanga obutwa bujja kusaabululwa n'omuliro ogw'Omwoyo Omutukuvu.

Omuliro ogw'Omwoyo Omutukuvu gw'okya obuttwa obwa buli kika

Bwe nali n'atera okumalako omwaka gwange ogw'okusatu mu ttendekero ly'ebyeddiini, n'awulira ebinfumita ng'amafumu mu lubuto lwange nga maze okunywa eky'okunywa bwe nali n'etegekera okugenda mu lukung'aana lwange olusooka olw'okudda obuggya. Nnawulira nga nteredde bwe namala okusaba ng'ankute mu lubuto lwange n'engenda mu ttooyi nga nfunyeemu n'embiro. Saategererawo nti eky'okunywa kino kyalimu ekirungo ky'obuttwa okutuuka enkeera.

Lumu n'asigalako e Jochiwon, ekisangibwa mu ssaza lye Coongchung. Waaliwo okumpi awo n'ewennali nsula yunivasite era nga watera nnyo okubaayo obwegugungo mu bayizi poliisi n'ebakubamu omukka ogubalagala okubakakkanya. Wadde abantu benabeeranga n'abo baabonabonanga n'okussa. Nze obuzibu ng'obwo saabufunanga.

Mu biseera eby'asooka eby'obuweereza bwange, ab'omu maka gange baasuulanga ku mwaliriro ogusookera ddala okuva wansi ogw'ekanisa yange. Ekiseera ekyo, Aba Korea baakozesanga ebintu mwe baapakiranga olusenyente lw'amanda nga bye bafumbisa. Ebyo nno byavangamu omukka ogw'obulabe era gwa kosa nnyo abaana bange kubanga empewo yalinga tetutuukako bulungi. Naye saabonabonako lwa mukka ogwo. Omwoyo Omutukuvu amangu ddala amalawo ekintu kyonna eky'obuttwa n'ebwe kiyingira oyo alina okukkiriza Katonda kw'asiima., anti Omwoyo Omutukuvu mu bujjuvu Bwe bwonna ayingira n'okufuluma saako okwetoloola omubiri gw'omuntu oyo.

5. Bannasangako abalwadde emikono n'abo banaawonanga

Akabonero ak'okutaano akagenda n'abo abakkiriza k'ekokuteeka ku balwadde emiko ne bawona. Olw'ekisa kya Katonda, akabonero kano kaagendanga nange nga sinnatandika na buweereza bwange. Ng'okutandikawo ekanisa yange kuwedde, abantu bangi bawonyezeddwa era ekitiibwa bakiddiza Katonda.

Enaku zino, olw'okuba si sobola kuteeka mikono gyange ku buli memba w'ekanisa, abalwadde mbasabira ndi eno ku kituuti. Era abalwadde bangi bawonyezeddwa n'obukosefu n'ebuvaawo era nebatereera okuyita mu kusaba.

Okwongereza ku kino, mu kusaba okwenjawulo okwamalanga ssabbiiti bbiri bbiri ez'abeerangawo mu buli mwezi gwa kutaano okutuusa omwaka gwa 2004, endwadde eza buli ngeri omuli kansa w'omu musaayi, okusanyalala, kansa eza buli kika zawonyezebwa. Era, abazibe balabye, bakiggala ne bawulira, n'abalema n'ebatambula. Okuyita mu mirimu gya Katonda gino egy'ewunyisa. Abantu abatabalika basisinkanye Katonda Omulamu.

Naye, lwaki wakyaliyo abantu abamu abatasobola kufuna kuddibwamu wakati mu by'amagero ebikolebwa Omwoyo Omutukuvu, eby'okwokya obuwuka obuva ku bukyafu, n'okuwonya abalwadde n'ennaku yonna mu ngeri eno?

Ekisooka tulina okujjukira nti omuntu bw'asabirwa nga talina kukkiriza, tayinza kuwonyezebwa, era kiba kitegeeza nti tasobola kufuna kuddibwamu kwonna bwaba talina kukkiriza kubanga Katonda akola okusinziira ku kukkiriza kw'omuntu kw'aba n'ako. Eky'okubiri, omuntu aba tasobola kuwonyezebwa wadde alina okukkiriza, ng'alina ekisenge ky'ekibi wakati we ne Katonda. Era mu mbeera ng'eno tasobola kuwonyezebwa ne bwe bamusabira okujjako ng'amaze okwenenya ebibi bye n'okudda eri Katonda.

Waliwo ekirala ky'olina okumanya: Wadde omuntu awonyezza omuntu n'okusaba, toyinza kugamba nti yatuuka ku mutendera ogw'okutaano ogw'okukkiriza. Osobola okuwonya abantu bw'oba olina ekirabo ky'okuwonya ne bw'oba oli ku mutendera ogw'okusatu ogw'okukkiriza.

Ekirala, omuntu ali ku mutendera ogw'okubiri ogw'okukkiriza atera okuwonya abantu okuyita mu kusaba bw'aba ng'ajjuziddwa Omwoyo Omutukuvu. Kubanga asobola okuyingira ku mutendera ogw'okuna oba ogw'okutaano okumala akaseera akatono. Ate n'ekirala essaala y'omuntu omutuukirivu oba essaala y'okwagala y'amaanyi era ekolerawo nti emirimu gya Katonda gisobola okweraga (Yakobo 5:16).

Kyokka ng'ate waliwo ekkomo ku ndwadde ezireetebwa obuwuka obuva ku bukyafu n'obwo obuleeta endwadde ng'obulwadde obutonotono, kansa, n'ebyo ebinywebwa biyinza okuwonyezebwa. Naye eby'amagero eby'amaanyi ng'ekya Katonda okuganya omulema okutambula, oba omuzibe okutunula tebisobola kutuukirizibwa.

Wadde emizimu gyagobeddwa okuyita mu kusaba okw'okwagala. oba ekirabo eky'okuwonya, ebiseera ebisinga gisobola okudda nga wayiseewo akabanga. Kyokka ng'omuntu ali ku mutendera ogw'okutaano bw'agoba omuzimu tegusobola kudda.

N'abwe kityo, ogambibwa okuba ng'oli ku mutendera gwa

kutaano ogw'okukkiriza bw'oba ng'osobola okulaga obubonero obwo bwonna obutaano awamu. Ekiralala osobola okulaga obuyinza obw'amaanyi ddala, amaanyi n'ebirabo by'Omwoyo Omutukuvu bw'oba ng'oli ku mutendera guno ogw'okutaano.

Ensangi zino ng'abantu bangi bajjudde obubi n'ebibi, ebiseera ebisinga bafuna okukkiriza nga balabye ku by'amagero eby'amaanyi n'obubonero okusinga ku bantu mu kiseera kya Yesu.

Eno y'ensonga lwaki Katonda takoma ku kwagala baana be okufuna okukkiriza okw'Omwoyo kwokka wabula n'okulaga obubonero obugenda n'abo abakkiriza, olwo basobole okutwala abantu abatabalika eri ekkubo ly'obulokozi.

Olina okugezaako okufuna amaanyi, obuyinza, n'amaanyi ng'omanyi nti osobola okukola ebyo Yesu bye yakola n'ekusinga kw'ebyo bye yakola bw'oba olina okukkiriza Katonda kw'asiima okwa Kristo.

K'ogaziye n'amaanyi obw'akabaka bwa Katonda era otuukirize obutuukirivu Bwe, n'okukkiriza okw'ekika kino kasita obeera ng'osobola okwakaayakana olubeerera mu ggulu, mu linnya Yesu Kristo Nsabye!

Essuula 10

Ebifo by'omuggulu eby'enjawulo n'engule ez'enjawulo

Ekigera Okukkiriza

1
Eggulu lifunibwa lwa kukkiriza kwokka

2
Eggulu libonyebonye n'okutulugunyizibwa

3
Ebifo eby'enjawulo eby'okubeeramu mu ggulu n'engule

Omutima gwammwe tegweraliikiriranga:
Mukkirize Katonda, era nange munzikirize.
Mu nnyumba ya Kitange mulimu ebifo bingi
eby'okubeeramu singa tekiri bwe kityo nandibagambye,
kubanga ng'enda okubateekerateekera ekifo.
Era oba nga ng'enda okubateekerateekera ekifo,
ndikomawo nate ne mbatwala gye ndi,
nammwe mubeere eyo.
(Yokaana 14:1-3)

Omuddusi w'embiro ez'ensi yonna, bwawangula omuddaali ogwa zaabu kateekwa okuba nga kaseera k'anjawulo nnyo gyali. Tayinza kuba ng'omuddaali guno aguwangudde lwa mukisa wabula olw'amaanyi gataddemu ekiseera ekinene ng'afuba okwetendeka okusobola okwongera mu bukoddyo bwe n'okwerekereza by'asinga okwagala okukola n'emmere emuwomera ennyo. Asobola okugumira okutendekebwa okwo okutali kwangu, kubanga alina okuyaayaana okw'okufuna omuddaali ogwa zaabu era ng'amanyi nti okufuba kwe kulimuwanguza eky'amaanyi.

Kye kimu n'eri ffe Abakristaayo. Mu mpaka ez'omwoyo ez'okuwangula obwakabaka obw'omugulu, tulina okulwana, okulwana okulungi okw'okukkiriza, okukangavvula emibiri gyaffe, okugifuula abaddu, olwo tusobole okuvaayo ng'abawanguzi b'ekirabo ekisingirayo ddala ekiwakanirwa. Abantu b'ensi eno bakola buli kisoboka okufuna empeera n'ebitiibwa eby'ensi eno. Olwo olina kukola ki okusobola okufuna empeera n'ekitiibwa eby'omu bwakabaka obw'omuggulu obutaggaawo.

Eby'awandiikibwa bisoma mu 1 Bakkolinso 9:24-25, *"Temumanyi ng'abadduka mu kuwakana baddukanira ddala bonna, naye aweebwako empeera omu? Muddukenga bwe mutyo mulyoke muweebwe. Era buli muntu awakana yeegendereza mu byonna, kale bo bakola bwe batyo balyoke baweebwe engule eryonooneka, naye ffe etayonooneka."*

Ekyawandiikibwa kino kituzaamu amaanyi okwefuga mu bintu byonna n'okudduka obutakoowa, ng'oluubirira ekitiibwa ky'onootera okutuukamu.

Katwekeneenye mu bujjuvu engeri gy'osobola okufuna obwakabaka obw'omu ggulu obw'ekitiibwa, n'engeri gy'oyinza okutuuka mu kifo ekisingako mu ggulu.

1. Eggulu lifunibwa lwa kukkiriza kwokka

Waliwo abantu nga, wadde balina ebitiibwa n'amaanyi, obugagga n'okuba nga bakulaakulanye, nga balina n'amageezi mangi, tebamanyi wa muntu gye yava. Lwaki waali? N'awa gyalaga. Bo balowooza nti omuntu alya okuva lw'azaalibwa, anywa, agenda ku ssomero, atandika okukola, afumbirwa oba okuwasa, era n'abeerawo bwatyo okutuuka lw'afa n'addayo mu ttaka.

Wabula, abantu ba Katonda abakkiriza Yesu Kristo tebalowooza bwe batyo. Bamanyi nti kitaabwe omutuufu abawa obulamu ye Katonda, kubanga bakkiriza nti Ye yatonda omuntu eyasooka Adamu, era n'amuganya abeera n'abaana n'abazukulu ng'amuwa ensigo ey'obulamu. N'olwekyo babeerawo okutendereza Katonda oba balidde, banywadde, oba okukola ekintu kyonna kubanga bamanyi engeri gye bajja okulokolebwamu, bagende mu bwakabka obw'omu ggulu, n'okuba n'obulamu obutaggwawo, oba engeri gye bajja okubonerezebwa mu muliro ogutaggwawo ogwa geyeena.

Abo abalina okukkiriza baana ba Katonda era balina obutuuze mu ggulu. Ayagala bamanye bulungi ebikwata ku bwakabaka bw'omu ggulu era bajjuzibwe essuubi ery'amaka gaabwe ago kubanga abantu gye bakoma okumanya obulungi obwakabaka obw'eggulu, gye bakoma okubeerawo n'okukkiriza mu bulamu buno.

Osobola okufuna eggulu lwa kukkiriza kwokka, n'olwekyo abo bokka abalokoleddwa olw'okukkiriza be bajja okugendayo. Wadde olina sente nnyingi, n'ebitiibwa byonna saako amaanyi, toyinza kugendayo lw'amaamyi go. Abo bokka abalina obuyinza bwa baana ba Katonda olw'okuba bakkiriza Yesu Kristo ng'omulokozi waabwe era n'abatambulira mu kigambo Kye be basobola okugenda mu ggulu n'ebeeyagalira mu bulamu obutaggwaawo n'emikisa.

Okulokolebwa mu biseera bye Ndagaano enkadde

Olwo kino kitegeeza nti abo bonna abatalina kye bamanyi ku Yesu Kristo tebasobola kulokolebwa? Nedda, ekyo si bwe kiri. Ng'ebiseera by'endagaano Enkadde bwe byali ebiseera eby'amateeka, abantu baalokolebwanga okusinziira ku ngeri gye baagonderangamu amateeka, ekigambo kya Katonda. Wabula, mu biseera by'endagaano empya nga Yokaana Omubatiza amaze okujja ku nsi eno n'alangirira Yesu Kristo, abantu bazze balokolebwa olw'okukkiriza mu Yesu Kristo.

N'emu biseera byaffe, wayinza okubaawo abantu abatakkiriza Yesu Kristo kubanga tebannafuna mukisa kumuwulirako. Abantu ng'abo bajja kusalirwa omusango okusinziira ku mutima gwabwe. (Ebisingawo ku bino, manange soma akatabo Obubaka bw'Omusaalaba). Ensangi zino, abantu bangi bamanyi okutaputa obubi ekigendererwa kya Katonda ku bulokozi. Bakitegeera bubi nti baba balokolebwa singa baatula obwatuzi n'emimwa ng'abagamba "Nzikkiriza Yesu Kristo ng'omulokozi wange" olw'okuba mu ndagaano empya, Katonda abawa ekisa ky'obulokozi okuyita mu Yesu Kristo. Abantu bano balowooza nti tebalina kufuba kutambulira mu kigambo Kye, nti n'okwonoona si kizibu ky'amaanyi nnyo, naye ekyo kikyamu ddala.

Olwo, okuba omulokole olw'ebikolwa, mu ndagaano empya kitegeereza ki ddala? oba okulokolebwa olw'okukkiriza mu ndagaano empya?

Yesu teyajja mu nsi muno okulokola abo abatatambulira mu kigambo kya Katonda, wabula yajja okukulembera abantu okusobola okutambulira mu kigambo kya Katonda, si lwa bikolwa byokka wabula ne mu mitima gyabwe.

Yensonga lwaki Yesu akyogera lwatu mu Matayo 5:17, *"Temulowooza nti najja okudibya amateeka oba eby'abannabbi, sajja kudibya, wabula okutuukiriza."* Era atujjukiza nti omuntu yenna bw'ayonoona mu mutima gwe, aba agambibwa okuba nga yayonoonye dda: *"Mwawulira bwe baagambibwa nti toyendanga: naye nange mbagamba nti buli muntu atunuulira omukazi okumwegomba, ng'amaze okumwendako mu mutima gwe"* (Matayo 5:27-28).

Okulokolebwa mu biseera by'endagaano Empya

Mu biseera by'endagaano enkadde, omuntu ne bwe yayendanga mu mutima gwe, teyatwalibwanga nti ayenze okujjako ng'akikoledde ddala mu bikolwa. Okujjako ng'ayenze mu bikolwa olwo lwokka lwe yagambibwanga nti mwonoonyi. Era ekyavangamu, bwe yayendanga mu kikolwa kye nnyini, olwo lwe yakubibwanga amayinja n'ebamutta (Ekyamateeka olw'okubiri 22:21-24). Era mu ngeri y'emu, mu biseera by'endagaano enkadde, omuntu bwe yabeeranga omwonoonyi ennyo era nga mubi nnyo mu mutima gwe, nga yandyegadde n'okutta omuntu oba okubba ekintu mu mutima gwe, naye n'atakikola mu bikolwa, yali asobola okulokolebwa kubanga oteyasangibwanga n'amusango gwonna gumusinze.

Kati, katunulire 1 Yokaana 3:15 tusobole okutegeera kye kitegeeza okulokolebwa olw'okukkiriza mu biseera by'endagaano empya: *"Buli muntu yenna akyawa muganda we ye mussi; era mumanyi nga tewali mussi alina obulamu obutaggwaawo nga bubeera mu ye."*

Mu biseera bye ndagaano empya, wadde abantu teboonoonye mu bikolwa, tasobola kulokolebwa singa ayonoona mu mutima gwe, kubanga ekyo kyenkanankana n'okwonoona ku ngulu.

N'olwekyo, mu biseera bye ndagaano empya, oli bw'aba n'ekigendererwa ky'okubba, aba yafuuse dda mubbi; omuntu yenna bw'atunulira omukazi n'amwegomba, aba mwenzi, era n'omulala bw'akyawa muganda we n'aba n'ekigendererwa eky'okumutta, abanga omutemu yennyini. Nga kino okumanyi obulungi, olina okufuna obulokozi ng'olaga Katonda okukkiriza kwo mu bikolwa nga toyonoona mu mutima gwo.

Ssuula eri ebikolwa n'okwegomba kw'embala y'ekibi

Mu Baibuli, otera okusanga ebigambo nga "Embala y'ekibi," "Omubiri oguyitibwa mu luzungu flesh," "Ebintu by'omubiri (flesh)," "Ebikolwa by'omubiri (flesh)," "Omubiri gw'ekibi nga guno guyitibwa mu luzungu body," n'ebirala bingi. Wabula kiba kizibu nnyo okusanga omuntu amanyi amakulu g'ennyini ag'ebigambo bino, ne mu bakkiriza bennyini.

Okusinziira ku nkuluze, tewali njawulo mu makulu g'ekigambo "omubiri (flesh)" "n'omubiri (body)," naye okusinziira ku Baibuli, birina amakulu ag'omwoyo ganjawulo. Okusobola okutegeera obulungi amakulu g'ebigambo bino ag'omwoyo. Olina okusooka okumanya engeri ekibi gye kyajja okubeera mu muntu.

Omuntu eyasooka ng'omwoyo omulamu yali muntu ow'omwoyo nga taliimu gatali mazima gonna, kubanga Katonda yali amusomesezza amagezi ag'obulamu gokka. Okufa kwamujjira bwe yayonoona n'ekibi ky'obujjeemu ng'alya ekibala ky'omuti ogw'okumanya obulungi n'obubi kubanga teyeekuuma kiragiro kya Katonda mu mutima gwe (Abaruumi 6:23).

Omwoyo, eyali akola nga mukama we bwe yafa, Adamu yali takyasobola kuwuliziganya ne Katonda. Ate n'ekirala ye ng'omutonde obutonzi yali alina okutya Omutonzi Katonda n'okukuuma amateeka Ge, naye yali takyayinza kutuukiriza buvunaanyizibwa bwe obujjudde ng'omuntu ng'ali mu mbeera eno. Yagobebwa mu lusuku Adeni era bwatyo ng'alina okutandika okubeera mu nsi eno, ng'ayita mu maziga ennaku, okubonabona, endwadde n'okufa. Ye n'abo abaddawo bazze bakola ebibi nga bagenda beeyongera okuba ab'onoonyi ennyo ku buli mulembe ogugenze guddawo.

Mu ngeri eno ey'okugenda ng'osabaana ekibi, amagezi ag'obulamu agaweebwa Katonda ku ntandikwa bwe gagibwa ku muntu embeera eno tugiyita Omubiri (body) era obyo ebivaako okukola ebibi bwe bye gatta n'omubiri guno (body) ogwagibwako amagezi ag'obulamu agaweebwa Katonda tubiyita

"Mubiri (flesh)."

N'olwekyo "omubiri (flesh)" baba bategeeza ebyo ebivaako ebibi wabula nga tebirabika ebiri mu mutima gw'omuntu, ebisobola okufuukamu ebikolwa wadde ng'oli aba tabikoze. Era bwe tubyawulamu n'etwongera okusengeka ebintu bino ebivaako ebibi, tubiyita "Okwegomba kw'omubiri (flesh)."

Eky'okulabirako, ebintu ng'ettima, obuggya, n'obukyayi tebirabika naye bisobola okuvaamu ebikolwa essaawa yonna kasita bisigala mu mutima gw'omuntu. Yensonga lwaki Katonda n'abyo abiyita bibi.

Mu ngeri eno, bw'otegyako kwegomba kw'omubiri, bivaayo mu bikolwa, era okwegomba kw'omubiri bwe kuteekebwa mu nkola, tukiyita "ebikolwa by'omubiri (flesh)" Eky'ennaku ebikolwa by'omubiri mubujjuvu bwe bigattibwa awamu, biyitibwa "Omubiri (flesh)."

Kwe kugamba, bwe twawulamu omubiri mu bujjuvu(flesh) tubiyita "Ebikolwa by'omubiri" bw'oba n'ekigendererwa eky'okukuba omuntu, omutima ogw'ekika kino gugwa mu tuluba "okwegomba kw'omubiri." Era bw'okuba omuntu oyo kiba "Ekikolwa ky'omubiri."

Amakulu ag'omwoyo ag'ekigambo "Mubiri (flesh)" ge galiwa, nga bwe ganyonnyoddwa mu lubereberye 6:3?

> *"Mukama n'ayogera nti Omwoyo gwange teguuwakanenga na muntu emirembe n'emirembe, kubanga naye gwe mubiri."*

Olunyiriri luno lutujjukiza nti Katonda tayagala kubeera

n'abantu emirembe n'emirembe abatatambulira mu kigambo Kye, kyokka nga b'onoona n'ebafuuka "Omubiri (flesh)."

Wabula era, Baibuli etugamba, nti ebiseera byonna Katonda yabeeranga n'abantu ab'omwoyo nga Ibuulamu, Musa, Eliya, Nuuwa, ne Danyeri, abo abaanoonyanga amazima gokka era n'ebatambulinga mu kigambo kya Katonda. N'olwekyo, nga bw'okimanyi nti abantu ab'omubiri abatatambulira mu kigambo kya Katonda tebayinza kulokolebwa, olina okufuba okusuula eri amangu ddala si bikolwa bya mubiri byokka, wabula n'okwegomba kw'omubiri.

Omuntu ow'omubiri tajja kusikira bwakabaka bwa Katonda

Engeri Katonda gyali Kwagala, Awa obuyinza okufuuka abaana Be n'Omwoyo Omutukuvu ng'ekirabo eri abo abakimanya nti b'onoonyi n'ebeenenya ebibi byabwe, era n'ebakkiriza Yesu Kristo ng'omulokozi waabwe. Bw'ofuna Omwoyo Omutukuvu ng'ekirabo n'ozaala omwoyo olw'Omwoyo Omutukuvu, Omwoyo gwo ogwali gufudde guzuukizibwa.

N'olwekyo, obeera osobola okufuna obulokozi n'ofuna obulamu obutaggwaawo kubanga obeera tokyali muntu wa mubiri naye ow'omwoyo. Wabula, bw'onoogenda mu maaso n'okwerekerayo emirimu gy'omubiri, tojja kulokolebwa kubanga Katonda tajja kuba naawe.

Ebikolwa by'omubiri by'ogerwako mu bujjuvu mu ba Galatiya 5:19-21:

Naye ebikolwa by'omubiri bya lwatu, bye bino, obwenzi, empitambi, obukaba, okusinza ebifaananyi, okuloga, obulabe, okuyomba, obuggya, obusungu, empaka okweyawula, okwesalamu, ettima, obutamiivu, ebinyumu, n'ebiri ng'ebyo. Nsooka okubabuulira ku ebyo, nga bye nnasooka okubabuulira, nti bali abakola ebiri ng'ebyo tebalisikira bwakabaka bwa Katonda.

Yesu era atubuulira mu Matayo 7:21, *"Buli muntu ang'amba nti Mukama wange Mukama wange, si ye aliyingira mu bwakabaka obw'omu ggulu, wabula akola Kitange ali mu ggulu by'ayagala."* Era, okuba ng'akitugamba lunnye mu Baibuli nti abo abatali batuukirivu abatatambulira mu kigambo Kye wabula n'ebakola ebyo eby'omubiri tebayinza kuyingira ggulu, Katonda ayagala buli muntu alokolebwe lwa kukkiriza kwokka, era ayingire eggulu.

Bw'oba oyagala okufuna obulokozi olw'okukkiriza

Mu baruumi 10:9-10, wasoma nti, *"kubanga bw'oyatula Yesu nga ye Mukama n'akamwa ko, n'okkiriza mu mutima gwo nti Katonda yamuzuukiza mu bafu, olirokoka; kubanga omuntu akkiriza na mutima gwe okuweebwa obutuukirivu, era ayatula na kamwa okulokoka."*

Ekika ky'okukkiriza Katonda ky'ayagala kye kika mw'okkiririza n'omutima gwo era n'oyatula n'akamwa ko. Kwe kugamba, bw'oba nga ddala okkiriza mu mutima gwo nti yafuuka omulokozi wo okuyita mukuzuukira ku lunaku olw'okusatu nga bamaze okumukomerera, era kino okiraga ng'osuula eri ebibi byo, era ng'otambulira mu kigambo kya Katonda. Bw'oyatula n'akamwa ko, era n'otambula bw'otyo okusinziira ku kwagala Kwe, osobola okulokolebwa kubanga okwatula kwo kw'amazima.

Y'ensonga lwaki mu Baruumi 2:13 wasoma nti, *"kubanga abawulira obuwulizi amateeka si be batuukirivu eri Katonda, naye abakola eby'amateeka be baliweebwa obutuukirivu"* eby'awandiikibwa era bitugamba mu Yakobo 2:26, *"kuba ng'omubiri awatali mwoyo bwe guba nga gufudde, era n'okukkiriza bwe kutyo awatali bikolwa nga kufudde."*

Osobola okulaga okukkiriza kwo n'ebikolwa byo, bw'oba ng'okkiriza ekigambo kya Katonda mu mutima gwo. Si ku kitereka buteresi ng'amagezi g'oyize. Amagezi bwe gasimbibwa mu mutima gwo, ebikolwa bijja kugoberera.

N'olwekyo, bw'oba ng'obadde owalana bano luli, osobola okukyusibwa n'ofuuka omuntu ayagala bano. Bw'oba ng'obadde mubbi osobola okukyusibwa n'obeera nga tokya bba. Bw'oba ng'okyatambulira mu kizikiza n'okwagala kw'ensi kyokka n'oyatula okukkiriza kwo n'emimwa gyo, okukkiriza kwo kuba kufu kubanga tekulina wekukwataganira na bulokozi.

Era kyawandiikibwa ne mu 1 Yokaana 1:7 nti *"Naye bwe tutambulira mu musana, nga ye bw'ali mu musana, tussah kimu fekka na ffeka, n'omusaayi gwa Yesu Omwana we gutunaazaako ekibi kyonna."*

Amazima nga gali mu ggwe, olina bubeezi gwe okutambulira mu musana kubanga otambulira mu mazima, ofuuka omuntu omutuukirivu, olw'okukkiriza okuli mu mutima gwo, nga bw'ova mu kizikiza ng'odda mu musana olw'okwegyako ebibi byonna. So nga oba olimba Katonda bw'oba ng'okyatambulira mu kizikiza ng'okola ebibi wamu n'okwonoona. Nolwekyo olina okufuna okukkiriza okugobereddwa ebikolwa

Olina okutambulira mu musana

Katonda atulagira okulwanyisa ebibi byaffe okutuuka ku ssa ly'okuyiwa omusaayi gwaffe (Abaebulaniya 12:4) kubanga ayagala tube nga tutuukiridde kubanga naye mutuukirivu (Matayo 5:48), era tubeera batukuvu kubanga naye mutukuvu (1 Petero 1:16).

Mu biseera by'endagaano enkadde, abantu baalokolebwanga ebikolwa byabwe bwe by'abanga bituukiridde, baali tebalina kwegyako bibi by'abanga mu mitima gyabwe kubanga kyali tekisoboka bo ng'abantu obuntu okwegyako ebibi n'amaanyi gaabwe ku bwabwe.

Singa wali osobola okwegyako ebibi ku lulwo Yesu teyandize mu mubiri. Naye, olw'okuba tosobola kugonjoola bizibu bya kibi oba gwe okulokolebwa olw'obusobozi bwo n'amaanyi. Yesu yakomererwa, era awa buli muntu akikkiriza Omwoyo Omutukuvu ng'ekirabo era n'abakulembera eri ekkubo ery'obulokozi.

Mu ng'eri eno, osobola okwegyako buli kika kya kibi, ng'oyambibwako Omwoyo Omutukuvu. Era naawe wenyigire mu mbala ey'obwakatonda, olw'Omwoyo Omutukuvu bwajja mu mutima gwo, n'akumanyisa ekibi, obutuukirivu n'okusala omusango.

N'olwekyo tolina kumatira n'akyakuba nti wakkiriza yesu Kristo kyokka, wabula weeyongere okusaba obutakoowa, wegyeeko ebibi byonna ebya buli ngeri, era otambulire mu kitangaala ng'oyambibwako Omwoyo Omutukuvu okutuusa lw'onooba ng'osobola okwenyigira mu mbala ey'obwakatonda.

Engeri yokka ey'okufunamu eggulu kwe kuba n'okukkiriza okw'Omwoyo okuwerekeddwako ebikolwa, nga bwe tukisanga mu Matayo 7:21: nti *"buli muntu ang'amba nti Mukama wange, Mukama wange, si ye, aliyingira mu bwakabaka obw'omu ggulu, akola kitange ali mu ggulu by'ayagala."* Olina n'okukola buli kisoboka okutuuka lw'otuuka ku kigera ky'abakadde eky'okukkiriza, kubanga ebifo mu ggulu eby'okubeeramu bigabibwa okusinziira ku kigera okukkiriza ekya buli muntu.

Kansuubire nti weenyigira mu mbala ey'obwa Katonda olyoke ofune Yerusaalemi empya eyo Namulondo ya Katonda gyetudde.

2. Eggulu libonyebonye n'okutulugunyizibwa

Katonda atuleka n'etukungula bye tusiga era n'atuwa empeera nga bwe tukola kubanga Ye Katonda omwenkanya. N'olwekyo ne mu ggulu, buli muntu aweebwa ekifo eky'enjawulo mu ggulu okusinziira ku kigera ky'okukkiriza, n'empeera ez'enjawulo ziweebwa eri buli muntu okusinziira ku ngeri gyaweerezaamu n'okuwaayo obulamu bwe eri obw'akabaka bwa Katonda. Katonda oyo eyawaayo omwana We omu yekka n'omutima gumu, okusobola okutuwa eggulu n'obulamu obutaggwaawo, Ali eyo alindiridde n'essanyu abaana Be okuyingira n'okubeera n'abo emirembe gyonna mu kifo ekikyasingayo obulungi mu ggulu, nga ye yerusaalemi empya.

Mu byafaayo by'ensi yonna, ensi ez'amaanyi okutwalira

awamu ze ziggula olutalo ku nsi enafu, era n'ezigaziya amatwale gaazo. Okusobola okuwamba amatwale g'ensi endala, ensi emu yalinanga okulumba ginaayo, mu lutalo era n'egiwangula.

Mu ngeri y'emu, bw'oba ng'oli mwana wa Katonda ng'olina obutuuze mu ggulu, olina okutambula ng'odda eri eggulu n'essuubi lingi, kubanga omanyi bulungi nnyo ebirikwatako. Abamu bayinza okwewunya engeri gye tutambula okudda eri eggulu, kyokka nga bwe bwakabaka obwa Katonda Ayinza byonna. N'olwekyo, tulina okusooka okutegeera amakulu ag'omwoyo nti "eggulu libonyebonye n'okutulugunyizibwa" n'engeri y'okulitwalamu olw'empaka.

Okuva mu naku za Yokaana Omubatiza

Yesu atugamba mu Matayo 11:12, *"Okuva ku biro bya Yokaana Omubatiza okutuusa leero obwakabaka obw'omu ggulu buwaguzibwa, n'abawaguza babunyaga lwa maanyi."* Ebiro nga Yokaana Omubatiza tanajja baba boogera ku biro eby'amateeka, ebiro abantu mwe baalokolebwanga olw'ebikolwa byabwe.

Endagaano enkadde kye kisiikirize ky'endagaano empya; bannabbi baamanyisa abantu ku Yakuwa era n'abalanganga omununuzi. Wabula, okuva mu biro bya Yokaana Omubatiza, omulembe omuppya ogw'endagaano empya, gamba nga ekisuubizo ekipya, kyaggulibwawo n'okuggalibwawo n'obunnabbi bw'endagaano enkadde.

Omulokozi waffe Yesu yayingirawo mu byafaayo by'omuntu si ng'ekisiikirize wabula ng'omuntu yennyini. Yokaana Omubatiza yatandika okulanga Yesu eyajja mu ngeri eno. Okuva olwo, yatandika omulembe gw'ekisa omuntu yenna mwasobolera okufuna obulokozi olw'okukkiriza Yesu ng'omulokozi we, olwo n'alyoka afuna Omwoyo Omutukuvu.

Omuntu yenna akkiriza Yesu Kristo era n'akkiririza mu linnya lye afuna obuyinza okufuuka omwana wa Katonda era nayingira eggulu. Wabula, Katonda agabanyizza eggulu mu bifo eby'enjawulo eby'okubeeramu era n'aganya buli kinnoomu ku baana Be okukifuna okusinziira ku kigera ky'okukkiriza kwe, kubanga Katonda mwenkanya era asasula buli muntu nga bwakoze. Era, abo bokka abeetukuza nga batambulira mu kigambo Kye, era batuukiriza obuvunaanyizibwa bwabwe mu bujjuvu, be basobola okuyingira Yerusaalemi empya eyo awali namulondo ya Katonda.

N'olwekyo, olina okuba omuwaguza, okusobola okugwa ku kifo ekisingako mu ggulu kubanga ojja kuyingira mu kifo ekirala mu ggulu okusinziira ku kigera okukkiriza kwo. Wadde nga n'okuyingira mu kwennyini kufunibwa n'akukkiriza.

Okuva mu naku za Yokaana Omubatiza, okutuuka ku kudda okw'omulundi ogw'okubiriokwa Mukama waffe mu bbanga, buli awaguza okudda eri eggulu ajja kulikwasa. Yesu atugamba mu Yokkana 14:6, *"nze kkubo, n'amazima n'obulamu: tewali ajja eri Kitange wabula ng'ayita mu nze."*

Mukama atugamba nti tewali n'omu ajja eri Kitaawe okujjako ng'ayise mu Ye kubanga Ye ly'ekkubo erigenda mu ggulu, yennyini ye mazima, era obulamu. Olw'ensonga eno, yajja mu nsi muno, n'atubuulira ebifa ku Katonda tusobole okutegeera Katonda obulungi. Era Ye yennyini n'atusomesa engeri gye tuyinza okugenda mu ggulu ng'afuuka eky'okulabirako gye tuli.

Eggulu ly'awuddwamu ebifo eby'okubeeramu eby'enjawulo

Eggulu bwe bwakabaka bwa Katonda, eyo abaana Be abalokoleddwa gye bali beera olubeerera. Obutafaananako nga nsi eno, bwe bwakabaka obujjudde emirembe, awatali kukyuka wadde enguzi. Wajjudde essanyu n'okusanyuka, awatali ndwadde, nnaku, obulumi, n'okufa kubanga omulabe setaani n'ebibi tebiriiyo.

N'ebw'ogezaako otya okwefumiitiriza eggulu bwe lifaanana, ojja kwewuunya era bikuggweko bw'onoolaba obulungi bw'eggulu ly'ennyini n'okumasamasa, Nga kiyitirivu nnyo ku ngeri Katonda Omutonzi w'ensi bwajja okuba ng'akozeemu eggulu, abaana Be gye bajja okubeera olubeerere! Bwe weetegereza obulungi Baibuli, okizuula nti eggulu lyawuuddwamu ebifo eby'enjawulo eby'okubeeramu

Yesu agamba mu Yokaana 14:2, *"Mu nnyumba ya Kitange mulimu ebifo bingi eby'okubeeramu. Singa tekiri bwe kityo, nandibagambye; kubanga ng'enda okubateekerateekera ekifo."* Nekkemiya n'awo woogera ku bifo eby'eggulu eby'enjawulo: *"Ggwe Mukama, ggwe wekka; ggwe wakola eggulu, eggulu erya waggulu, n'eggye lyalyo lyonna, ensi n'ebintu byonna ebiri okwo, ennyanja ne byonna ebiri omwo, era ggwe obikuuma byonna; n'eggye ery'omuggulu lukisinza"* (Nekkemiya 9:6).

Edda, abantu baalowozanga nti waliiyo obwengula bwa kika kimu kyokka, naye kati nga saayansi agenda akulaakulana, tukimanyi nti waliwo obwengula obulala ng'ogyeko obwo bwe tusobola okulaba n'amaaso gaffe. Ekitwewuunyisa Katonda kino yali yakiwandiikako dda mu Baibuli.

Okugeza, Kabaka Sulemaani yayogera nti waliyo ebika by'eggulu eby'enjawulo: *"Naye Katonda anaabeeranga ku nsi mazima ddala? Laba, eggulu n'eggulu ly'eggulu teriyinza kukugyamu: kale ennyumba eno gye nzimbye nga teriyinza n'akatono!"* (1 Bassekabaka 8:27) Omutume Paulo yayogera mu 2 bakkolinso 12:2-4 nti yakulemberwa eri eggulu, mu ggulu ery'omutendera ogw'okusatu ne mu kubikkulirwa 21 wanyonnyola ku Yerusaalemi empya awali namulondo ya Katonda.

N'olwekyo, olina okukkiriza nti eggulu teririimu kifo kimu eky'okubeeramu, naye ebifo eby'okubeeramu bingi. Nja kusengeka eggulu mu bifo eby'enjawulo okusinziira ku kigera okukkiriza era nja ku biyita olusuku lwa Katonda, obwakabaka obusooka, obwakabaka obw'okubiri, obwakabaka obw'okusatu, ne Yerusaalemi empya. Olusuku lwa Katonda kye kifo ky'abo abalina okukkiriza okusembayo obutono, obwakabaka obusooka kye kifo ky'abo abasinga ku b'omu lusuku lwa Katonda okukkiriza; obwakabaka obw'okubiri kye kifo ky'abo abasing ku b'omu kifo ekisooka okukkiriza, obwakabaka obw'okusatu kye kifo ky'abo abalina okukkiriza okusinga ku kw'abo ab'omu bwakabaka obw'okubiri. Mu bwakabaka obw'okusatu mwe muli ekibuga ekitukuu ekya Yerusaalemi Empya eyo wewali namulondo ya Katonda.

Obwakabaka bwa Katonda bubonyebonye n'okutulugunyizibwa abo abalina okukkiriza

Mu nsi ye Korea, waliyo ebizinga nga Ul-leung ne Cheju,

ebyalo, n'ebitundu eby'ensozi, ebibuga ebitono n'ebinene, n'ebifo ebirinaanye ebibuga. Mu kibuga kya Korea ekikulu Seoul, we wali amaka g'obwa pulezidenti agamanyiddwa agayitibwa, Cheong Wa Dae.

Ng'ensi bwe yawuddwayawuddwamu distulikiti, okusobola okugiddukanya obulungi, n'obwakabaka obw'omu ggulu, n'abwo bugabanyiziddwamu ebifo eby'okubeeramu eby'enjawulo okusinziira ku mateeka amakakali. Kwe kugamba ekifo mw'ojja okubeera kikuweebwa okusinziira ku kyenkana wa ky'okoze okutambula nga weefaananyiriza omutima gwa Katonda.

Katonda asanyuka nnyo bw'obeera n'essuubi ery'eggulu, kubanga bwe bukakafu nti olina okukkiriza, ate mu kiseera kye kimu, lye kkubo eryangu ggwe okuwangula olutalo lw'olina ne setaani era n'otukuzibwa nga wegyako mu bwangu ddala ebikolwa n'okuyaayaana kw'omubiri

Ng'omaze okukkiriza Yesu Kristo, otandika okukizuula nti kyangu okweggyako ebikolwa byo eby'omubiri, naye si kyangu okwegyako okuyaayaana kw'omubiri, eby'o ebivaako ebibi eby'simbibwa mu ggwe.

Ye nsonga lwaki abo abalina okukkiriza okutuufu buli saawa bagezaako okusaba n'okusiiba, basobole okufuuka abaana ba Katonda abatukuvu nga begirako ddala n'okuyaayaana kw'omubiri.

Eggulu oyinza kulifuna lwa kukkiriza kwokka era buli ekifo eky'okubeeramu mu ggulu kiweebwa omuntu okusinziira ku kyenkana ki kyakoze, kubanga eggulu kye kifo Katonda gyafugira n'obwenkanya n'okwagala. Kwe kugamba, ekifo ky'okubeeramu mu ggulu eky'omuntu ali ku mutendera ogusooka, kyawukana ku kifo ky'okubeeramu eky'omuntu ali ku mutendera ogw'okubiri n'ogw'okusatu ogw'okukkiriza n'okweyongerayo. Gy'okoma okubeera ku mutendera gw'okukkiriza ogwa waggulu, n'ekifo ky'onooyingira mu ggulu gye kijja okukoma obulungi n'ekitiibwa.

Olina okutambula ng'odda eri eggulu

N'olwekyo, bw'oba ng'okukkiriza kwo kukusobozesa kuyingira lusuku lwa Katonda, olina okulwana ng'otambula weeyongerayo eri obwakabaka obusooka, n'ebifo ebisingako mu ggulu. Bw'oba otambula odda eri eggulu, oba olwanisa ani? Lwe lutalo olutakoma olwa gwe ne setaani, gwe okusobola okwenywereza ku kukkiriza kwo mu nsi eno olyoke osemberere enzigi ze ggulu.

Omulabe setaani akola buli ekisoboka okusobozesa abantu okuwakanya Katonda basobole obutayingira ggulu, abaleetera okubuusabuusa n'ebalema okuba n'okukkiriza; era ku nkomerero n'abatwala eri okufa ng'abakozesa ebibi. Ye nsonga lwaki olina okuwangula setaani. Ojja kuyingira ekifo ekisingako bw'onoofaanana Mukama, ng'olwanyisa ebibi okutuuka ku ssa ly'okuyiwa omusaayi.

Katugambe waliwo omukubi w'ebikonde. Omukubi w'ebikonde ono agumira buli kutendekebwa okuzibu okusobola okufuuka nantameggwa w'ensi yonna. Omukubi w'ebikonde ono akimanyi nti okuyita mu kutendekebwa kuno okuzibu, ayinza okufuuka nantameggwa w'ensi yonna, olwo aba ajja kuweebwa ebitiibwa, obugagga, n'okukulaakulana. Wabula alina okuyita mu kutendekebwa okuzibu mu bulumi, n'atandika n'okwerwanisa yekka okutuuka lw'awangula ekitiibwa ky'obwa nantameggwa.

Kye kimu n'okuyingira eggulu ng'otambula odda gye liri. Olina okulwana olulwana okusobola okutukuzibwa nga weggyako buli kika kya kibi kyonna, n'okutuukiriza obuvunaanyizibwa bwo obwakuweebwa Katonda. Olina okuwangula olutalo olw'omwoyo olw'okufuna eggulu ng'osaba n'amaanyi go gonna wadde omulabe setaani tebakoowa kukulemesa mu lutalo olw'okutambula ng'odda eri obwakabaka obw'eggulu.

Ekintu kimu ky'olina okumanya nti olutalo olw'okulwanyisa setaani si luzibu. Omuntu yenna alina okukkiriza asobola okuwangula olutalo eri setaani kubanga Katonda amuyamba ne bamalayika ab'omu ggulu wamu n'Omwoyo Omutuku.

Tulina okunyweza eggulu nga tutambula tudda gye liri tulyoke tufune obuwanguzi n'okukkiriza. Omukubi w'ebikonde bw'amala okuwangula engule y'obwannantameggwa. Alina okulwana okulaba ng'agisigaza. Wabula olutalo olw'okuyingira eggulu lwa ssanyu, era lusanyusa kubanga gy'okoma okuwangula, n'obuzito bwo obw'ekibi gye bukoma okukendeera. Buli lw'owangula olutalo, obeera mumativu nnyo era olutalo lugenda lufuuka olwangu buli gye weeyongera kubanga buli kimu kikugendera bulungi, era osobola okweyagalira mu kuba omulamu, nga ne mmeeme yo bwetambula obulungi.

Ate n'ekirala, wadde omukubi w'ebikonde ono afuuse n'antameggwa w'ensi yonna n'afuna ebitiibwa ebyo, obugagga, n'okukulaakulana, buli kimu kiggwaawo bw'afa. Kyokka, ng'ekitiibwa n'emikisa by'ofuna ng'olutalo luwedde olw'okutambula okudda eri eggulu, tebigwaawo.

Olwo okolerera ki, ng'ofuba nga bwosobola okulwana? Olina okuba omuntu omugezi atuuka mu kifo ekisingako ng'okirumba lwa mpaka, mu kunoonya ebintu ebitaggwaawo so si ebyo eby'ensi.

Bw'oba oyagala okutambula ng'odda eri eggulu olw'okukkiriza

Yesu bwaba anyonyola eggulu, Asomesa abantu okuyita mu ngero ezogera ku bintu eby'okunsi abantu basobole okulitegeera obulungi. Olumu ku zo lwe lugero olw'okaweke aka kaladaali.

N'abaleetera olugero olulala, ng'agamba nti "Obwakabaka obw'omu ggulu bufaanana n'akaweke ka kaladaali, omuntu ke yaddira n'akasiga mu nnimiro ye: nako nga ke katono okusinga omuddo gwonna, ne kaba omuti, n'ennyonyi ez'omu bbanga nga zijja, nga zibeera ku matabi gaagwo" (Matayo 13:31-32).

Bw'okoona bailo ku lupapula, kusigalako akatonnyezza akatono ennyo. Akaweke aka kaladaali kyenkana k'enkana n'akatonyeze kano akasirikitu. Akaweke kano akasirikitu kajja kukula kafuuke omuti omunene, ennyonyi ez'omu bbanga zijje zibeera mu matabi gaagwo. Yesu akozesa olugero luno okulaga engeri y'okukulamu mu kukkiriza: wadde olina okukkiriza kutono kati, osobola okukukuza n'ekufuuka okukkiriza okunene. Yesu mu Matayo 17:20 atugamba, *"Kubanga ddala mbagamba nti Singa mulina okukkiriza okwenkana ng'akaweke ka kaladaali, bwe muligamba olusozi luno nti vaawo wano genda wali; kale luligenda; so singa tewali kigambo kye mutayinza."* Bwe yali agezaako okugamba abayigirizwa Be okugezza okukkiriza kwabwe, Yesu yabaddamu mu Lukka 17:6, *"Singa mulina okukkiriza okutono ng'akaweke ka kaladaali, mwandigambye omusikamiini guno nti Siguka osimbibwe mu nnyanja; era gwandibawulidde."*

Osobola okwewuunya bw'oyinza okutambuza omuti oba olusozi ng'olulagira n'okukkiriza okw'enkana n'akaweke aka kaladaali. Kyokka nga, n'ennyukuta esemberayo ddala obutono, oba akatonnyeze ka bailo akasirikitu tekayinza kuva mu kigambo kya Katonda.

Olwo, amakulu ag'omwoyo ag'ennyiriri zino ge galiwa? Oweebwa okukkiriza okutono ddala ng'akaweke ka kaladaali bw'okkiriza Yesu era n'ofuna Omwoyo Omutukuvu. Okukkiriza kuno okutono kujja kumeruka kukule bw'onookusimba mu nnimiro y'omutima gwo. Bwe kukula n'ekufuuka okukkiriza okw'amaanyi, osobola okugyawo olusozi ng'olulagidde bulagizi. Era n'olaga n'ebyamagero ebya Katonda eby'amaanyi ng'okuzibula abazibe amaaso, okuzibula bakiggala amatu, bakasiru okwogera, n'okuzuukiza abafu.

Si kituufu gwe okulowooza nti tolina kukkiriza kwonna kubanga tosobola kubaako ky'amagero kya Katonda kyonna ky'okola, oba okuba ng'okyalina ebizibu mu maka go oba mu bizinensi yo. Otambulira ku kkubo ery'obulamu obutaggwaawo ng'ogenda mu kanisa, ng'otendereza, ng'osaba, kubanga olina okukkiriza okutono nga okw'akaweke aka kaladaali. Tofuna bufunyi byamagero ebya Katonda eby'amaanyi kubanga ekigera okukkiriza kwo ki kyali kitono

N'olwekyo, okukkiriza kwo okutono ng'akaweke aka kaladaali kwetaaga okukula okufuuka okukkiriza okw'amaanyi okuyinza okusengula olusozi nga bwoyinza okusiga ensigo ey'e ppeera, n'ogirabirira okutuuka lw'emeruka, n'emulisa, n'essaako ebibala, n'okukkiriza kwo n'akwo kuyita mu mitendera egyo.

Olina okufuna okukkiriza okw'Omwoyo

Kye kimu n'okutambula ng'odda eri obwakabaka obw'omu ggulu. Tosobola kuyingira Yerusaalemi Empya olw'okugamba obugambi nti "Ye nzikkiriza" olina okukunyweza ddaala ku ddaala, okutandika n'olusuku lwa Katonda, okutuuka lw'otuuka mu Yerusaalemi empya. Okusobola ggwe okutuuka mu Yerusaalemi Empya olina okumanyira ddala obulungi engeri y'okutuukayo. Bw'oba ekkubo tolimanyi, tosobola kutuukayo oba oyinza n'okutuuka n'oba mu kifo kimu wadde ofubye nnyo.

Aba Israeri abaava mu Misiri beemulugunyiza Musa ne bakaaba olw'okuba teebaalina kukkiriza kumala okwawulamu Ennyanja Emyufu. Awo Musa, eyali alina okukkiriza okw'amaanyi okugyawo ne nsozi, yalina okwawulamu Ennyanja Emyufu ebitundu bibiri. Wabula wadde guli gutyo, okukkiriza kw'aba Israeri kwali kuli mu kifo kimu wadde nga baali balabye ennyanja emyufu ng'eyawuddwamu

Wabula badda, mu kwekolera nnyana ey'ebyuma ebisaanuuse n'ebagivunamira Musa bwe yali taliiwo ng'ali mu kusaba n'okusiiba ku lusozi sinaayi okusobola okufuna amateeka ekkumi (Okuva 32). Katonda bwe yalaba kino, n'anyiiga nnyo era n'agamba Musa nti, *"kale kaakano ndeka obusungu bwange bwake nnyo ku bo era mbazikirize era ndikufuula gwe eggwanga eddene"* (olu. 10). Aba Iseraeri era tebaalina kukkiriza kwa Mwoyo okugondera Katonda wadde nga baali balabye eby'amagero bingi n'obubonero eby'alagibwanga okuyita mu Musa.

Ku nkomerero, omulembe ogwasooka ogw'aba Isreari abatandika okutambula okuva e misiri tebaayingira kanani okujjako Yoswa ne Kalebu. Gwo omulembe ogw'okubiri ogw'abaisreari nga batambu beeyisanga batya nga bali ne Yoswa ne Kalebu? Abasumba abaali bettisse sanduke ya Mukama bwe baalinya ekigere ku mugga Yolodaani nga bali wansi w'obukulembeze bwa Yoswa, amazzi negalekerawo okukulukuta aba Israeri n'ebasobola bonna okusala omugga.

Era, mukugondera ekigambo kya Katonda, baakumba nga beetoloola ekibuga kya Yeriko okumala enaku musanvu era n'ebaleekanira waggulu, era ekibuga Yeriko eky'amaanyi ne kigwa. Baasobola okulaba eby'amagero bya Katonda eby'amaanyi si lwakuba nti baalina amaanyi mangi, naye olw'okuba baagondera okulung'amizibwa kwa Yoswa, eyalina okukkiriza okw'amaanyi okuyinza okuggyawo olusozi. Ate n'ekirala mu kiseera kino Aba Israeri n'abo baali baafuna okukkiriza okw'omwoyo.

Yoswa yafuna atya okukkiriza okunene bwe kutyo ate okw'amaanyi? Yoswa yasobola okusikira eby'o Musa bye yali ayiseemu n'okukkiriza kwe, kubanga yali amaze naye emyaka 40 mu ddungu. Nga ne Elisa bwe yafuna obusika obukubiseemu emirundi ebiri obw'omwoyo gwa Eliya bwe yamugoberera okutuuka ku nkomerero. Yoswa nga eyadda mu bigere bya Musa, eyali ayagaliddwa Katonda, yafuuka omusajja ow'okukkiriza okw'amaanyi bwe yaweereza n'okugondera Musa nga bwamugoberera. Era ekyavaamu yalaga eky'amagero eky'amaanyi eky'okusibira omusana n'enjuba mu bbanga (Joswa 10:12-13).

Kye kimu n'aba Israeri abaagoberera Yoswa. Omulembe ogw'asooka ogw'aba Israeri ku lugendo, abaali baweza emyaka 20 n'okudda waggulu, baabonabona okumala emyaka amakumi ana, era n'ebafiira mu ddungu. Kyokka nga bo be baazaala, abo abaagoberera Yoswa baasobola okuyingira Kanani kubanga baali baafuna okukkiriza okw'omwoyo okuyita mu kugezesebwa okw'enjawulo n'ebizibu.

Olina okutegeera obulungi okukkiriza okw'omwoyo. Abantu abamu bagamba nti edda baalina okukkiriza kungi era nga baweereza abawulize mu kanisa zaabwe. Kyokka bagamba tebakyali beesigwa kubanga okukkiriza kwabwe kugenze kubula mpola-mpola. Ebyo bye boogera si bituufu kubanga okukkiriza okw'omwoyo tekukyukakyuka. Okukkiriza kwabwe okw'edda kwa kyuka kubanga tekwali kukkiriza kwa mwoyo wabula okumanye obumanye. Singa kwali okukkiriza okw'omwoyo tekwandikyuse wadde okuggwaawo n'ebwe wandiyiseewo ebbanga eddene.

Katugambe nti waliwo akatambaala akeeru. Nga bwe nkakulaga, ne mbuuze, "Okkiriza nti akatambaala kano keeru?" era toyinza kulema kuddamu nti "Ye" Era, katugambe nti emyaka kkumi giyiseewo, era nga nkute akatambaala ke kamu, n'enziramu okukubuuza "Kano akatambaala keeru. Okikkiriza?" oyinza kuddamu otya? Tewali n'omu aba teyeekakasa langi yaako nti oba agambe nti kaddugavu wadde ng'ekiseera kiyiseewo. Akatambaala ke nnakkiriza nti keeru emyaka kkumi oba abiri emabega, era nja kuba ne leero nzikkiriza nti keeru.

Lu luno olugero olulala, bw'ogenda okulamaga mu nsi entukuvu, ojja kulaba nti batunda obuweke obwa kaladaali nga babusibye mu bbaasa. Lumu, omusajja omu yagula era n'asimba empeke za kaladaali mu nnimiro naye tezameera; obulamu mu nsigi zino bw'afa kubanga zalekebwawo ebbanga ddene nga tezisimbibwa.

Kye kimu, n'ebwoba ng'okiriza Yesu Kristo, era n'ofuna

Omwoyo Omutukuvu era n'ofuna n'okukkiriza okwenkana nakaweke ka kaladaali, Omwoyo Omutukuvu mu ggwe ayinza okugenda ng'aggwerera bw'otasiga kukkiriza mu nnimiro yo nga gwe mutima gwo okumala ekiseera ekiwanvu. Ye nsonga lwaki mu 1 Bassaseronika 5:19 watulabula, *"Temuzikizanga Mwoyo."* Okukkiriza kwo, wadde kukyali kutono ng'akasigo ka kaladaali, kusobola okukula bw'okusimba mu nnimiro y'omutima gwo era n'oteeka okukkiriza kwo mu bikolwa. Wabula bw'otatambulira mu kigambo kya Katonda okumala ebbanga ddene, okuva lwe wafuna Omwoyo Omutukuvu omulundi gwo ogwasooka, omuliro gw'omwoyo gusobola okuzikira.

Okunyweza eggulu n'okukkiriza okw'Omwoyo

N'olwekyo, olina okutambulira mu kigambo kya Katonda, bw'oba wakkiriza Yesu Kristo era n'ofuna Omwoyo Omutukuvu. Mu kugondera ekigambo kya Katonda, olina okusuula eri ebibi, okusaba, okutendereza, okubeera awamu n'abooluganda mu Kristo, okubuulira enjiri, n'okwagala abalala.

Okukkiriza kwo kujja kukula bw'onooba okuteekateeka mu ngeri eno. Okugeza, bw'oba oli n'abooluganda mu Kristo, okukkiriza kwo kusobola okukula, kuba muba muddiza Katonda ekitiibwa nga muwa obujjulizi nga munyumya ne mu mazima ne bano.

Osobola okukiraba nti okukkiriza kw'omuntu kukyuka okusinziira kw'abo baali n'abo. Abazadde bwe baba n'okukkiriza, abaana baabwe n'abo bandiba n'okukkiriza okulungi. Mukwano gwo bw'aba n'okukkiriza okulungi, okukkiriza kwo n'akwo kukula kubanga okukkiriza kwo kufaanana n'okwo okwa mukwano gwo.

Olina okukimanya, nti olw'okuba omulabe setaani agezaako nnyo okukugyako okukkiriza kwo, tolina kubeera n'akyakulwanyisa kya kigambo kya Katonda kyokka buli ssaawa, wabula n'okusaba obutakoowa, okusobola okuwangula olutalo olw'omwoyo ng'osanyuka bulijjo, n'okwebaza mu mbeera yonna n'amaanyi ga Katonda N'obuyinza.

Olwo okukkiriza kwo okw'ekana n'akaweke ka kaladaali, kujja kukula kufuuke ng'okwomuti omunene ogujjudde ebikoola ebimuli ebimulisa, era gujja kubala ebibala bingi ku nkomerero. Ojja kusobola okuddiza Katonda ekitiibwa ng'ozaala mu bungi ebibala omwenda eby'Omwoyo Omutukuvu, ebibala eky'okwagala okw'omwoyo, n'ekibala eky'omusana.

Omanyi amaanyi abalimi ge bateeka mu kulima n'obugumiikiriza, okuva lwe basimba ensigo okutuuka okukungula ebyasimbibwa. Mu ngeri y'emu, tetusobola kumala gafuna ggulu olw'okuba tugenda ku kanisa kyokka. Tulina okufuba n'etulwana mu by'omwoyo okusobola okulifuna.

Bw'obuulira abantu enjiri, oyinza okusanga abo abagamba, baagala basooke bakole sente nnyingi, basooke banyumirwe obulamu, olwo balyoke badde eri ekanisa nga bakaddiiyeemuko. Nga baba basiru! Tomanyi kigenda kubaawo enkya oba ddi Mukama waffe lwa lidda.

Ate n'ekirala, tosobola kufuna kukkiriza mu lunaku lumu, era okukkiriza tekukulira mu kiseera kitono. Kituufu osobola okufuna okukkiriza okumanye nga bwoyagala. Naye okusobola okufuna okukkiriza okuweebwa Katonda olina kumala kumanya ekigambo kya Katonda n'okugezaako nnyo okitambuliramu.

Omulimu tamala gasiga nsigo buli wasanze. Bw'afuna awantu

awatali wagimu, asooka n'agimusaawo, olwo n'alyoka asigawo ensigo era n'azirabirira ng'azifukirira, ateekamu ebigimusa, n'ebirala. olwo ebimera bye lwe bisobola okukula obulungi era n'asobola okukungula mu bungi. Mu ngeri y'emu bw'oba n'okukkiriza okw'enkana n'akaweke ka kaladaali, olina okusiga n'okulabirira okukkiriza kwo, kusobole okukula okufuuka omuti omunene ennyonyi mwe ziyinza okujja n'eziwumuliramu.

Ku ludda olumu, "ebinnyonyi" mu lugero lw'omusizi mu Matayo 13:1-9 bitegeeza omulabe setaani oyo alya ensigo z'ekigambo kya Katonda, ezo ezagwa mu kkubo.

Ku ludda olulala, ebinnyonyi, mu Matayo 13:31-32 biyimirirawo ku lw'abantu *"nti Obwakabaka obw'omu ggulu bufaanana n'akaweke ka kaladaali, omuntu ke yaddira, n'akasiga mu nnimiro ye; nga katono okusinga ensigo zonna, naye bwe kaakula ne kaba kanene okusinga omuddo gwonna, ne kaba omuti, n'ennyonyi ez'omu bbanga nga zijja, nga zibeera ku matabi gaagwo."*

Nga ebinnyonyi ebingi bwe bijja n'ebiwummulira n'okuzimba mu muti omunene okukkiriza kwo bwe kukula n'ekutuuka ekugera ekijjuvu, abantu bangi bawummulira mu mwoyo mu ggwe, kubanga obeera osobola okugabana okukkiriza kwo n'obagumya ne kisa kya Katonda.

Nekirala gy'okoma okutukizibwa, gy'okoma n'okuba n'okwagala okw'omwoyo n'embala. Era ekivaamu ojja kutandika okwaniriza abantu bangi era nga lino lye kkubo eryangu ery'okulumba eggulu olw'empaka.

Yesu agamba mu Matayo 5:5, *"Balina omukisa abateefu, kubanga abo balisikira ensi"* ekyawandiikibwa kino kitusomesa nti okukkiriza kwo gye kukoma okukula gy'okoma okuba omuteefu, era n'ekifo ky'onoosikira mu ggulu gye kikoma okuba ekinene.

Ebitiibwa eby'enjawulo mu ggulu okusinziira ku mutendera gw'okukkiriza

Omutume Paulo ayogera ku mibiri gyaffe egizuukiziddwa mu 1 Bakkolinso 15:41: *"Ekitiibwa ky'enjuba kirala, n'ekitiibwa ky'omwezi kirala, n'ekitiibwa kye mmunyeenye kirala, kubanga emmunyeenye teyenkana na ginaayo kitiibwa."* Buli muntu ajja kufuna ekigera ky'ekitiibwa kya njawulo mu ggulu kubanga katonda asasula buli kinnoomu okusinziira ku kyakoze.

Wano, "Ekitiibwa ky'enjuba" kitegeeza ekitiibwa abo abatukuziddwa mu bujjuvu era nga beesigwa mu byonna mu nyumba ya Katonda kye balifuna. "Ekitiibwa ky'Omwezi" kitegeeza ekitiibwa abo abatatuuka bulungi ku kwayakana kw'enjuba kye balifuna, ate "ekitiibwa kye mmunyeenye" kitegeeza ekitiibwa ky'abantu abalina okukkiriza okunafu bw'okugerageranya n'okwomwezi.

Ebigambo nti "emmunyeenye teyenkana na ginaayo kitiibwa." Bitegeeza nti nga buli mmunyeenye bwe yawukana ku ginaayo mu kwakayakana, buli omu ku ffe ajja kufuna empeera z'anjawulo n'ebitiibwa eby'enjawulo mu ggulu bwe tunamala okuzuukira wadde nga tunaaba tuyingidde mu kifo kye kimu, mu kifo ekyo kye nnyini tujja kuba tetwenkanankana.

Mu ngeri eno, Baibuli etugamba buli omu ku ffe ajja kuba n'ekitiibwa kya njawulo bwe tunaayingira eggulu nga tumaze okuzuukira. Kino kituleetera okutegeera nti ebifo byaffe eby'omu ggulu n'empeera bijja kuba byanjawulo okusinziira ku kukkiriza okw'omwoyo kwe tulina nga twegyako ebibi n'okuba ab'esigwa eri obwakabaka bwa Katonda nga tuli mu nsi muno.

Wabula, abantu ababi era abanafu mu kwegyako ebibi byabwe n'okuba abeesigwa eri obuvunaanyizibwa bwabwe tebajja kusobola kuyingira ggulu mpozi okusuulibwa ebweru mu kizikiza (Matayo 25). N'olwekyo olina okulumba eggulu eddungi ennyo lwa mpaka n'okukkiriza.

Engeri Y'okutambula ng'odda eri eggulu

Abantu mu nsi eno bamala obulamu bwabwe bwonna nga bafuba kufuna buggagga bwe batasobola kubeera n'abwo emirembe n'emirembe. Abantu abamu bakola nnyo okugula ennyumba ne beenywezezza okukamala, ate abalala n'ebasoma nnyo awatali kwebaka kimala basobole okufuna emirimu emirungi. Oba nga abantu bakola buli ekisoboka okufuna obulamu obulungi wano ku nsi, ate nga bumala akabanga katono, olwo twandyetaaze kufuba kyenkana ki okufuna obulamu obutaggwaawo mu ggulu? Katwekenneenye mu bujjuvu engeri gye tuyinza okutambula nga tudda eri eggulu.

Okusookera ddala, olina okugondera ekigambo kya Katonda. Akukubiriza okwongera okukolerera obulokozi bwo n'okutya wamu n'okukankana (Bafiripo2:12). Omulabe setaani ajja ku kubbako okukkiriza kwo bw'onooba osumagidde. N'olwekyo olina okuwulira ekigambo kya Katonda nti kiwoomerera okusinga omubisi gw'enjuki okusinga omubisi gw'enjuki n'ebisenge byagwo (Zabuli 19:10) era okigondere. Ojja kulokolebwa bw'onooba toyita buyisi Yesu nti, "Mukama, Mukama" wabula ne weeyisa nga Katonda bwayagala ng'oyambibwako Omwoyo Omutukuvu.

Eky'okubiri, olina okwambala eby'okulwanyisa bya Katonda byonna. Okusobola okuba ow'amaanyi mu Mukama mu maanyi Ge ag'amaanyi, era obeera nga totwalibwa enkwe za setaani, Olina okwambala eby'okulwanyisa bya Katonda byonna. Tolwanyisa mubiri na musaayi, wabula eri abafuzi, eri obuyinza, eri amaanyi ge kizikiza kye nsi eno n'eri amaanyi g'omwoyo omubi mu bio ebya waggulu. Yensonga lwaki, okujjako ng'oyambadde eby'ambalo byonna ebya Katonda lwojja okusobola okuyimirira ku magulu go olunaku lw'omubi bwe lujja n'osigala ng'oyimiridde ng'omaze okukola buli kimu (Abaefeso 6:10-13).

N'olwekyo olina okuyimirira nga weesibye neweenyweza mu kiwato omusipi ogw'amazima. Era nga mwambadde eky'omu kifuba obutuukirivu, era nga munaanise mu bigere okweteekateeka okw'enjiri ey'emirembe. Okwongereza kw'ebyo byonna nga mukwatiddeko eng'abo ey'okukkiriza, eneebayinzisanga okuzikiza obusaale bwonna obw'omuliro obw'omubi. Muweebwe ne sseppewo ey'obulokovu, n'ekitala eky'Omwoyo kye kigambo kya Katonda. Nga musabanga buli kiseera mu mwoyo n'okusaba n'okwegayiriranga (Abaefeso 6:14-18). Ekifo kyo eky'okubeeramu mu ggulu kijja kusinziira ku oyambadde kyenkana ki ebyambalo by'okulwanyisa ebya Katonda n'engeri gy'owanguddemu omulabe setaani.

Eky'okusatu, olina okuba n'okwagala okw'omwoyo essaawa yonna. Bw'oba n'okukkiriza osobola okuyingira eggulu, ate bw'oba n'essuubi ery'eggulu, osobola okutambulira mu mazima. N'amaanyi g'okwagala, osobola okutukuzibwa n'okuba omwesigwa mu buvunaanyizibwa bwo bwonna.

Ate n'ekirala, osobola okuyingira Yerusaalemi empya, ekifo ekisinga obulungi mu ggulu, bw'ofuna okwagala okutuukiridde. Olina okufuna okwagala okutuukiridde okusobola okubeera mu Yerusaalemi Empya Katonda gyali anti Ye Katonda kwagala.

Ng'omutume Paulo bwatubuulira mu 1 Bakkolinso 13:13, *"Naye kaakano waliwo okukkiriza, okusuubira, okwagala, ebyo byonsatule; naye ku ebyo ekisinga obukulu kwagala."* olina okutambula ng'odda eri eggulu n'okwagala okw'omwoyo. Era ng'olina okukimanya nti ekifo ky'okubeeramu mu ggulu kijja kukuweebwa okusinziira ku gy'okomye okutuukiriza okwagala.

3. Ebifo eby'enjawulo eby'okubeeramu mu ggulu n'engule

Abantu ab'omunsi ey'emitendera esatu tebasobola kumanya ku bikwatagana ne ggulu, nga lino kitundu ku nsi ey'omutendera ogw'okuna. Wabula, ng'omuntu ow'okukkiriza okyamuukirira n'ojjula essanyu n'ebwowulira obuwulizi eddoboozi ly'ekigambo "ggulu," Bw'oyiga ku bikwatagana ne ggulu mu bujjuvu, si mmeeme yo yokka yejja okuba obulungi, wabula n'okukkiriza kwo n'akwo kujja kukula mangu kubanga ojjula essuubi ery'obwakabaka obw'omu ggulu.

Mu ggulu, mulimu ebifo bingi eby'okubeeramu, Katonda byategekedde abaana Be (eky'amateeka olw'okubiri 10:14; 1 Bassekabaka 8:27; Nekamiya 9:6; Zabuli 148:2). Buli omu ku mmwe ajja kufuna ekifo ky'okubeeramu mu ggulu eky'enjawulo okusinziira ku kigera okukkiriza kwo ate olw'okuba Katonda mwenkanya, Akuleka n'okungula nga bw'osiga (Abagalatiya 6:7) era n'akuwa empeera okusinziira ku byokoze (Matayo 16:27; Okubikkulirwa 2:23).

Nga bwe nayogedde edda, obw'akabaka obw'omu ggulu bwawuddwamu ebifo ebiwerako nga olusuku lwa Katonda, Obwakabaka obusooka, obwakabaka obw'okubiri, obwakabaka obw'okusatu eyo Yerusalemi Empya gyeri. Namulondo ya Katonda eri mu Yerusaalemi empya, nga n'amaka g'obwa pulezidenti we Korea amatongole agayitibwa Cheong Wa Dae, bwe gasangibwa mu kibuga kya Korea ekikulu Seoul, n'amaka g'obwa pulezidenti wa Amerika amatongole agayitibwa White House, bwe gasangibwa mu kibuga kya amerika ekikulu Washington, D.C.

Baibuli etugamba ku bika by'engule eby'enjawulo, ezinaaweebwa abaana ba Katonda ng'empeera. Mu mirimu gy'obuminsani mingi egy'okuleeta emyoyo eri Mukama n'okuzimba ekanisa ye bye bisinga empeera ennenne.

Waliwo engeri nyingi ez'okuleeta emyoyo eri Mukama, oyinza okwenyigira mu kubuulira abantu enjiri obutereevu, okuyambako omulimu guno ng'oguwagira mu by'ensimbi gusobole okugenda mu maaso, oba oynza okuba nga tobuulidde njiri butereevu naye ng'ojibuulira olw'engeri gy'okolereramu obw'akaba bwa Katonda mu talanta ez'enjawulo. Engeri eyo etali ykwenyigiramu butereevu mu kuleeta emyoyo eri yesu n'azo zamugaso mukugaziya obwakabaka bwa Katonda nga n'ebitundu byonna ku mubiri gwo bwe biri eby'omugaso gyoli.

Wabula, okwenyigiramu obutereevu mu kubuulira abantu enjiri n'okuzimba ekanisa abantu mwe bakung'anira okusinza, gye gigwanira empeera ezisinga kubanga bino bituukiriza okumala Yesu ennyonta n'okusasula omusaayi Gwe.

Waliwo ebyo kwe basinziira gwe okusobola okuwangula engule mu ggulu. Era engeri gye zaakayakana okuva ku ngule emu okudda ku ndala, buli muntu ojja kusobola okumanya ekigera okutuukirira kwe, ekirabo, n'ekifo kyabeeramu mu ggulu. Ng'abantu b'omu biseera byo bwakabaka bwe baali basobola okumanya ebitiibwa by'abantu okusinziira ku ngeri gye baayambalangamu.

Katweyongera okwekenneenya engeri ekigera ky'okukkiriza, ebifo eby'okubeeramu mu ggulu, n'engule ezigabibwa bwe bikwataganamu.

Olusuku lw'omu ggulu lwa bantu abali ku mutendera ogusooka ogw'okukkiriza

Olusuku lwa Katonda kye kifo ekisembayo mu ggulu, wadde guli gutyo, waliyo essanyu ly'otasobola n'akusuubira, waliyo essanyu, walungi nnyo, era wantu awali emirembe emiyitirivu bw'ogerageranya n'ensi eno. Ate era, nga wayinza kuba walungi nnyo awantu awatali kibi kyonna, olusuku mu ggulu lusingira ddala olusuku Adeni, Katonda mwe yateeka Adamu ne Kaawa bwe Yabatonda.

Olusuku lwa Katonda kifo kirungi nnyo, omugga ogw'obulamu, oguva ku Namulondo ya Katonda mwe gukulukutira nga gumaze okuyita mu bwakabaka obw'okusatu, obwakabaka obw'okubiri, n'obwakaba obusooka. Ku njuyi zombi ez'omugga we wali omuti ogw'obulamu, okuli ebirimba by'ebibala kumi n'abibiri, era nga buli mwezi ebibala ebyo bibala (Okubikkulirwa 22:2).

Olusuku lwa Katonda lwe lw'abo abantu abakkiriza Yesu Krsito naye n'ebatawerekezaako bikolwa bya kukkiriza. Kwe kugamba, abantu abali ku mutendera ogusooka ogw'okukkiriza abayise ku lugwanyu okufuna obulokozi n'Omwoyo Omutuku, beebayingira olusuku lwa Katonda, Tewali ngule wadde empeera bibaweebwa kubanga tebalina bikolwa bya Kukkiriza byonna bye baakola.

Tusanga mu lukka 23:43 nti ku musaalaba Yesu yagamba omunyazi eyali ku ludda Lwe olumu nti, *"Leero onooba nange mu lusuku lwa Katonda."* Kino tekitegeeza nti Yesu abeera mu lusuku lwokka; Yesu abeera buli wamu mu ggulu kubanga Ye Mukama we ggulu. Osoma ne mu Baibuli nti Yesu, oluvanyuma lw'okufa Kwe, yagenda wansi mu ntaana eyawaggulu, so si mu lusuku.

Abaefeso 4:9 wabuuza nti, *"Naye ekigambo ekyo nti Yalinnya, kigambo ki wabula okugamba nti era yakka mu njuyi eza wansi ez'ensi?"* era ne mu 1 Petero 3:18-19 tusanga, *"Kubanga era ne Kristo yabonyaabonyezebwa olw'ebibi omulundi gumu, omutuukirivu olw'abatali batuukirivu, atuleete eri Katonda; bwe yattibwa omubiri, naye n'azuukizibwa omwoyo; era gwe yagenderamu n'abuulira emyoyo egiri mu kkomera."* Kwe kugamba, Yesu yagenda mu ntaana ey'awaggulu n'abuulira abaayo enjiri era n'azuukira ku lunaku olw'okusatu.

N'olwekyo, Yesu okugamba, "leero onooba Nange mu lusuku lwa Katonda" kitegeeza nti Yesu yalabirawo ekituufu mu kukkiriza nti omunyazi yali ajja kulokolebwa asibire mu lusuku lwa Katonda. Omunyazi yafuna obulokozi obw'ekiswavu n'agenda mu lusuku lwa Katonda kubanga yakkiriza bukkiriza Yesu kyokka, nga tannafa. Teyakola kufuba kwonna okulwanyisa ebibi bye oba okutuukiriza bwe eri obwakabaka bwa Katonda.

Obwakabaka obusooka obw'eggulu

Ekifo eky'obwakabaka obusooka mu ggulu, kifo kya nnaba ki? Nga bwe waliwo enjawulo ennenne mu bulamu wakati w'olusuku lwa Katonda n'ensi eno, toyinza kugerageranya bwakabaka obusooka mu ggulu n'olusuku, kubanga waliyo essanyu lingi n'okusanyuka okusinga ku lusuku lwa Katonda.

Bwe liba ng'essanyu ly'omuntu agenze mu bwakabaka obusooka tuligerageranya n'akenyanja akali mu kigiraasi mwekalundirwa, essanyu ly'oyo agenze mu bwakabaka obw'okubiri tuyinza kuligerageranya n'ogwenyanja oguneene ennyo mu guyanja ogunene. Nga n'akenyanja ako akalundirwa mu kigiraasi bwe kawulira essanyu n'eddembe nga kali mu kigiraasi ekyo, n'oyo agenze mu bwakabaka obusooka awulira ng'amatidde okubeera eyo era n'awulira essanyu ery'annama ddala.

Kati okimanyi nti waliwo enjawulo mu bungi bw'okusanyuka mu bifo eby'enjawulo eby'okubeeramu mu ggulu. Oyinza okulowoozaamu obulamu obw'ekitiibwa obwa'bo abalibeera mu Yerusaalemi empya eyo eri Namulondo ya Katonda bwe baali beeramu? Bujja kuba butangalijja, nga bwakayakana ng'ebigambo bikuggwako bwotuukayo nga businga ekintu kyonna ky'oyinza okulowoozaako.

Yensonga lwaki olina okukuza okukkiriza kwo n'obwegendereza ng'essuubi lyo liri mu Yerusaalemi Empya, nga tomatira kya kutuuka mu lusuku lwa Katonda oba obwakabaka obusooka.

Bw'ofuuka omwana wa Katonda ng'okkirizza Yesu Kristo

ng'omulokozi wo, ng'oyambibwako Omwoyo Omutukuvu, osobola mu bwangu okutuuka ku mutendera ogw'okubiri kw'ogerezaako okutambulira mu kigambo kya Katonda. Ku mutendera guno, ofuba okulaba nga weekuuma ekigambo Kye gy'okoma okukiyiga naye nga tonnatuukirira mukukitambuliramu.

Kye kimu n'omwana atannaweza mwaka gumu, bwagezaako okutambula nga bwagwa naye nga takoowa kugezaako n'ebwagwa atya! Bwamala okugezaako emirundu egiwera, amala n'agumira ku ttaka, n'atandika okubambagga era olugira n'atandika n'okudduka. Eri maama w'omwana ono aba akula mu ngeri eno ng'ayinza okumusanyusa n'okumweyagaza!

Kye kimu n'emitendera gy'okukkiriza. Nga n'omwana bwagezaako okuyimirira, okutambula n'okudduka olw'okuba mulamu, Okukkiriza, n'akwo olw'okuba kulina obulamu mu kwo, kukula kweyongera mu maaso okutuuka ku mutendera ogw'okubiri ogw'okukkiriza, era olugira eri omutendera ogw'okusatu, n'olwekyo Katonda obwakabaka obusooka abuwa abo abali ku mutendera ogw'okubiri kubanga n'abo abagala.

Engule etayonooneka

Ojja kufuna engule mu bwakaba obusooka mu ggulu. Waliwo ebika by'engule ebiwerako mu ggulu, nga n'eggulu lyennyini bwe ly'awuddwamu ebifo eby'okubeeramu ebiwerako; engule etayonooneka, engule ey'ekitiibwa, engule ey'obulamu, engule eya zaabu, n'engule ey'obutuukirivu. Mu ngule zino, Oyo ayingira obwakabaka obusooka. Engule etavunda gyajja okuweebwa.

Mu 2 Timoseewo 2:5-6, wasoma wati, *"naye era omuntu*

bw'awakana, taweebwa ngule bw'atawakana nga bwe kiragirwa. Omulimi akola emirimu kimugwanira okusooka okutwala ku bibala." Nga bwe tufuna empeera olw'emirimu gyaffe mu nsi muno, ne bwe tunaatambula akaguudo akafunda akatutuusa mu ggulu anyo tujja kufunayo empeera.

Omuddusi w'emisinde afuna omuddaali ogwa zaabu, oba ekimuli ng'addukidde mu mateeka n'amalako era n'asinga abalala bonna, mu ngeri y'emu ojja kusobola okufuna engule singa onoowakana okusinziira ku kigambo kya Katonda nga bw'owaguza okudda eri eggulu.

Yesu yagamba, *"Buli muntu ang'amba nti Mukama wange, Mukama wange, si ye aliyingira mu bwakabaka obw'omu ggulu, wabula akola Kitange ali mu ggulu by'ayagala"* (Matayo 7:21). Wadde omuntu agamba nti akkiririza mu Katonda, bwatafa ku mateeka ag'omwoyo, amateeka ga Katonda, tayinza kuweebwa ngule yonna kubanga okukkiriza akulina ng'amagezi, era alinga omuddusi atawakana okusinziira ku mateeka agafuga empaka z'emisinde.

Wabula, wadde okukkiriza kwo kunafu, ojja kuweebwa engule etavunda kasita ogezaako okuvuganya mu lwokaano okusinziira ku mateeka ga Katonda. Ojja kufuna engule etavunda kubanga ojja kuba otwalibwa nti weenyigidde mu mpaka okusinziira ku mateeka.

Empaka z'oyo akkiriza ziba mpaka za mwoyo ng'olwana n'omulabe setaani n'ekibi. Ekirabo ky'oyo awangula empaka ezo olw'okuwangula omulabe setaani ye ngule etayonooneka.

Ka tugambe nti okusaba ogenda mu kwa kumakya kwokka ku lunaku olwa sande, olw'eggulo n'ogenda olaba ku mikwano gyo. Mu ngeri eyo tosobola n'akufuna ngule etayonooneka kubanga omulabe setaani yakuwangudde dda.

1 Bakkolinso 9:25 woogera nti *"Era buli muntu awakana yeegendereza mu byonna, kale bo bakola bwe batyo balyoke baweebwe engulu ery'onooneka naye ffe etayonooneka."*

Nga buli muntu abeera mu mpaka z'omuzannyo bwagenda mu kutendekebwa okw'amaanyi era n'avuganya ng'agoberera amateeka. Okusobola okutuuka mu ggulu, tulina okugenda mukutendekebwa okw'amaanyi era tutambulire mu kwagala kwa Katonda. Nga bwe tulaba nti Katonda atuteekerateekera engule etayonooneka emirembe gyonna abo abagezaako okutambulira mu kigambo Kye mu nsi eno nga bajjukira okufuba kwabwe, tumanyi bulungi Katonda bwabeera mu kwagala!

Ate ekirala, ng'ogyeko olusuku lwa Katonda, empeera zitegekerwa abo abatuuka mu bwakabaka obusooka, empeera entuufu n'ekitiibwa bijja kuweebwa abo abayingira mu kifo ekyo kubanga mu linnya lya Mukama bafuba olw'obwakabaka bwa Katonda.

Obwakabaka obw'okubiri

Obwakabaka obw'okubiri mu ggulu gwe mutendera ogusingako ku bwakabaka obusooka. Abantu abali ku mutendera ogw'okusatu mu kukkiriza, abo abagondera n'okutambulira mu kigambo kya Katonda, be basobola okuyingira mu bwakabaka obw'okubiri. Okumpi n'ekibuga kya Korea ekikulu Seoul, waliwo ebibuga ebirungi, ate okubyetoloola we wali ebyo ebikyesudde ebiri ku njegoyego ze kibuga.

Mu ngeri y'emu, mu ggulu, Yerusaalemi Empya eri wakati mu bwakabaka obw'okusatu era okwetoloola obwakabaka obw'okusatu, we wali obwakabaka obw'okubiri, obwakabaka obusooka n'ebuddirira n'olusuku lwa Katonda n'erusembayo. Wabula kino tekitegeeza nti buli kifo ky'okubeeramu muggulu kisengekeddwa ng'ebibuga bwe bibeera wano ku nsi.

Olw'okuba amagezi g'omuntu galinako wegakoma, tetusobola kutegeera bulungi ddala engeri ennungi ennyo eggulu gye lyasengekebwamu. Olina okugezaako nga bwosobola okulitegeera. Wadde ng'oyinza obutategeerera ddala bwe lifaanana wadde ng'ogezezaako nnyo okulikuba akafaananyi mu birowoozo byo n'emuntegeera yo. Oyinza okutegeera eggulu okukkiriza kwo gye kukoma okukula kubanga eggulu teriyinza kunnyonnyolebwa ng'okozesa ekintu kyonna mu nsi eno.

Kabaka sulemaani, eyali omuggagga, era nga yakulaakulana saako okuba n'obuyinza, yalaajana mu bukadde bwe nti *"Obutaliimu obusinga obutaliimu bwonna, bw'ayogera Omubuulizi; obutaliimu obusinga obutaliimu bwonna, byonna butaliimu. Magoba ki omuntu gaggya mu mulimu gwe gwonna gw'akola wansi w'enjuba?"* (Omubuulizi 1:2-3)

Mu Yakobo 4:14 tujjukizibwa nti, *"naye nga temutegeera bya nkya. Obulamu bwammwe buli nga kiki? Muli lufu, olulabika akaseera akatono, ne lulyoka luggwaawo."* Obuggagga bw'omuntu n'ebibye byonna, mu nsi eno bibeerawo kaseera buseera n'ebimala n'ebiggwaawo.

Bwogerageranya ku bulamu obutaggwaawo, obulamu bwe tubeeramu ensangi zino bulinga olufu olulabika akaseera katono era olugira n'eruggwaawo. Kyokka ng'engule Katonda gya gaba ya lubeerera etaggwaawo, era kirabo kya muwendo nnyo era kirungi nnyo nti kijja kuba ekirabo ky'omuntu kye yeenyumirizaamu emirembe gyonna.

Ng'obulamu bw'omuntu bujja kuba ekitagasa bw'aba tasobola kuddiza Katonda kitiibwa kyokka ng'ayatula okukkiririza mu Ye. Wabula omuntu bw'aba ng'ali ku mutendera ogw'okusatu mukukkiriza kubanga akola buli kintu mu mazima ajja kuba ng'awulira balirwana be nga bagamba nti "bwe nkulaba bwe nti. Ndowooza nange ngye ntandike okugenda mu kanisa."

Mu ngeri eno, addiza Katonda ekitiibwa era yensonga lwaki Katonda amuwa engule ey'ekitiibwa:

Engule ey'ekitiibwa

Tusanga mu 1 Petero 5:2-4 Katonda bya tusuubiramu:

> *Mulundenga ekisibo kya Katonda ekiri mu mmwe, nga mukirabirira si lwa maanyi naye lwa kwagala, nga Katonda bw'ayagala so si lwa kwegombanga amagoba mu bukuusa, naye lwa mwoyo so si ng'abeefuula abaami b'ebyo bye mwateresebwa, naye nga mubeeranga byakulabirako eri ekisibo. Era Omusumba omukulu bwalirabisibwa, muliweebwa engule ey'ekitiibwa etewotoka.*

Bw'oyingira omutendera ogw'okusatu mu kukkiriza. Otandika okuvaamu evumbe lya Kristo kubanga by'oyogera n'eneeyisa yo bikyuka ekimala okufuuka omusana n'omunnyo gw'ensi nga weggyako ebibi byo okuyita mu kugaana ebibi byo okutuuka ku ssa ly'okuyiiwa omusaayi gwo. Singa omuntu eyayanguwanga okunyiiga amangu ng'ayogera nnyo ne ku bane luli, bwakyuka n'aba omukakkamu era ng'abalala aboogerako birungi byokka, balirwana be bajja kugamba, "akyuse nnyo okuva lwe yalokoka" mu ngeri eno Katonda ajja kugulumizibwa olw'okuba ye.

N'olwekyo, engule ey'ekitiibwa ejja kuweebwa oyo afuuka eky'okulabirako eri endiga kubanga amuweesa ekitiibwa nga yegyako ebibi bye byonna n'obwegendereza n'okuba omwesigwa eri obuvunaanyizibwa obwa muweebwa Katonda mu nsi. Ebyo bye tukoze mu linnya lya Mukama n'ebyo bye tukoze okutuukiriza obuvunaanyizibwa bwaffe nga bwe tweggyako ebibi bijja kukung'anyizibwa mu ggulu ng'ebirabo.

Ebitiibwa eby'ensi eno bijja kuvunda, naye ekyo kyonna ekitiibwa ekiddizibwa Katonda tekiri ggwerera, era nga kijja kukuddira ng'engule ey'ekitiibwa etalyonooneka olubeerera.

Olumu osobola okw'ebuuza, "Omuntu oyo alina okuba ng'atuukiridde mu mbeera zonna, ng'afaananya ne Mukama endowooza engeri gyali omwesigwa eri emirimu gya Katonda. Naye, lwaki akyalinamu obubi mu ye?"

Mu mbeera ng'eno, aba tannatukuzibwa mu bujjuvu olw'okuba tannalwanira ddala okwegirako ddala ebibi, naye nga Ekitiibwa akiddiza Katonda ng'akola buli ekisoboka okutuukiriza obuvunaanyizibwa bwe. Yensonga lwaki ajja kufuna engule ey'ekitiibwa etaliggwerera.

Olwo, lwaki eyitibwa "engule etaggwerera ey'ekitiibwa"? Abantu abasinga bafuna ekirabo wakiri omulundi gumu oba ebiri mu bulamu bwabwe. Ekirabo gye kikoma okuba ekinene naawe gy'okoma okusanyuka n'okwewaana. Naye bwotunulamu emabega nga wayiseewo akabanga. Otandika okuwulira nti ekitiibwa ky'ensi eno tekiriimu. Lwakuba satifikeeti eyo eyakuweebwa, efuuka olupapula olukaddiye, oba ekikopo kijjula enfuufu, n'okujjukira engeri gye wakifunamu okwali okw'amaanyi mu birowoozo byo, kugenda kwerabirwa ng'ojjukiramu bimu n'abimu.

Obutafaananako n'ebyo, ekitiibwa ky'onooba ow'okuweebwa mu ggulu tekirikyuka. Yensonga lwaki Yesu atugamba, *"naye mweterekeranga ebintu mu ggulu, gye bitayonoonekera n'ennyenje newankubadde obutalagge, so n'ababbi gye batasimira, so gye batabbira"* (Matayo 6:20).

N'olwekyo, "Engule etaggwerera ey'ekitiibwa," bwe geraageranyizibwa n'engule z'ensi eno, etulaga nti ekitiibwa kyayo n'okwakaayakana byalubeerera. Okulaba nti n'engule ey'omu ggulu yalubeerera era teggwaawo, osobola okw'efumiitirizaamu okutuukirira okunaaba ku buli kintu ekinabaayo.

Olwo, abantu abanaaba mu bifo ebya wansi eby'eggulu – mu lusuku lwa Katonda, oba eggulu erisooka banaawuliranga batya oyo ayambadde engule ey'ekitiibwa bwanaabakyalirangako? Mu ggulu, abantu ababeera mu bifo ebya wansi balissaamu nnyo ekitiibwa n'okwegomba okuva ku ntobo y'emitima gyabwe omuntu ali ku ddaala ery'a waggulu. Nga bamuvvunnamira, awatali kutunula waggulu ng'abantu bwe baavunnamiranga Kabaka waabwe.

Kyokka, abantu tebakyawa muntu oyo oba okumukwatirwa obuggya kubanga mu ggulu teri bubi. Wabula abantu bamutunuulira n'ekitiibwa n'okwagala. Mu ggulu toyinza kuwulira bubi oba okwewaana bw'ovunnamira omuntu oba okuvunnamirwa abantu, olw'okuba obeera mu kifo ekya waggulu mu ggulu. Abantu bakussaamu ekitiibwa oba okwaniriza abalala n'okwagala, nga buli omu b'amutwala ng'ekyomuwendo.

Obw'akabaka obw'okusatu

Obw'akabaka obw'okusatu mu ggulu bw'abo abatambulira mu kigambo kya Katonda mu bujjuvu era nga balina n'okukkiriza okw'abajjulizi, ng'abatwala obulamu bwabwe nti tebuliimu kubanga Katonda gwe basinga okwagala okusinga ekirala kyonna. Abantu abali ku mutendera ogw'okuna ogw'okukkiriza baba beetegefu okufa olwa Mukama.

Abakristaayo bangi battibwa mu biseera ebyasembayo eby'obwakabaka obwayitibwanga Chosan Dynasty mu nsi ye Korea. Mu biseera ebyo, waliwo okuyigganyizibwa n'okutulugunyizibwa kungi eri Obukristaayo. Gavumenti yatuuka n'okuteekawo ebirabo ebiweebwa omuntu amanyi abakristaayo gye babeera. Wadde gwali gutyo, aba minsani okuva mu Amerika ne Bulaaya tebaatya kufa, wabula n'ebeeyongera okubuulira enjiri n'amaanyi. Abantu bangi battibwa okutuusa enjiri bwe yameruka n'evaayo nga bwe tugiraba olwaleero.

N'olwekyo bw'oba oyagala okuba omuminsani mu ggwanga eddala, nkuwa amagezi obeere n'okukkiriza ng'okwabajjulizi. Wadde omuntu ayinza okuyita mu buzibu ng'akola ng'omu minsani mu nsi engwiira, ajja kusobola okukoleerayo n'essanyu wamu n'okwebaza kubanga akimanyi nti okubonaabona kwe n'obulumi ajja kusasulibwa bulungi mu ggulu.

Abamu bayinza okulowooza, "Naye kati, mbeera mu nsi omutali kuyigganyizibwa, kubanga mulimu eddembe ly'omuntu okuba mu ddiini yonna gya yagala. Naye mpulira bubi nti siyinza kufiirira bwakabaka bwa Katonda wadde nina okukkiriza kungi okufa ng'omujjulizi.' Ekyo si bwe kiri, Enaku zino, teweetaaga kufa nga mujjulizi okusobola okutambuza enjiri nga bwe kyali mu mirembe gye kanisa ezasooka.

Ddala, bwe kiba nga kyetaagisa, walina okubaawo abajjulizi. Naye, bw'oba osobola okukolera Katonda emirimu emirala mingi, n'okukkiriza okw'okufiirwa obulamu bwo, olowooza ekyo tekiyinza kumusanyusa nnyo wadde tofudde nga mujjullizi?

Ate, Katonda akebera omutima gwo amanyi ekika ky'okukkiriza ky'ojja okulaga mu mbeera enzibu ku lw'enjiri; Amanyi obuziba ne mu makati g'omutima gwo. Kiyinza okuba eky'omuwendo gwe okubeerawo ng'omujjulizi omulamu, ng'engero ez'edda bwe zoogera nti "okubeera omulamu kizibu okusinga okufa."

Mu bulamu bwaffe obwa bulijjo, tuyinza okusanga embeera nnyingi ez'obulamu n'okufa ezitwetaaza okuba n'okukkiriza ng'okwabajjulizi. Eky'okulabirako, okusaba n'okusiiba ekiro n'emisana si kyangu nga tokoze kusalwo kw'amaanyi n'okuba n'okukkiriza kubanga omuntu asaba n'okusiiba okufuna okuddibwamu kwa Katonda aba atadde obulamu bwe mu katyabaga k'okufiirwa obulamu. Olwo bantu ba kika ki, abasobola okuyingira Obwakabaka obw'okusatu obw'eggulu? Abo abatukuziddwa mu byonna bebasobola okubuyingira.

Mu naku z'ekanisa ezasooka, nga bwe waaliyo abantu bangi abaali basobola okufa ku lwa Yesu Kristo, bangi bayinza okuba nga baali bagwanidde okuyingira obw'akabaka obw'okusatu. Naye leero, abantu batono nnyo ddala abo abamanyiddwa nti begirako ddala ebibi byabwe mu maaso ga Katonda beebasobola okuyingira obwakabaka obw'okusatu okuva lw'ekiri nti obubi bw'omuntu buyitiridde ku nsi.

Abo abalina okukkiriza okw'abakadde beebasobola okuyingira obw'akabaka obw'okusatu kubanga begyako ebibi byonna nga bawangula buli kizibu n'okugezesebwa. Nga batukuziddwa mu bujjuvu, n'okuba ab'esigwa okutuuka ku ssa ly'okuyiwa omusaayi. N'olwekyo abo Katonda batwala nga eky'omuwendo, n'aganya bamalayika n'abakuumi b'eggulu okubakuuma, era n'ababikako ekire eky'ekitiibwa.

Engule ey'obulamu

Eneeba ngule ya kika ki abantu abanaaba mu bwakabaka obw'okusatu gye banaafuna? Bajja kuweebwa engule ey'obulamu, nga Yesu bw'asuubiza mu kubikkulirwa 2:10, *"Beeranga mwesigwa okutuusa okufa, nange ndikuwa engule ey'obulamu."*

Wano, "okuba omwesigwa" tekitegeeza kuba mwesigwa eri obuvunaanyizibwa bwo mu kanisa yo. Kikulu nnyo nnyo okweggyako ebibi ng'obirwanisa okutuuka ku ssa ly'okuyiwa omusaayi nga tewekiriranya n'ansi eno. Bw'otuukiriza omutima omuyonjo era omutuukirivu ng'olwanyisa ebibi byo okutuuka ku ssa ly'okufa, ojja kufuna engule ey'obulamu.

Era, engule ey'obulamu ejja kukuweebwa bw'onoowaayo obulamu bwo olwa balirwana bo n'emikwano n'ebwoguma mu kugezesebwa n'osigalawo nga toyuuziddwa mu bigezo. (Yokaana 15:13; Yakobo 1:12).

Eky'okulabirako, abantu bwe basisinkana okugezesebwa, bangi ku bo bamala gaguma ng'omutima gwabwe tegwebaza, nga banyiigira buli omu, awatali kugumiikiriza era n'ebeemulugunyiza Katonda.

So nga, singa omuntu asobola okuvunuka obuzibu obw'ekika kyonna n'essanyu, ayinza okutwalibwa ng'omuntu atukuziddwa mu bujjuvu. Oyo ayagala ennyo Katonda asobola okuba omwesigwa okutuuka ku ssa ly'okufa era n'avunuka okugezesebwa kwonna n'essanyu.

Ate ekirala, waliwo enjawulo nnene mu bigambo by'obulamu obulungi obw'abantu okusinziira ku mutendera omuntu kw'aba ali, oba ogusooka oba ogw'okubiri, ogw'okusatu oba omutendera ogw'okuna ogw'okukiriza. Ababi tebasobola na kutuusa bulabe bwonna ku muntu ali ku mutendera ogw'okuna ogw'okukkiriza. Ne bwe wabaawo endwadde emulumba, agimanyirawo.

N'olwekyo, ateeka emikono gye ku kitundu ky'omubiri gwe ekimuluma era amangu ddala n'ebugenda. Era, omuntu bw'aba ku mutendera ogw'okutano ogw'okukkiriza, tewali bulwadde buyinza kumulumba kubanga ekitangaala ky'ekitiibwa kimwebunguulula ekiseera kyonna.

Ekigendererwa kya Katonda ekikulu eky'okuteekateeka abantu ku nsi kwe ku kukuza n'okusobola okufuna abaana abatuufu abasobola okuyingira obwakaba obw'okusatu n'okweyongerayo, era eyo abaana ba Katonda abatukuvu bokka era abatuukiridde gye bajja okuyingira era babeere. Kye kifo ekyayawulwa ku birala nga ky'abaana ba Katonda abatuufu abo abaatambulira mu kwagala kwa Katonda. Eyo baba basobola okulaba Katonda maaso ku maaso.

Era, olw'okuba Katonda kwagala ayagala buli omu okujja mu Bwakabaka obw'okusatu obw'omu ggulu n'okweyongerayo, Akuyamba okutukuzibwa ng'oyambibwako Omwoyo Omutukuvu ng'akuwa ekisa Kye n'amaanyi bw'osaba n'omutima gwo gwonna, n'okuwulira ekigambo eky'obulamu.

Engero 17:3 watugamba, "*Entamu erongoosa eba ya ffeeza,*

n'ekikoomi kya zaabu: naye Mukama ye akema emitima." Katonda alongoosa buli omu ku ffe okutufuula abaana Be abatuufu.

Ka nsuubire nti ojja kufuuka atukuziddwa mangu nga weggyako ebibi byo byonna ng'obirwanisa okutuuka ku ssa ly'okuyiwa omusaayi gwo, era ofune okukkiriza okutuukiridde okwo Katonda kwayagala tube n'akwo.

Yerusaalemi Empya

Gy'okoma okumanya ebikwata ku ggulu, gy'okoma okusanga ekifo ekyo nga kya kyama. Yerusaalemi Empya kye kifo ekisingirayo ddala obulungi mu ggulu era we wali Namulondo ya Katonda. Abamu bayinza obutakitegeera bulungi ne balowooza nti emyoyo gyonna egirokolebwa gijja kubeera mu Yerusaalemi Empya, ob anti eggulu lyonna ye Yerusaalemi Empya.

Wabula, ekyo si bwe kiri. Mu kubikkulirwa 21:16-17, ekibuga Yerusaalemi ekipya ensalosalo zaakyo ziwawandiikiddwa obugazi bwakyo, obuwanvu, obuwanvu ng'odda waggulu era buli kimu kiweza nga mailo nga 1,400 (ze kilo mita nga 2,200) okukyetoolola kiweza mailo nga 5,600. Obunene obwo buba bubulako katono okwenkana n'ensi ya China.

Eggulu lyandibadde libulwako abantu webatuula singa emyoyo gyonna egirokolebwa gya kugenda mu Yerusaalemi Empya anti nga yokka yeeriyo. Wabula obwakabaka bw'eggulu bugazi kyotalaabanga, era Yerusaalemi empya kitundu ku bwakabaka bwe ggulu.

Olwo ani asaanidde okuiyingira Yerusaalemi Empya?

Baweereddwa omukisa abayoza ebyambalo byabwe, balyoke babeere n'obuyinza ku muti ogw'obulamu, era balyoke bayingire mu kibuga nga bayita mu miryango (Okubikkulirwa 22:14).

Wano "ebyambalo" baba bategeeza mutima gwo n'ebikolwa, era "okwoza ebyambalo" kitegeeza nti weetegeka ng'omugole wa Yesu Kristo nga weeyisa bulungi nga bwe weeyongera okutukuza omutima gwo.

"Obuyinza ku muti ogw'obulamu" kiraga nti ojja kulokolebwa olw'okukkiriza era ogende mu ggulu. "okuyingira mu kibuga nga bayita mu miryango" kitegeeza nti ojja kuyita mu miryango egyawundibwa egya Yerusaalemi Empya, ng'omaze okuyita mu miryango gya buli bwakabaka mu ggulu okusinziira ku bukulu bw'okukkiriza kwo. Kwe kugamba, okusinziira ku kyenkana ki ky'otukuziddwa obeera osobola okusemberera ekibuga Ekitukuvu eyo Namulondo ya Katonda gyeri.

N'olwekyo engeri yokka gy'osobola okuyingiramu Yerusaalemi Empya olina okuba ku mutendera ogw'okutaano mu kukkiriza, ogwo kwokolera ebyo Katonda byasiima, ng'otukuzibwa mu bujjuvu n'okuba omwesigwa mu buvunaanyizibwa bwo bwonna. Okukkiriza Katonda kw'asiima kw'ekwo okukkirizika nga kusobola n'okukwata ku mutima gwa Katonda oba okumuleetera okubuuza nti "Ddala n'akukolera ki Ggwe?" n'ebwoba tonnamusaba kintu kyonna, Kwe kukkiriza okw'omwoyo okutuukiridde, okukkiriza kwa Yesu Kristo, oyo eyatambulanga mu ngeri zonna ng'agoberera omutima gwa Katonda.

Yesu mu ngeri yonna yali Katonda, naye teyeegerageranyaako n'omulundi n'ogumu kwenkana Katonda ekintu ekirina okulowoozebwako ennyo! Yeefuula ekitaliimu, ng'alinga omuddu yennyini. Yeetowaaza era n'agondera okufa (Bafiripi 2:6-8).

N'olwekyo, Katonda yamuyimusa mu kifo ekisingrayo ddala era n'amuwa erinnya erisinga amannya gonna (Bafiripi 2:9), Ekitiibwa ky'okutuula ku mukono ogw'addyo ogwa Katonda, n'obuyinza obw'okuba nga Ye Kabaka wa bakabaka, era Mukama wa bakama.

Mu ngeri y'emu, gwe okusobola okuyingira Yerusaalemi Empya, olina okuba omuwulize okutuuka n'ekussa ly'okufa nga Yesu bwe kuba nga kwe kusiima kwa Katonda. Abamu ku mmwe muyinza okwebuuza, "naye kirabika okuba omuwulize okutuuka ku ssa ly'okufa kirabika nga kisukulumye ku busobozi bwange. Naasobola okutuuka ku mutendera ogw'okutaano ogw'okukkiriza?"

Mazima ddala, okwatula ng'okwo kuva kukukkiriza kwo okunafu. Ng'omaze okutegeera ebikwata kuYerusaalemi Empya, tewali ku mmwe ajja kwatula bigambo ng'ebyo, kubanga otandika okuba n'essuubi ery'obulamu obutaggwaawo mu kifo ekirungi bwe kityo.

Nga bwe nannyonnyoddeko mu bufunze Yerusaalemi empya bwe yakula n'ekitiibwa kya yo, ggaziya ekifaanananyi era onyumirwe ku ssanyu n'ebyo by'olaba mu kibuga ekitukuvu.

Obulungi bwa Yerusaalemi Empya

Ng'omugole omukazi bwe yeekolako alabike bulungi nnyo era nga wakitiibwa ng'asisinkanye omwami we, Katonda ategeka n'okuwunda Yerusaalemi Empya mu ngeri esingayo obulungi. Baibuli egy'ogerako mu Okubikkulirwa 21:10-11:

> *N'antwala mu Mwoyo ku lusozi olunene oluwanvu, n'andaga ekibuga ekitukuvu Yerusaalemi nga kikka okuva mu ggulu ewa Katonda, nga kirina ekitiibwa kya Katonda, kumasamasa kwakyo ng'ejjinja ery'omuwendo omungi ennyo. Ng'ejjinja yasepi eritangalijja*

Okwongereza ku kino, ekisenge kikoleddwa mu jjnja Yasepi n'ekisenge kye kibuga kyalina emisingi kumi n'ebiri. Wankaaki ekumi n'ebbiri ziwundiddwako amayinja amawunde obulungi ameekulungirivu, nga buli wankaaki eriko ejjinja lino ery'ekulungirivu limu, era oluguudo olusinga obunene obw'ekibuga kino, lukoleddwa mu zaabu yennyini nga lutangalijja nga giraasi (Okubikkulirwaa 21:11-21).

Lwaki Katonda anyonyodde mu bujjuvu oluguudo olukulu n'ekisenge mu bintu byonna ebirala ate ebinene ebiri mu kibuga ekyo? Mu nsi eno, zaabu oyo abantu gwe batwala ng'ekisinga omuwendo era nga baagala okubeera naye. Abantu baagala nnyo zaabu kubanga si wa muwendo kyokka naye ate takyukakyuka wadde ng'ekiseera kiyiseewo.

Wabula, mu Yerusaalemi Empya, n'oluguudo abantu kwebatambulira obutambulizi lukoleddwa zaabu, n'ekisenge ky'ekibuga kiwundiddwa n'eby'omuwendo bingi. Kati olwo kubisaamu obulungi obuli ku bintu ebirala ebiri mu munda w'ekisenge! Ye nsonga lwaki Katonda anyonnyola ku luguudo n'ekisenge mu ngeri eno.

Era, ekibuga kino tekyetaaga musana wadde amataala okufuna ekitangaala, kubanga ekitangaala ekiva ku Katonda kitangaaza ekibuga kino kyonna era eyo tewaliba budde bwa kiro. Waliyo omugga ogw'amazzi ag'obulamu, nga matangaavu ng'ejjinja ery'omuwendo eritangalijja, gakulukuta okuva ku Namulondo ya Katonda n'eyendiga nga bwe gukulukuta okuyita wakati w'oluguudo olukulu olw'ekibuga.

Ku njuyi zombi ez'omugga, embalama z'omugga ziriko omusenyu gwa zaabu ne feeza n'omuti ogw'obulamu, ogubalako ebibala kumi n'abibiri, ng'era ebibala bino bissaako buli mwezi. Abantu batambulatambua awo mu nnimiro Katonda z'eyawunda n'emiti egy'enjawulo n'ebimuli. Buli wamu mu kibuga mujjudde essanyu n'emirembe olw'ekitangaala ekyaka obulungi n'okwagala kwa Mukama waffe Yesu Kristo, tewali ku bino bisobola kunyonyola bulungi n'abigambo by'ensi eno.

Ng'olaba ebintu ng'ebyo ebirungi ennyo eyo, ojja kujjula essanyu: agazimbe agazimbiddwa mu zaabu n'ebiwunda ebintu, saako enguudo ezitangalijja n'okutangaala wamu n'okuweweera. Y'ensi essukuluma ku ky'oyinza okulowoozaako era ekitiibwa kyayo tekisobola kutuukika.

So ekibuga tekyetaaga njuba newankubadde omwezi, okukyakira kubanga ekitiibwa kya Katonda kyakimulisa, n'ettabaaza yaakyo ye Mwana gw'endiga (Okubikkulirwa 21:23).

N'andaga omugga ogw'amazzi ag'obulamu, ogumasamasa ng'endabirwamu nga guva mu ntebe ya Katonda n'ey'Omwana gw'endiga, wakati w'oluguudo lwakyo era eruuyi n'eruuyi ew'omugga omuti ogw'obulamu, ogubala ebibala ekumi n'ebibiri, oguleeta ekibala kyagwo buli mwezi; n'amalagala g'omuti ga kuwonya amawanga (Okubikkulirwa 22:1-2).

Olwo, ekibuga ekirungi bw'ekiti era ekitukuvu kitegekerwa baani? Katonda Yerusaalemi Empya agitegekedde abo, mu balokoleddwa bonna, abaana Be abatuufu abatukuvu era abatuukiridde nga Ye Yennyini. Yensonga lwaki Katonda atukubiriza okutukuzibwa mu bujjuvu ng'agamba: *"mwewalenge buli ngeri ya bubi"* (1 basessalonika 5:22), *"munaabanga batukuvu kubanga nze ndi mutukuvu"* (1 Peetero 1:16) ne *"Kale mmwe mubeerenga abatuukirivu, nga Kitammwe ali mu ggulu bw'ali omutuukirivu"* (Matayo 5:48).

Wabula, wadde abantu batukuziddwa mu bujjuvu, abamu bajja kuyingira Yerusaalemi Empya, ate abalala basigale mu bwakabaka obw'okusatu obw'eggulu okusinziira ku ky'enkana ki kye bakoze okufaananya omutima gwa Mukama era na kyenkana ki kye bakoze okubiteeka mu nkola. Abantu abayingira Yerusaalemi Empya tebatukuziddwa kyokka, naye bamusanyusa n'okumusanyusa nga bategeera bulungi omutima Gwe era n'abagonda okutuuka ku ssa ly'okufa, okusinziira ku kwagala Kwe.

Katugambe mu maka mulimu abaana abalenzi babiri, olunaku lumu, kitaabwe ng'akomyewo okuva okukola n'abagamba nti ennyonta yali emuluma. Omulenzi omukulu yali akimanyi nti kitaawe ayagala nnyo okunywa ebitatamiiza, era bwatyo n'aleetera kitaawe giraasi ya soda. Era okwo n'ayongerako n'okumunyigaanyiga n'amuyambako okukakkana n'okuwulira obulungi. Kyokka, ye omulenzi omuto n'amuleeta ekikopo ky'amazzi era n'addayo mu kisenge kye okusoma. Ku babiri abo, ani yawuliza kitaabwe obulungi ennyo n'okumusanyusa, ng'amanyi bulungi nnyo kitaawe? Mazima ddala yali mulenzi omukulu.

Mu ngeri y'emu, waliwo enjawulo wakati w'abo abayingira Yerusaalemi Empya n'abo abayingira obw'akabaka obw'okusatu obw'omu ggulu mu kyenkana ki kyebateekamu okusanyusa Katonda era na bafubye kyenkana ki okuba abesigwa eri buli kintu, nga beefaanaanyiriza omutima gwa Katonda.

Yesu ayawula okukkiriza okw'omutendera ogw'okutaano ng'okukkiriza Katonda kw'asiima okusobozesa okwongera okutegeera okwagala kwa Katonda. Katonda atugamba Asanyukira nnyo abantu abatukuziddwa n'okukkiriza. Katonda agamba Aba musanyufu n'abo abayaayaana okulokola abantu nga bayita mu kubuulira enjiri. Katonda agamba nti abo Abesigwa mu kugaziya obwakabaka Bwe n'obutuukirivu bagalibwa mu maaso Ge.

Engule eya zaabu oba ey'obutuukirivu

Eri abantu b'omu Yerusaalemi Empya, engule eya zaabu oba engule ey'obutuukirivu ejja kubaweebwa. Engule ezo z'ezisinga ekitiibwa mu ggulu era zambalibwa ku mikolo gimu n'agimu ng'ekijjulo eky'amaanyi.

Okubikkulirwa 4:4 watugamba, *"Entebe ey'obwakabaka yali yeetooloddwa entebe ez'obwakabaka amakumi abiri mu nnya: ne ku ntebe kwaliko abakadde amakumi abiri mu bana nga batudde. Nga bambadde engoye enjeru; ne ku mitwe gyabwe engule eza zaabu."* Abakadde amakumi abari mu bana bebasaanidde okutuula okwetoloola Namulondo ya Katonda. Wano, "abakadde" baba teboogera ku abo ababeera n'ebifo bya bakadde be kanisa, naye abantu abatwalibwa ng'abo abeefaananyiriza ennyo omutima gwa Katonda, abatukuziddwa mu bujjuvu era nga batuukirizza ebyo ebya yeekaalu erabika n'ebyo ebya yeekaalu etalabika mu mitima gyabwe.

Mu 1 Bakkolinso 3:16-17, Katonda atugamba nti Omwoyo Gwe gutwala emitima gyaffe nga yeekaalu. N'olwekyo, Ajja "kuzikiriza" omuntu yenna azikiriza yeekaalu. Okuzimba yeekaalu ey'omutima etalabika kwe kufuuka omuntu ow'omwoyo nga weggyako ebibi byo byonna, era n'okuzimba yeekaalu erabika kwe kutuukiriza obuvunaanyizibwa bwo mu bujjuvu mu nsi eno.

Omwendo "abiri mu nnya" ez'abakadde "amakumi abiri mu bana" guyimirawo ku lwabo abantu bonna abatayingira mu wankaaki ez'obulokozi olw'okukkiriza ng'amawanga ga Israeri ekkumi n'abiri kyokka naye nga batukuziddwa mu bujjuvu ng'abayigirizwa ba Yesu ekkumi n'ababiri. Ng'otwalibwa okuba omwana wa Katonda olw'okukkiriza, ofuuka omu ku baana ba Israeri, ate ekirala ojja kuba osobola okuyingira Yerusaalemi Empya bw'onooba otukuziddwa ngera oli mwesigwa ng'abayigirizwa baYesu ekkumi n'ababiri bwe baali. "abakadde amakumi abiri mu bana" kiyimirirawo okulaga abantu abatukuziddwa mu bujjuvu, nga beesigwa ddala eri obuvunaanyizibwa bwabwe, era nga bamanyiddwa ne Katonda. Abawa engule eza zaabu kubanga balina okukkiriza okw'omuwendo nga zaabu yennyini.

Era, Katonda agabira engule ey'obutuukirivu eri abantu abatakoma ku kweggyako bibi byabwe byokka, naye n'ebatuukiriza n'obuvunaanyizibwa bwabwe N'amatira n'okukkiriza Katonda gw'asiima nga Paulo omutume bwe yakola. Paulo yabeerawo mu bizibu ebingi n'okuyigganyizibwa olw'obutuukiriu. Yakola buli ekisoboka era n'agumira buli kimu mu kukkiriza okusobola okufuna obwakabaka n'obutuukirivu wadde yalyanga oba okunywa, oba mu buli kimu kye yakolanga: Paulo yaddiza Katonda ekitiibwa era n'alaga amaanyi Ge buli weyalaganga. Ye nsonga lwaki yali asobola okwogera n'obuvumu nti "ekisigaddeyo, enterekeddwa engule ey'obutuukirivu, Mukama waffe gy'ali mpeera ku lunaku luli, asala emisango egy'ensonga: so si nze nzekka, naye era ne bonna abaagala okulabika kwe."

Twekenneenyeza eggulu, engeri gy'oyinza okuwaguza ng'odda gye liri, n'ebifo eby'enjawulo eby'okubeeramu mu ggulu n'engule ezigabibwa okusinziira ku kigera okukkiriza ekya buli muntu ssekinnoomu.

K'ofuuke omukristaayo omugezi atanoonya ebyo ebintu ebiggwaawo wabula ebitaggwaawo. Era mu kukkiriza waguza ng'odda eri eggulu era weeyagalire mu kitiibwa eky'olubeerera n'essanyu mu Yerusaalemi Empya, mu linnya erya Mukama waffe Yesu Kristo Nsabye!

Ebifa ku Muwandiisi:
Dr. Jaerock Lee

Dr. Jaerock Lee Yazaalibwa Muan, ekisangibwa mu ssaza lye Jeonnam, mu Nsi ye Korea, mu mwaka gwa 1943. Ng'ali mu myaka amakumi abiri, Dr. Lee yabonaabona n'endwadde nnyingi ez'olukonvuba okumala emyaka musanvu era ng'alinda bulinzi kufa awatali ssuubi lya kuwona. Wabula lumu mu biseera eby'omusana mu mwaka gwa 1974, yatwalibwa mwannyina mu kanisa era bwe yafukamira wansi okusaba, amangu ago Katonda Omulamu n'amuwonya endwadde ze zonna.

Okuva Dr. Lee bwe yasisinkana Katonda Omulamu okuyita mu ngeri ennungi bw'etyo, ayagadde Katonda n'omutima gwe gwonna era n'amazima, era mu mwaka gwa 1978 yayitibwa okuba omuweereza wa Katonda. Yasaba n'amaanyi ge gonna asobole okutegeera obulungi okwagala kwa Katonda, alyoke akutuukirize mu bujjuvu era agondere Ebigambo bya Katonda byonna. Mu 1982, yatandika ekanisa eyitibwa Manmin Central Church esangibwa mu kibuga Seoul, eky'omu nsi ye Korea, era eby'amagero bya Katonda ebitabalika, omuli okuwonya okw'ebyamagero bizze bibeerawo mu kanisa ye.

Mu 1986, Dr. Lee yatikkirwa ku mukolo Annual Assembly of Jesus ogwali mu Sungkyul Church of Korea, n'afuuka omusumba era oluvanyuma lw'emyaka ena mu mwaka gwa 1990, obubaka bwe bwatandika okuzanyibwa ku butambi mu nsi ya Australia, Russia, Philippines, n'ensi endala nnyingi ku mikutu nga Far East Broadcasting Company, Asia Broadcast Station, ne Washington Christian Radio System.

Nga wayise emyaka essatu mu 1993, Manmin Central Church yalondebwa okuba "emu ku kanisa 50 ezikulembedde mu nsi yonna" nga bino byafulumizibwa aba *Christian World* magazine (ng'efulumira mu Amerika) era n'afuna ekitiibwa ky'obwa Dokita mu By'eddiini okuva mu ttendekero eriyitibwa Christian Faith College, eky'omu kibuga Florida, ekisangibwa mu Amerika, era mu 1996 yaweebwa eky'obwa ssabakenkufu mu ttendekero lye Kingsway Theological Seminary, eky'omu kibuga Iowa, mu Amerika.

Okuva omwaka gwa 1993, Dr. Lee akulembeddemu okutambuza enjiri mu nsi yonna okuyita mu kuluseedi ennyingi z'akubye emitala w'amayanja nga kuluseedi eyali e Tanzania, Argentina, L.A., Baltimore City, Hawaii, ne New York City eky'omu Amerika, Uganda, Japan, Pakistan, Kenya, Philippines, Honduras, India, Russia, Germany, Peru, Democratic Republic of the Congo, Israel, ne Estonia. Mu 2002 empapula ez'amaanyi mu Korea z'amuyitanga "omusumba ow'ensi yonna" olw'emirimu gye mu nsi ez'enjawulo gye yakubanga Kuluseedi ennene ennyo.

Mu mwezi gw'okuna omwaka gwa 2016, Manmin Central Church ebadde eweza ba memba abassuka mu 120,000. So nga erina amatabi g'ekanisa amalala 10,000 agali mu Korea n'emu nsi endala, era n'aba minsani 129 beebakasindikibwa mu nsi 23, omuli ne Amerika, Russia, Germany, Canada, Japan, China, France, India, Kenya, n'endala nnyingi.

Ekitabo kino w'ekifulumidde, Dr. Lee abadde awandiise ebitabo ebirala 84, omuli ebisinze okutunda nga Okuloza ku Bulamu Obutaggwaawo nga si n'afa, *Obulamu Bwange, Okukkiriza Kwanga I & II, Obubaka Bw'Omusalaba, Ekigera Okukkiriza, Eggulu I & II, Ggeyeena,* ne *Amaanyi ga Katonda.* Ebitabo bye bikyusiddwa okudda mu nnimi ezissuka mu 75.

Waliwo obubaka bwe obuwandiikibwa mu miko gye mpapula z'amawulire ng'olwa *The Hankook Ilbo, The JoongAng Daily, The Dong-A Ilbo, The Munhwa Ilbo, The Seoul Shinmun, The Kyunghyang Shinmun, The Korea Economic Daily, The Korea Herald, The Shisa News,* ne *The Christian Press.*

Dr. Lee kati akola ng'omukulembeze w'ebitongole by'obu misani bingi saako ebibiina: nga ye Sentebe wa, The United Holiness Church of Jesus Christ; Ye Pulezidenti wa, Manmin World Mission; Permanent President, The World Christianity Revival Mission Association; Ye yatandika era ali ku bboodi ya, Global Christian Network (GCN); Mutandisi era ye Ssentebe wa Bboodi ya, World Christian Doctors Network (WCDN); era ye yatandika era ye sentebe wa Bboodi ya, Manmin International Seminary (MIS).

Ebitabo ebirala Eby'amaanyi eby'omuwandiisi y'omu

Eggulu I & II

Ekifaananyi ekiraga ekifo ekirungi ennyo abatuuze b'omu ggulu mwe babeera n'ennyinyonyola ennungi ey'emitendera egy'enjawulo egy'obwakabaka obw'omu ggulu

Obubaka Bw'Omusalaba

Obubaka obw'amaanyi obw'okuzuukusa abantu bonna ab'ebase mu mwoyo! Mu kitabo kino ojja kusangamu ensonga lwaki Yesu ye Mulokozi yekka n'okwagala okutuufu okwa Katonda.

Ggeyeena

Obubaka obw'amazima eri abantu bonna okuva eri Katonda, oyo atayagala wadde omwoyo ogumu okugwa mu bunnya bwa ggeyeena! Mujja kuzuula ebyo ebitayogerwangako ku bukambwa ate nga bwa ddala obuli mu magombe aga wansi aga geyeena.

Okuloza ku Bulamu Obutaggwaawo nga si n'afa

Obujjulizi bwa Dr. Jaerock Lee, eyazaalibwa omulundi ogw'okubiri era n'alokolebwa okuva mu kiwonvu eky'ekisiikirize eky'okufa era abadde atambulira mu bulamu bw'ekikristaayo obw'okulabirako

Zuukusa Isiraeri

Lwaki Katonda amaaso ge agakuumidde ku Isiraeri okuva olubereberye lw'ensi eno okutuuka leero? Alina nteekateeka ki gyategekedde Isiraeri mu nnaku ez'oluvannyuma, ezirindirwamu Omununuzi?

Obulamu Bwange, Okukkiriza Kwange I & II

Evvumbe ery'omwoyo erisingayo obulungi erigiddwa mu bulamu obwameruka n'okwagala kwa Katonda okutatuukika, wakati mu mayengo g'ekizikiza, n'enjegere ezinyogoga saako obulumi obutagambika

---

Amaanyi ga Katonda

Kye kitabo ky'olina okusoma nga kikola ng'ekirung'amya eky'omugaso omuntu mwayinza okuyita okufuna okukkiriza okwa ddala n'okulaba amaanyi ga Katonda

www.urimbooks.com

www.ingramcontent.com/pod-product-compliance
Lightning Source LLC
LaVergne TN
LVHW041750060526
838201LV00046B/964